இனிய இறையன்பு

வெ. இறையன்பு

விஜயா பதிப்பகம்
20, ராஜ வீதி,
கோயம்புத்தூர் - 641 001.
www.vijayapathippagam.org

இனிய இறையன்பு

Iniya Iraianbu

இறையன்பு

இரண்டாம் பதிப்பு : பிப்ரவரி 2025

விஜயா பதிப்பகம்

20, ராஜ வீதி, கோயம்புத்தூர் - 641 001.

0422 - 2382614 / 90470 87053

vijayapathippagam2007@gmail.com

ஒளியச்சு / புத்தக வடிவமைப்பு : **ஐரிஸ் கிராபிக்ஸ், கோவை.**

அட்டை வடிவமைப்பு : **மௌஸ் பாய்ண்ட், சென்னை.**

அச்சாக்கம் : **பி.வி.கிராபிக்ஸ், கோவை.**

ISBN: 81-8446-971-3 / பக்கங்கள் : 312 / **விலை : ரூ.300/–**

முன்னுரை

வினாக்களே விடைகளாக...

படைப்பிலக்கியத்தில் பல்வேறு பரிமாணங்கள் இருக்கின்றன. சிறுகதை, புதினம், கட்டுரை, கவிதை, கடித இலக்கியம், பயண இலக்கியம் என வெவ்வேறு முகங்களைக் காட்டி நமக்குச் சிலிர்ப்பை ஏற்படுத்துவது படைப்பிலக்கியத்தின் மகத்துவம்.

நான் இந்த பல தளங்களில் முயற்சியை மேற்கொண்டிருக்கிறேன். கேள்வி-பதில் என்பது நம்மை அடுத்த தளத்திற்கு அழைத்துச் செல்லும் பரவசமான பரிமாணம். வாசகர்களின் விதவிதமான கேள்விகளுக்கு விடையளிக்கும்போது நம்மை நாமே மேன்மைப்படுத்திக் கொள்வதற்கு அதிக வாய்ப்புகள் இருக்கின்றன.

அறிவியல் பற்றியும், வரலாறு பற்றியும், இலக்கியம் குறித்தும், வாழ்வியல் குறித்தும் நம்மை உரசிப் பார்க்க வைக்கும் வினாக்கள் முளைத்து வருகிறபோது அவற்றுக்கு விடைதேடும் முயற்சியில் நாம் இன்னும் பக்குவப்படுகிறோம். ஒவ்வொரு கேள்வியும் நம்மைத் தேட வைக்கிறது. மூளையைப் பிழிந்து சிந்திக்க வைக்கிறது. ஒரு கேள்வி-பதில் பகுதியில் பல்வேறு விதமான அம்சங்கள் கலக்கும்போது அது வாசகரை ஈர்க்கிறது. சில கேள்விகளுக்கு நாம் வெகுநேரம் யோசிக்கிறோம். வாசகர்களின் வினாக்கள் மூலம் நாம் அவர்கள் மீது வைத்திருக்கும் அன்பையும், அறிவுலகத்தோடு நாம் கைகுலுக்கும் நேர்மையையும் வெளிப்படுத்த முடியும்.

ஒரு கேள்விக்கு விடையளிக்கிறபோது அந்த விடை முற்றிலும் சரியானது என்று யாரும் மார்தட்ட முடியாது. அது நேர்மையுடன் முன்வைக்கப்படும் ஒரு கருத்து மட்டுமே. அந்த விடை அறிவியல்

கண்டுபிடிப்புபோல நாளடைவில் மாறுபடலாம். ஆனால் அது வாசகனை சுயமாகத் தேட வைக்கின்ற நியாயமான முன்மொழிவு.

ஒவ்வொரு கேள்வியும் விடையை இடுப்பில் ஏற்றிக் கொண்டிருக்கிறது. சரியாகக் கேள்வி கேட்பது, சரியாக விடை சொல்வதைக் காட்டிலும் கடினமான செயல். சில நேரங்களில் என்ன கேட்பது என்று தெரியாமல்தான் பலரும் விழித்துக்கொண்டிருக் கிறார்கள். நல்ல கேள்வி அறிவின் அடர்த்தியில் வெளிப்படுவதில்லை; அனுபவத்தின் முதிர்ச்சியில் அது இயல்பாக வெளிவந்துவிழுகிறது.

புதிய தலைமுறை இதழில் வாரந்தோறும் வாசகர்கள் கேள்விக்கு விடையளிக்கும் வாய்ப்பு கிடைத்தது. அன்புடனும், நம்பிக்கையுடனும் அவர்கள் வைத்த கேள்விகளுக்கு விடையளிக்கும் போது மிகுந்த மனநிறைவு ஏற்பட்டது. கட்டுரைகளை எழுதியவுடன் மின்னஞ்சலில் அனுப்புகிற நான் அந்தப் பகுதியை எழுதி மீண்டும் வாசித்து சிலமுறை செதுக்கி எச்சரிக்கையுடன் அனுப்பினேன். அவர்கள் என்மீது கொண்டிருக்கும் அன்பில் ஒருதுளிகூட வீணாகக் கூடாது என எண்ணினேன். இந்த அரிய வாய்ப்பை எனக்கு நல்கிய புதிய தலைமுறை இதழுக்கு என் மனமார்ந்த நன்றிகள்.

அறுபது வாரங்களாக நான் எழுதிய கேள்வி-பதில் பகுதி தொகுக்கப்பட்டு விஜயா பதிப்பத்தின் மூலமாக வெளியிடப் படுவதில் பெருமகிழ்ச்சியடைகிறேன். நியாயமான விலையில் வாசகர்களுக்கு கருத்துகளைக் கொண்டுபோய்ச் சேர்ப்பதுதான் அதன் நோக்கம். வர்த்தக விருப்பமின்றி நயத்தகு நாகரிகத்துடன் நாணயமான விலையில் வாசகர்கள் கைகளில் கருத்துக் கருவூலங் களைத் தவழவிடுகிற அற்புதப் பணியில் தன்னை அர்ப்பணித்துக் கொண்டிருக்கும் விஜயா பதிப்பகம் இதைக் கொண்டு வருவதில் மட்டற்ற மகிழ்ச்சியடைகிறேன்.

இனிய இறையன்பு என்கிற தலைப்பில் வெளிவந்த இந்தப்பகுதியை அதே பெயரில் தொகுத்து வெளியிடுவதில் பெற்ற குழந்தையை அள்ளி எடுக்கும் பூரிப்பை அடைகிறேன்.

வெ. இறையன்பு

பதிப்புரை

அன்புடையீர் வணக்கம்.

மேலான இலக்கியம் அன்றாட வாழ்வின் நிகழ்வுகளி லிருந்தே துவங்கும் என்பதற்கு நிகழ்காலச் சான்று **'இனிய இறையன்பு'** என்ற இப்புத்தகம்.

கேள்வி - பதில் என்ற இலக்கிய வகையின் ஒரு வழியில் ஒப்பற்ற உண்மைகள் சிறப்பாக வெளிப்படுவதே இப்புத்தகத்தின் உயர் சிறப்பு.

அறிவார்ந்த தளத்திற்குள் வந்து நேர்மையுடன் சொல்லப் படும் பதில் உரைகளால் திரு. இறையன்பு தன் தேடலை தன் திறனின் உச்சம் வரைக்கும் கொண்டு செல்கிறார் என்பதை இப்புத்தகத்தைப் படிக்கும்போது நீங்கள் உணர்வீர்கள்.

நாம் பெற்ற அறிவைப் பகிர்ந்து கொள்ளும்போதுதான் நம்முடைய அறிவும் பெருகி விரியும் என்ற கருத்தாக்கத்தின் அடிப்படையில் காலத்தின் குறுக்கு வெட்டுத் தோற்றமாகக் காட்சி தரும் **'இனிய இறையன்பு'** என்ற இப்புத்தகத்தை வெளியிட்டுப் பெருமகிழ்ச்சி கொள்கிறது எங்கள் விஜயா பதிப்பகம்.

மதிப்பிற்குரிய திரு.வெ.இறையன்பு அவர்களுக்கும் அன்பிற் சிறந்த வாசகப் பெருமக்களுக்கும் எங்கள் அன்பும் வாழ்த்துகளும் உரியதாகுக.

என்றும் உங்கள்
மு. வேலாயுதம்

பொருளடக்கம்

1. அறிவியல் 07
2. வரலாறு 62
3. இலக்கியம் 95
4. நீதி 131
5. கலை 164
6. கல்வி 186
7. சமூகம் 212
8. இயற்கை 271
9. தத்துவம் 291

1. அறிவியல்

• புவி ஈர்ப்பு விசை காரணமாக அனைத்துப் பொருட்களும் கீழ் நோக்கி வருகின்றன. ஆனால் புகைவடிவில் உள்ள காற்று மட்டும் எந்த விசையின் மூலம் மேல்நோக்கிச் செல்கிறது? ஏன்?

சா. ச.கனிமொழி, கீரணிப்பட்டி, புதுக்கோட்டை மாவட்டம்.

புவி ஈர்ப்பு விசைக்கு காற்றும் கட்டுப்படுவதால்தான் பூமியைச் சுற்றி சில மைல்களுக்கு நாம் சுவாசிக்கும் காற்று இடம் பெற்றிருக்கிறது. காற்றின் அணுக்கள் தளர்வாக இருப்பதால் அவை நகர்ந்துகொண்டிருக்கின்றன. பாத்திரம் பெரிதாக பெரிதாக அவற்றிற்கு இடையே இருக்கும் இடைவெளி அதிகமாகிறது. காற்று பாத்திரத்தை நிரப்பும் அளவு விரியும் தன்மையுடையது. காற்றின் வெப்பத்தை அதிகரிக்கும்போது அதிலுள்ள துகள்கள் மேல்நோக்கி நகர ஆரம்பிக்கின்றன.

இதற்கு 'கைய் - லுசக் விதி' என்று பெயர். இன்று இளைஞர்களுக்கு அலைபேசியால் புவி ஈர்ப்பு விசையைவிட செவி ஈர்ப்பு விசை கூடுதலாக இருக்கிறது.

- ***காற்று பலமாக அடிக்கும்போது ஏன் குளிர்கிறது?***

சிராஜுதின், மேட்டுப்பாளையம்.

குளிர்ந்த காற்று அடிக்கும்போது தெர்மாமீட்டர் எந்த மாற்றத்தையும் காட்டுவதில்லை. காற்று நம் மீது படும்போது உடலில் உள்ள பல பகுதிகளின் மீது அது பட நேர்கிறது. அப்போது நம் உடலில் உள்ள அதிகப்படியான உஷ்ணத்தை அது எடுத்துக்கொள்கிறது. அதனால் குளிர் ஏற்படுகிறது. நம் உடலைச் சுற்றியுள்ள காற்றுப் பகுதியாலும், உடலின் உஷ்ணத்தாலும் ஒருவித கதகதப்பு நம் தோலில் இருக்கிறது. காற்று வீசாதபோது வியர்த்தல் குறைவாக நடக்கிறது. அதற்குக் காரணம் நம்மைச் சுற்றியுள்ள காற்று நீராவியால் நிரம்பப்பட்டிருப்பதால். காற்று வீசுகிறபோது உடலின் புதிய புதிய பகுதிகளின்மீது அது படுவதால் வியர்த்தல் அதிகமாக நடக்க உடலின் வெப்பம் மிகுதியாக உறிஞ்சப்பட்டு உடல் குளிர்வதை உணர்கிறோம். கொடி அசைவை ஏற்படுத்தக்கூடிய காற்றின் வேகம் உடலின் வெப்பத்தை 22 டிகிரியிலிருந்து 9 டிகிரியாக குறைக்கவல்லது. காற்று பலமாக அடிக்கும் சிலருக்கு மற்றவர்கள் எவ்வளவு ஐஸ் வைத்தாலும் குளிர்வதில்லை.

- ***தாவரப் பட்சிணிகளைவிட மாமிசப் பட்சிணிகள் அதிக எச்சரிக்கை உணர்வுடன் இருப்பதற்கு என்ன காரணம்?***

மூர்த்தி பாலகிருஷ்ணன், மதுரை.

சைவ உயிரினங்களான மான், முயல், காட்டெருமை, குதிரை போன்றவைக்குப் பக்கவாட்டில் கண்கள் இருக்கின்றன. அதற்கு Peripheral vision என்று பெயர். அதனால் அவை பின்னால் வருகிற உயிரினங்களையும் தோராயமாக பார்த்து எச்சரிக்கையுடன் செயல்பட முடியும். புலி, சிங்கம், நரி போன்றவற்றிற்கு முன்னால் பார்க்கும் பைனாகுலர் விஷன்

அமைந்துள்ளது. அதனால் அவை பின்னால் வருவதை கவனிக்க முடியாது. அந்த வகையில் இயற்கை தாவரப் பட்சிணிகளுக்கு அதிக எச்சரிக்கையை வழங்கியிருக்கிறது. பூனை பதினாறு மணி நேரம் தூங்குகிறது. குதிரையோ மூன்று மணி நேரம் மட்டுமே தூங்கும். பூனை மாமிசப் பட்சிணியாகவும், குதிரை இரையாக இருப்பதாலும் இந்த வேறுபாடு. பலசாலிகள் நச்சரிப்புடனும், பலவீனர்கள் எச்சரிக்கையுடனும் வாழ்வதே இயற்கை வழங்கும் இயல்பு.

- **துப்பாக்கியில் சுடும்பொழுது எதனால் மரணம் நிகழ்கிறது? அதில் என்ன ரசாயன மூலப்பொருட்கள் உள்ளன என்பதை விளக்கமளிக்க வேண்டுகிறேன்?**

பி. பாலாஜி, ஆதித்யா பப்ளிக்பள்ளி, சென்னிமலை.

சுடும்போது மரணம் ஏற்படுவதில்லை. சுடப்படும்போதே நிகழ்கிறது. துப்பாக்கி ரவை வெளியேறும் வேகமே மரணத்தைத் தோற்றுவிக்கிறது. பத்து கிராம் எடையுள்ள புல்லட் மணிக்கு 120 கிலோ மீட்டர் வேகத்தில் செல்லும் காரிலிருந்து வீசி யெறியப்படும் நாலு கிலோகிராம் எடையுள்ள தர்ப்பூசணியின் ஆற்றலைப் பெற்றுள்ளது. தொடக்கத்தில் ஒரு நொடிக்கு 800-900 மீட்டர் வேகத்தில் பறக்கிறது. காற்றின் எதிர்ப்புச் சக்தியால் அதன் பயணம் முடியும்போது 40 மீட்டர் வேகத்தை மட்டுமே தக்கவைத்துக்கொள்கிறது. புல்லட்டின் வேகத்தில் செல்கிற ஒரு விமானத்தில் உள்ள பயணி கையுறை அணிந் திருந்தால் அதை எளிதில் பிடித்துவிட முடியும்.

- **அனைத்துத் துறைகளிலும் இன்றைய அறிவியலின் அதிநுட்ப வேகம் மனித குலத்திற்கு வரமா? சாபமா?**

முனைவர் இராம.முத்துக்குமரனார், கடலூர்.

சுத்தியாக இருக்கும்போது செதுக்கவும், சம்மட்டியாக மாறும் போது உடைக்கவும் செய்கிற இரும்பாகவே எல்லாக் கண்டு பிடிப்புகளும் இருக்கின்றன.

- **உயிரணுவிற்கும், அணுவிற்கும் என்ன வேறுபாடு?**

  எம்.ஜோஸ் சேகர், கள்ளக்குறிச்சி.

  உயிருள்ளவற்றின் அடிப்படை உடற்பகுதி உயிரணு. உயிரற்றவற்றிற்கு அடிப்படை அணு. இரண்டும் கண்ணுக்குத் தெரியாத சிறிய வடிவில் அமைந்திருக்கின்றன. உடைக்கும் போதும், இணைக்கும்போதும் ஆற்றல் பீறிட்டு அணுவில் கிளம்புகிறது. அப்போது அது ஆக்கத்திற்கும் பயன்படுத்தப் படுகிறது, உயிர்களின் நீக்கத்திற்கும் பயன்படுத்தப்படுகிறது. உயிரணுவோ ஒருபோதும் அழிவுக்கு ஆதாரமில்லை. அது உருவாக்கவே செய்கிறது. ஆனால், அத்தனை உயிரணுவும் வெற்றி பெறுவதில்லை.

- **புராண காலத்தில் இருந்ததாக நாம் கேள்விப்பட்ட அசரீரி என்பது உண்மையா? இப்போதும் அவ்வாறு கேட்க முடியுமா?**

  பி.கோபிபச்சமுத்து, கிருஷ்ணகிரி.

  ஒவ்வொரு நேர்விலும் மூளை முடிவெடுக்கும் முன் ஏற்படும் உள்ளுணர்வு ஒன்று உண்டு. அதுவே அசரீரி.

- **மனிதனைவிட அறிவாளியான உயிரினம் இந்த உலகில் உண்டா?**

  தாமஸ் மனோகரன், புதுச்சேரி.

  பூக்கள் எங்கே இருக்கின்றன என்பதை அறிவதில் மனிதனைக் காட்டிலும் தேனீக்கள் நுட்பமானவை. உலகம் உருண்டை என்று கோபர்நிகசுக்கு முன்பே அவை கண்டுபிடித்தன. டால்ஃபின்கள் கண்ணாடியில் தெரிவது தன் உருவம்தான் என்று கண்டுபிடிக்கக் கூடியவை. இரண்டு மைல்களுக்கு அப்பால் இருக்கும் இறந்த உடலை ஓநாய்களால் மோப்பம் பிடிக்க முடியும். கால்களின் வியர்வையை வைத்து குற்றவாளியை நாய்கள் துப்புத் துலக்கும். இரவிலும் துல்லியமாகப் பார்க்க ஆந்தைகளுக்கும், பூனைகளுக்கும் சாத்தியம். பூகம்பம் வருவதை மாடுகள் முன்கூட்டியே அறிந்து பூமியில் படுத்துவிடும். புயல் வருவதை

காகங்களால் கண்டுகொள்ள முடியும். ஆயிரக்கணக்கான மைல்கள் பறந்துவந்து, முட்டையிட்டு, குஞ்சு பொறித்து ஜி.பி.எஸ் உதவியில்லாமல் மீண்டும் தாயகம் திரும்ப சில பறவைகளால் முடியும். மனிதனைக் காட்டிலும் பல உயிர்கள் ஒவ்வொரு பரிமாணத்திலும் உயர்ந்து நிற்கின்றன. ஆனால், எல்லாப் பரிமாணங்களையும் ஓரளவு பெற்றதால் மனிதன் அவற்றைக் காட்டிலும் உயர்ந்து நிற்கிறான்.

- சினிமா மனதில் பதிவதுபோல் பாடம் பதிவதில்லையே ஏன்?

சு.ஆறுமுகம், கழுகுமலை.

திரைப்படத்தைப்போல பாடங்களையும் காட்சிப்படுத்திப் படித்தால் கட்டாயம் பதியும்.

- சர்க்கரை நோய் இன்றைய காலத்தில் பெரிய பய உணர்வை ஏற்படுத்துகிறது, இதைத் தடுப்பது எப்படி?

செல்வ மேகலா, பந்தநல்லூர்.

மரபுக்கூறுகளின் காரணமாகப் பாதிக்கப்படக்கூடியவர்கள் இருக்கிறார்கள். அவர்கள் எச்சரிக்கையுடன் உடலைப் பேண வேண்டும். மன அழுத்தத்தைக் குறைத்துக்கொள்வதும், மகிழ்ச்சியாக வாழ்வதும் அவசியம். நிறைய உடற்பயிற்சி செய்வதும், முடிந்த அளவு பணிகளை நாமே செய்து கொள்வதும், அதிகக் கலோரி தருகிற சத்தற்ற உணவுகளைத் தவிர்ப்பதும் இந்தக் குறைபாடு வராமல் நம்மைக் காப்பாற்றலாம். தேவையற்ற பயமிருந்தால் அதுவே மன அழுத்தத்தை ஏற்படுத்திவிடும்.

- பூமி தன்னைத்தானே சுற்றுகிறது என்பதை நம்மால் எப்படி புரிந்து கொள்ள முடியும்?

இ.ராமசந்திரன், பீளமேடு, கோவை.

இரவு பகல் ஏற்படுவதை வைத்துப் புரிந்து கொள்ளலாம்.

- **தோப்புக்கரணம் (தோர்மிர் கரணம்) போடுவதால் என்னென்ன நன்மைகள் ஏற்படுகிறது? விளக்குங்கள்?**

ஜி. குப்புசுவாமி, சங்கராபுரம்.

ஆசியச் சிற்பங்களில் முக்கியமான நபர்களைக் குறிக்கும்போது நீண்ட தொங்கும் காதுகளோடு அவர்கள் இருப்பதைப்போல சித்திரித்தார்கள். அதற்குக் காரணம், மகத்துவம் வாய்ந்த மனிதர்கள் பெரிய காதுகளால் உலக ஓசைகளையும், துயரப் படுபவர்களின் ஈனக் குரல்களையும் கேட்டு அவற்றிற்கு ஏற்ற வினையாற்றுவார்கள் என்பதால். காதுகளை ஞானத்தின் உறுப்பாகவும் பார்க்கத் தொடங்கினார்கள். இறைமையின் சொற்களை காதுகள் கேட்பதாய் இந்த ஐதீகம். குழந்தைகள் குறும்பு செய்தால் காதைப் பிடித்து இழுப்பது, அங்கு இருக்கும் தூங்கும் அறிவு தூண்டப்பட வேண்டும் என்பதற்காக. இன்று மேற்கில் காதைப் பிடித்து இழுத்து தோப்புக்கரணம் போடுவதை ஒரு பயிற்சியாகச் செய்கிறார்கள். நாமாகப் போட்டால் பிரச்சினையில்லை, தவறு செய்துவிட்டு அடுத்தவர்கள் முன் போட்டால் அது அவமானம்.

- ***மனிதனின் சராசரி ஆயுட்காலம் குறைந்து வருகிறதா? அதிகரித்து வருகிறதா?***

பாரதிமுருகன், மணலூர்பேட்டை.

மருத்துவத்தின் வீரியத்தாலும், உணவுத் தட்டுப்பாடு இல்லாததாலும், வாழ்க்கை வசதிகள் விரிவுபடுத்தப்பட்டு விட்டதாலும் சராசரி ஆயுள் அதிகரித்து வருகிறது. வளர்ந்த நாடுகளின் சராசரி ஆயுட்காலம் 77- இல் இருந்து 90 வயது. வளர்ந்து வரும் நாடுகளில் அது 32-இல் இருந்து 80 ஆண்டு களாக இருக்கிறது. அதிக வயது வாழ்பவர்கள் ஜப்பானில் இருக்கிறார்கள். அங்கு சராசரி 85 ஆண்டுகள். இந்த இடத்தை ஜப்பான் தொடர்ந்து தக்கவைத்துக் கொண்டிருக்கிறது. இந்தியா 141-ஆவது இடத்தில் இருக்கிறது. சராசரி வயது 66

ஆண்டுகள். 1920-ஆம் ஆண்டுக்குப் பிறகு நம் நாட்டில் இறப்பு விகிதம் குறைய ஆரம்பித்தது. அதற்கு தடுப்பூசி, நச்சுயிர்க் கொல்லி போன்றவை காரணங்கள்.

- காலையில் எழுந்ததும் சிலர் தன்னுடைய கைகளில் கண் விழிக்கிறார்களே, இது சரியா?

வண்ணை கணேசன், சென்னை – 110.

இரண்டு கைகளையும் ஒன்றாக வைத்து, கைகளின் நுனியில் திருமகள் இருப்பதாகவும், இடையில் கலைமகள் இருப்பதாகவும், அதற்கு அடியில் மலைமகள் இருப்பதாகவும் நினைத்து நாளைத் தொடங்குவது சமஸ்கிருத ஸ்லோகம் ஒன்றின் சாரம். நாள் முழுவதும் கல்வியும், செல்வமும், வீரமும் தடையில்லாமல் கிடைக்கும் என்கிற நம்பிகையில் சிலர் இதைச் செய்வதுண்டு. இவையெல்லாம் நம்பிக்கையின் அடிப்படையில் செய்யப்படும் பழக்கங்கள். இவற்றின் மீது தீர்ப்பு எழுதுவது தவறு.

- தென்னை மரத்தில் கீழே ஊற்றும் தண்ணீரா மேலே இளநீராகிறது?

டி. சந்திரன், ஈரோடு.

அதே தண்ணீர் இளநீராவதில்லை, ஆனால், தண்ணீர் ஊற்றா விட்டால் இளநீர் ஆவதில்லை.

- கரையான் புற்றுகளில் பாம்பு வசிக்குமா? கரையானுக்கும், பாம்புக்கும் என்ன உறவு?

கா. இராஜசேகர், மங்களபுரம்.

கரையான்கள் கட்டிய புற்றை பாம்புகள் அடாவடியாக ஆக்கிரமித்துக்கொள்வதுண்டு. எல்லாப் புற்றுகளிலும் எல்லா நேரங்களிலும் பாம்புகள் இருப்பதில்லை. பாம்புகளுக்கு பால் குடிக்கும் உறுப்பே இல்லை. எனவே பாம்புப் புற்றுக்கு பால் வார்ப்பது விரயம். கரையான் புற்றுகளில் தட்பவெப்பமும், ஈரப்பதமும் எப்போதும் ஒரே மாதிரியாக இருக்கிறது.

வெ. இறையன்பு

ஆப்பிரிக்காவில் வெப்பம் 35 டிகிரி பேரன்ஹீட் முதல் 104 டிகிரி பேரன்ஹீட் வரை மாற்றமடைந்தாலும் புற்றுக்குள் ஒரு மாதிரி வெப்பம் இருக்கிறது. எனவே கரையான் புற்றை ஸ்கேன் செய்து, முப்பரிமாணப் படங்கள் தயாரித்து ஜிம்பாவேயில் 'ஈஸ்ட்கேட்' சென்டர் என்கிற கட்டடம் ஒன்றைக் கட்டியிருக்கிறார்கள். அங்கு குளிர்சாதன வசதியில்லாமலேயே குளுமையாக இருக்கிறது. பத்து விழுக்காடு மின்சாரமே செலவாகிறது. எனவே, புற்றுமீது பற்று வைப்பதில் தவறில்லை. பாம்புகள் இந்தக் காரணத்தினால்தான் புற்றுக்குள் புகுகின்றன.

- **அதென்னங்க சார் விட்டில்பூச்சி வாழ்வு?**

பாரதிமுருகன், மணலூர்பேட்டை.

விட்டில் பூச்சிகள் விளக்கில் விழுந்து உயிர் துறப்பது குறித்து சொல்லப்படுகிறதவறான உதாரணம் இது. நிலவு வெளிச்சத்தை வைத்து அந்துப்பூச்சிகள் இரவு நேரங்களில் பயணம் செய்கின்றன. அவ்வாறு அவை பயணம் செய்கிறபோது விளக்கு வெளிச்சத்தை தப்பிதமாகக் கருதி பயணம் செய்வதால் உயிர் இழக்கின்றன. இது விட்டில் பூச்சியின் 'அனுபவ விதி'யால் ஏற்படும் அதிர்ச்சி. ஆனால், இவ்வாறு உயிரிழக்கின்ற அந்துப் பூச்சிகளின் எண்ணிக்கை மிகவும் குறைவு. அதை நாம் நம்முடைய கருத்துக்கு ஏற்றவாறு உபயோகித்துக்கொள்ளும் தற்குறிபேற்ற அணி என்றுதான் சொல்ல வேண்டும்.

- **மனிதத் தலையில் பேன் எப்படி உருவாகிறது? அதை ஒழிக்கவே பல போராட்டங்கள் நடந்து வருகிறதே?**

பாரதிமுருகன், மணலூர்பேட்டை.

நாம் குரங்குகளிலிருந்து பரிணாம வளர்ச்சி பெற்றதால் கிடைத்த கொடைதான் பேன். அதே நேரத்தில் நம் உடலில் உண்ணிகள் இல்லாமல் இருப்பதற்கும் அதுவே காரணம். உண்ணிகள் உருவாவதற்கு ஒரே இடத்தில் இரண்டு மூன்று வாரங்கள் இருப்பது அவசியம். குரங்குகள் சுற்றித்திரிவதால்

இனிய இறையன்பு

உண்ணிகள் உண்டாவதில்லை. ஆனால், அதற்குப் பதிலாக பேன்கள் அழுக்குகளில் உண்டாக ஆரம்பித்தன. தலையைச் சுத்தமாக வைத்துக்கொள்வதும், அழுக்கு அண்டாமல் பார்த்துக்கொள்வதும் பேனிலிருந்து விடுபட வழிகள். சீப்பு, துண்டு, தொப்பி போன்றவற்றை பேன் பீடிக்கப்பட்டுள்ள ஒருவரிடமிருந்து வாங்கி உபயோகப்படுத்தினாலும் நம் தலைக்கு வந்துவிடும். பறக்க முடியாத பேனுக்கு தாவுவது எளிது. பொது இடங்களில் தலையணை போன்றவற்றை உபயோகிக்கிறபோதும் இவை நம் தலைக்குத் தாவுகிற அபாயம் இருக்கிறது.

- **தானியங்களில் தங்களுக்குப் பிடித்தது?**

 த. சிவாஜி மூக்கையா, தர்காஸ்.

மக்காச்சோளம். அதிகச் சிரமமின்றி அனைத்து இடங்களிலும் பயிரிட முடிவதால்.

- **வானவில்லுக்கு ஏன் ஏழு நிறம்?**

 பாரதிமுருகன், மணலூர்பேட்டை.

மழைக்குப் பிறகு சூரியன் ஜொலிக்கும்போது எதிர்த்திசையில் வானவில் தோன்றுகிறது. மழை நீர் துளிகளின் மீது Reflection. Refraction என்கிற இரண்டு காரணிகள் ஏற்படுவதால், நீர் சின்ன நிறப்பிரிகையாக மாறுகிறது. அப்போது ஒளி சிதறி ஏழு வண்ணங்களும் தோன்றுகின்றன. சூரியன் வானத்தில் உயரமாக இருக்கிறபோது வில் கீழ்ப் பகுதியில் தெரிகிறது.

- **தற்போது சுகப்பிரசவம் என்பது அரிதான விஷயமாக உள்ளதே?**

 சி.கார்த்திகேயன், சாத்தூர்.

நீங்கள் குறிப்பிடுவது அறுவைசிகிச்சையற்ற மகப்பேற்றை என்று நினைக்கிறேன். தாயும், சேயும் நலமுடன் இருந்தால் அது சுகப்பிரசவம். இன்று பிரசவத்தின்போது நடக்கிற மரணங்கள் குறைவு. அதற்குக் காரணம், பரவலாக்கப்பட்ட

மருத்துவ வசதிகளும், விழிப்புணர்வும், எச்சரிக்கையுடன் நிகழ்த்தப்பெறுகிற சிசேரியன் சிகிச்சைகளும். இன்று பெண்கள் குனிந்தும், நிமிர்ந்தும் பணியாற்றுவது குறைவாக இருப்பதாலும், குழந்தைப்பேறு என்பது முக்கியமான ஒன்றாகக் கருதப்படுவதாலும் மருத்துவர்களும், பெற்றோரும் ரிஸ்க் எடுக்க விரும்புவதில்லை.

- ***ஐந்தறிவுப் பிராணியான நாய் மனிதர்களைக் காட்டிலும் நன்றி மறவாமல் இருப்பதற்கான காரணம் என்ன? மனிதர்கள் அவ்வாறு இருப்பதில்லையே ஏன்?***

கா. இராஜசேகர், மங்களபுரம்,
நாமக்கல் மாவட்டம்.

பத்தாயிரம் ஆண்டுகளுக்கு முன்பே நாய்களைப் புதைக்கும் பழக்கம் நம்மிடம் இருந்து வந்திருக்கிறது. இது மக்களுக்கும் நாய்களுக்கும் இருக்கும் வீட்டு வளர்ப்புத் தொடர்பைத் தெரியப் படுத்துகிறது. நவீன காலத்தில் நாய்களுக்காக இருக்கும் கல்லறைகளும் உலகின் சில பாகங்களில் காணப்படுகின்றன. நாய்கள் ஓநாய்களின் வழித்தோன்றல்கள். ஓநாய்கள் கூட்டமாக இருக்கும் சமூக விலங்குகள். அந்த மரபுக்கூறு நாய்களையும் நட்புணர்வோடு இருக்கத் தூண்டுகிறது. நாய்களின் கவனிக்கும் திறன் மற்றவற்றைவிட அதிகம். அது மனிதர்களோடு அவற்றை நெருக்கமாக்கின. அவற்றின் நீளமான மூக்கும் ரெட்டினாவில் இருக்கும் செல்களின் விகிதாச்சாரமும் மனித முகங்களை நன்றாகப் பரிச்சயம் செய்ய உதவுகின்றன. அதனால் மனித அசைவுகள் அவற்றிற்கு அத்துபடி. நாய்களின் கேட்கும் திறனும் குழந்தைகளைப்போல நம்மோடு நெருங்க வைக்கிறது. அவை குரைப்பதுகூட உணர்ச்சிகளுக்கேற்ப மாறுபடுகின்றது. தனித்து இயங்குகிற ஆற்றல் இல்லாததால் உணவிற்காக மனிதர்களையே அவை சார்ந்திருக்கின்றன. பாசத்தை அவை விரும்புகின்றன. பிச்சைக்காரர்கள் வளர்க்கும் நாய்களும்

அவர்களிடம் தகுதிபார்க்காமல் நட்பாக இருக்கின்றன. பணக்காரர்களைப் பார்த்தவுடன் வளர்த்தவர்களை அவை மறப்பதில்லை. அவற்றின் பாசத்திற்கு நாம் தகுதி படைத்தவர்களா என்பதைத்தான் ஆர்.கே.நாராயண் எழுதிய 'விழியற்ற நாய்' கதை தெரிவிக்கிறது. மனிதர்களிலும் நன்றியோடு இருப்பவர்கள் இருக்கவே செய்கிறார்கள். ஆனால் அது விரல்விட்டு எண்ணும் அளவே இருக்கிறது. நாய்களிலும் சில நேரம் வெறிபிடித்து வளர்ப்பவரையே கடிக்கும் நிகழ்வுகள் உண்டு. மனிதர்களிலும் வெற்றி என்னும் வெறிபிடித்து வளர்த்தவர்களையே வீழ்த்தும் நிகழ்வுகள் அதிகமுண்டு. காரணம், வெற்றிக்கும் வெறிக்கும் ஓர் ஒற்று மட்டுமே சற்று வித்தியாசம்.

- 'பூமராங்' என்ற வித்தியாசமான போர்க்கருவி எப்படி இயங்குகிறது? இப்போதும் உள்ளதா?

அ. சுகுமார், கல்புதூர், காட்பாடி.

பூமராங் என்கிற ஆதிகால ஆயுதம் விஞ்ஞானிகளையே வியப்பில் ஆழ்த்திய வித்தகம். இப்போது அதைப் பற்றிய அறிவியல் உண்மைகள் விளங்கிவிட்டன. மூன்று முக்கியக் காரணிகள் அதன் போக்கைத் தீர்மானிக்கின்றன. அதை முதலில் எறியும் விசை, அக்கருவியின் சொந்த சுழற்சி, வாயு மண்டலத்தின் எதிர்வினை ஆகிய இந்த மூன்றையும் எவ்வாறு ஒரே புள்ளியில் இணைக்க வேண்டுமென்பது ஆஸ்திரேலிய ஆதிவாசிகளுக்குத் தெரிந்ததால் அவர்கள் போதிய விளைவை ஏற்படுத்தும் வகையில் எறியத் தொடங்கினார்கள். இப்போதும் இதை உருவாக்க முடியும். இதை இந்தியாவிலும், அண்மைய சிரியாவிலும், பண்டைய எகிப்திலும்கூட பயன்படுத்தியிருக்கிறார்கள். ஆஸ்திரேலிய பூமராங் எறிந்தவரிடமே திரும்பி வரக்கூடிய வகையில் வடிவமைக்கப்பட்ட ஒன்று என்பதுதான் அதன் மகத்துவம். வளரி என்கிற இதை மருதுபாண்டியர்கள் சாதுரியமாகப் பயன்படுத்தியதாகத் தெரிகிறது.

- கட்டையில் படுத்தால் உடல் வலிக்கிறது. மெத்தையில் படுத்தால் ஏன் வலிப்பதில்லை?

    ராஜா முகமது, முத்துப்பேட்டை.

    நாம் ஒரு ஸ்டூலில் உட்காரும்போது நம் உடலின் ஒட்டுமொத்த பருமனும் சின்ன பரப்பில் அழுத்துகிறது. நாற்காலியில் உட்காரும்போது அதிக பரப்பளவு கிடைப்பதால் எடை பரவலாக்கப்பட்டு அதிக நேரம் உட்கார்ந்தாலும் பிரச்சினை யில்லை. அழுத்தத்தை சமமாக விநியோகிப்பதில்தான் உடலுக்கான சுகம் இருக்கிறது. மெத்தையில் நம் உடலின் மேடு பள்ளங்களுக்கு ஏற்ப தொய்வு ஏற்படுவதால் அழுத்தம் சமமாக விநியோகிக்கப்பட்டு படுத்திருப்பது வலிக்காமல் இருக்கிறது. இருபது வயதைத் தாண்டிய ஒருவருக்கு உடலின் பரப்பளவு சுமார் 20000 சதுர செ.மீ. மெத்தையின் 5000 சதுர சென்டி மீட்டர் அதைத் தாங்குகிறது. அறுபது கிலோ எடையுள்ள ஒருவர் 12 கிராம் அழுத்தத்தையே ஒரு சதுர சென்டிமீட்டருக்கு ஏற்படுத்துகிறார். ஆனால் கட்டையில் படுத்தால் சில இடங்களில்தான் உடலும் அதுவும் சந்திக் கின்றன. எனவே ஒரு சதுர சென்டிமீட்டருக்கு அரை கிலோ வரை அழுத்தம் தருகிறோம். இதன் காரணமாகவே மெத்தையில் படுத்தால் மெத்மெத்தென்று இருக்கிறது.

- டெட் சீ (Dead Sea) என்கிற அந்தக் கடலில் யாரும் மூழ்குவ தில்லையே? ஏன்?

    லையோனல், ஒசூர்.

    பாலஸ்தீனத்தில் உள்ள அக்கடல் அதிக உப்பு கொண்ட நீர்நிலை. அங்கிருக்கும் அதிகபட்ச வெப்பத்தின் காரணமாக தண்ணீர் ஆவியாகிறது. அதிலிருக்கும் உப்பு தண்ணீரிலேயே தங்கிவிடுவதால் அதன் உவர்ப்புத் தன்மை அப்படியே இருக்கிறது. 27 சதவிகிதம் உப்புத்தன்மை கொண்ட அக்கடலின்

உவர்ப்பு ஆழமாக ஆழமாக அதிகரிக்கிறது. அக்கடலில் நானூறு லட்சம் டன் உப்பு இருக்கிறது. அதனால்தான் அதில் நாம் மூழ்குவதில்லை. பெயர்தான் (Dead Sea). ஆனால் அதில் குதிப்பவர்கள் இறக்கமாட்டார்கள். நம் உடலைவிட அதிக அடர்த்தி உள்ள திரவத்தில் நாம் மூழ்க முடியாது. அது மட்டுமல்ல காஸ்பியனில் உள்ள காரா போகஸ் கோல் என்கிற வளைகுடாவும் எல்டன் என்கிற ஏரியும் 27 சதவிகிதம் உப்பை உடையவை.

- **மனிதனுக்குப் போன்று விலங்குகளுக்கும் கனவுகள் வருமா?**

பாரதிமுருகன், மணலூர்பேட்டை.

வரும். அவை அந்த விலங்குகள் ஆபத்திலிருந்து தப்பித்துக் கொள்ளும் விழிப்புணர்வை ஏற்படுத்தும். எதிர் பால் விலங்கு ஸ்லோமோஷனில் நடனமாடுவதைப்போல அவை கனவு காண்பதில்லை. அப்படிப்பட்ட கனவுகள் மனிதர்களுக்கு மட்டுமே வருகின்றன.

- **மறதியே இல்லாத மனிதர் என்ன ஆவார்?**

செல்லமுத்து, நெல்லை மாவட்டம்.

மறதியே இல்லாத நிலைக்கு ஹைப்பர்தைமஸ்டிக் வியாதி என்கிற பெயர் உண்டு. அதை உயர்ந்த சுயசரிதை நினைவாற்றல் (Superior Autobiographic memory) என்றும் குறிப்பிடுவார்கள். அப்படிப்பட்ட ஞாபக சக்தி உள்ளவர்கள் வாழ்க்கையில் நடந்த எதையுமே மறக்கமாட்டார்கள். எங்கேயாவது ஒருவருக்குக் காணப்படும் இப்பிரச்சினை 2006ஆம் ஆண்டு கண்டறியப் பட்டது. இப்பிரச்சினை உள்ளவர்கள் இறந்த காலத்தைப் பற்றியே எப்போதும் சிந்தித்துக் கொண்டிருப்பார்கள். நாள் கிரமமாக என்ன நடந்தது என்பதைத் துல்லியமாகச் சொல்லுகிற ஆற்றல் இவர்களுக்கு உண்டு. மூளையின் வடிவமைப்பில் உள்ள மாற்றமே இதற்குக் காரணம். இவர்கள் நிம்மதியாக இருப்பது கஷ்டம்.

- சூரிய உதயம், சூரிய அஸ்தமனம் - தங்களுக்குப் பிடித்தது எது?

  பாரதிமுருகன், மணலூர்பேட்டை.

  இரவு முழுவதும் விழித்திருந்து பணியாற்றும் கூர்க்காக்களைப் பார்க்கிறபோது, அவர்கள் உடலுக்கு ஒற்றடம் கொடுக்கும் உதயம் பிடிக்கிறது. கல் உடைப்பவர்களைப் பார்க்கிறபோது இனி அவர்கள் ஓய்வெடுக்கலாம் என்கிற எண்ணத்தில் அவர்களுக்குச் சாமரம் வீசும் மாலைநேரம் பிடிக்கிறது.

- உடல் எடை, தொப்பை குறைக்க எளிய வழி?

  ஆர்.கே. லிங்கேசன், மேலகிருஷ்ணன்புதூர்.

  ஒரு கலோரி என்பது ஒரு கிலோ தண்ணீரை ஒரு டிகிரி சூடாக்க தேவைப்படும் ஆற்றல். நமக்கு எத்தனை கிலோ கலோரிகள் தேவை என்பதை நாம் ஆற்றும் பணிகள் தீர்மானிக்கின்றன. நாம் உண்ணுகிற உணவில் பத்து சதவிகிதம் செரிமானத்திற்கும் இருபது சதவிகிதம் ஓடியாடி பணியாற்றுவதற்கும், மீதி எழுபது சதவிகிதம் உடல் உறுப்புகளின் இயக்கத்திற்கும் பயன்படுகிறது. ஏற்கெனவே அடிப்போஸ் தசைகளில் சேர்ந்திருக்கும் கொழுப்பைக் கரைக்க இருபது சதவிகிதத்தைக் காட்டிலும் அதிகமாக உடல் உழைப்பு செய்வதும் உணவின் அளவைக் குறைப்பதும் நல்லது. மாவுச்சத்து உள்ள பொருட்களை இரண்டு வேளை தவிர்த்துவிட்டு சாப்பிட்டால் விரைவில் எடையும் குறையும், தொப்பையும் கரையும். ஒரே இடத்தில் அதிக நேரம் உட்கார்ந்திருந்தால் எடை கூடும். ஒருமணி நேரத்திற்கு ஒரு முறை நிற்பதும் நடப்பதும் அவசியம். தொடர்ந்து அமர்ந்தால் பல உபாதைகள் உண்டாகும். சிந்திக்கும் திறன் குறையும். தண்டுவடம் வளையும். நுரையீரல் நொறுங்கும். ரத்தச் சுழற்சி மந்தமாகும். சுறுசுறுப்பாகச் செயல்படுங்கள். உடல் கச்சிதமாக மாறும்.

- ***மோப்ப நாய்கள் காவல்துறையில் முதன் முதலாக எப்போது பயன்படுத்தப்பட்டன? மிளகாய்த்தூள் நெடி அவற்றின் மோப்ப சக்திக்கு இடையூறு உண்டாக்கும் என்பது உண்மையா?***

மு. மதிவாணன், அரூர்.

நமக்கு ஐம்பது லட்சம் வாசனை செல்கள் இருக்கின்றன. நாய்களுக்கோ இருபத்திரண்டு கோடி செல்கள் இருக்கின்றன. எனவே அவை நம்மைப்போல நாற்பத்து நான்கு மடங்கு அதிகம் பொருட்களை முகரும் தன்மை உடையவை. எகிப்தியர் களும், சுமேரியர்களும் நாய்களின் மேம்பட்ட மோப்ப சக்தியால் வேட்டைப் பொருளை கண்டுபிடிக்க பயன்படுத்தினர். ஐரோப்பியர்கள் இடைப்பட்ட காலத்தில் இந்த ரகங்களை மேம்படுத்தி வேட்டை விலங்குகளைக் கொல்வதற்கும், சுற்றி வளைப்பதற்கும் வேட்டையாடுபவர்களை உஷார்ப்படுத்து வதற்கும் பயன்படுத்தினர். செயின்ட் கியூபர்ட் என்கிற ரகம் பிரெஞ்சு மன்னர்களுக்குப் பிரியமாக இருந்தது. அவற்றை தேடுவதற்கும் காப்பாற்றுவதற்கும் பயன்படுத்தினர். குற்றங் களைக் கண்டுபிடிப்பதற்கு 1869 - ஆம் ஆண்டு லண்டன் போலீஸ் கமிஷனர் சார்லஸ் வார்னன் அவர்களால் முதல் முயற்சிகள் முன்மொழியப்பட்டன. வரிசையாக பலரைக் கொன்ற ஜாக் என்பவனைக் கண்டுபிடிக்க இரண்டு வேட்டை நாய்களை பிரத்தியேகமாகப் பழக்கினார். ஆனால் விளைவு விபரீதமாக இருந்தது. ஒரு நாய் கமிஷனரையே கடித்து வைத்தது. பிறகு இரண்டும் ஓடிப்போக அவற்றைத் தேட ஒரு போலீஸ் படையே அனுப்ப வேண்டியதாயிற்று. ஜெர்மன் போலீஸ் காவல் பணிக்காக ஜெர்மன் ஷெப்பர்டு என்கிற ரகத்தைத் தேர்ந்தெடுத்து நாய் பயிற்சிப் பள்ளியை முதன் முதலாக 1920 - ஆம் ஆண்டு தொடங்கியது. மிளகாய்த் தூளை தூவினால் மட்டுமல்ல, எந்த செயற்கை வாசனைத் திரவத்தைப் பயன்படுத்தினாலும் நாய்கள் குழப்பமடைய வாய்ப்புகள் உண்டு என்று காவல்துறையினர் கூறுவதுண்டு.

- *கனவு காண்பதுண்டா?*

அ. முரளிதரன், மதுரை-3.

தூங்கும்போது மட்டுமே.

- *மனிதகுலத்துக்கு கிடைத்த மகத்தான கடவுளாக விஞ்ஞானி எடிசனை நினைக்கிறேன். உங்கள் கருத்து?*

கே.ஆர். இரவீந்திரன், சென்னை - 1.

எடிசன் ஆயிரக்கணக்கான கண்டுபிடிப்புகளை அவனிக்கு வழங்கியவர் என்பது உண்மைதான். அதேநேரத்தில் சில பொருட்களை அவர் கண்டுபிடிக்காமல் இருந்திருந்தால் வேறு யாராவது கண்டுபிடித்திருக்கக் கூடும். உதாரணமாக பல்பை இன்னும் சிலர் கண்டுபிடித்திருந்தனர். ஆனால் அதற்கான அனைத்து உபகரணங்களையும் ஒன்றாகக் கண்டு பிடித்தவர் என்கிற பெருமை எடிசனைச் சாரும். அவர் அதிக தன்முனைப்பும், தந்திரமும் கொண்டவராக இருந்தார். பொது மக்கள் முன்பு அவருடைய கண்டுபிடிப்புகளை பிரதானப் படுத்த பல 'ஸ்டண்டுகளை' செய்தவர் அவர். அவருடைய அறிவியல் எதிரிநிகோலாடெஸ்லாவைவிட அதிக கவனத்தைப் பெற பல முயற்சிகள் செய்தார். 1915- ஆம் ஆண்டு அவருக்கும் டெஸ்லாவுக்கும் இயற்பியலில் நோபல் பரிசு கிடைக்க விருந்தது. எடிசன் டெஸ்லாவுடன் அதை பகிர்ந்துகொள்ள விரும்பவில்லை. ஆகவே இங்கிலாந்தைச்சார்ந்த இருவருக்கு அது போய்ச் சேர்ந்தது. 'ஆல்டர்நேட்டிங் கரண்ட்' என்கிற முறையை டெஸ்லா கண்டுபிடித்தபோது அது பாதுகாப்பற்றது என்று நிறுவ எடிசன் அரும்பாடுபட்டார். மின்சாரம் பாய்ச்சி கைதியைக் கொல்ல ஆல்டர்நேட்டிங் கரண்டின் மூலம் நியூயார்க்சிறைச்சாலையில் முதல் ஏற்பாட்டை செய்தார். அதில் அந்த கைதி பாதிதான் இறந்தார். அவ்வளவு பெரிய சித்ரவதை. பார்த்தவர்கள் துடிதுடித்துப் போய் அந்த முறையை நிறுத்தினார்கள். இப்போது சொல்லுங்கள், எடிசன் கடவுளா? அறிவு இருந்தால் மட்டும் போதாது. கருணை இருப்பவர்கள் மட்டுமே கடவுட்தன்மை வாய்ந்தவர்கள்.

இனிய இறையன்பு

- ***பிளாஸ்டிக் பொருட்களின் பயன்பாட்டைக் குறைக்க ஒரு வழி சொல்ல முடியுமா?***

கே.எஸ். கோவர்த்தனன், ஸ்ரீரங்கம்.

பிளாஸ்டிக் பொருட்களால் அதிகம் பாதிக்கப்படுபவர்கள் ஏழைகள். கேன்சர் அலேவிலிருக்கிற (Cancer Alley) பலரும் வறுமைக்கோட்டிற்குக் கீழ் வாழ்பவர்கள். பெட்ரோலியத்தை பிளாஸ்டிக்காக மாற்றுகிற தயாரிப்பு முறையிலேயே பலர் கொல்லப்படுகிறார்கள். அவற்றை குழம்புக்கும், ரசத்திற்கும் பார்சல் வாங்கி பயன்படுத்துபவர்களும் வறுமையில் வாழ்பவர்கள். பெரும்பாலும் வளர்ச்சியடையாத நாடுகளுக்கு அவை வந்து சேர்கின்றன. அவற்றை எரிக்கும்போது நச்சுப் பொருட்கள் வெளியாகின்றன. இப்படி தயாரிப்பதிலிருந்து கழிப்பது வரை தண்டனைக்குள்ளாகிறவர்கள் வறியவர்கள். கொஞ்சம் சோம்பலை விட்டு அங்காடிக்கு ஆளுக்கொரு பை எடுத்துச் சென்றால் நெகிழிப் பயன்பாடு குறையும். சுய உதவிக் குழுக்களை பிளாஸ்டிக்கிற்கு மாற்றான பொருட்களை செய்ய பயிற்சி அளித்து பயன்படுத்த வேண்டும். பிளாஸ்டிக் குறித்த விழிப்புணர்வை எல்லாவகைகளிலும் ஏற்படுத்துவது அவசியம். நுகர்வோர் ஒத்துழைக்காதவரை பகர்வோரிடம் நிபந்தனைகள் விதிப்பது செல்லுபடியாகாது. கடுமையான விதிமுறைகளின் மூலம் அவற்றின் மறு சுழற்சியை கட்டுப்படுத்துவது அவசியம். மூன்றாம் உலகப்போர் நீரால் வராது, நெகிழியால் வரும் என்பது என்னுடைய அனுமானம்.

- ***இரு கரம் கூப்பத்தான் கடவுளை வணங்க வேண்டுமா?***

பாரதி மருகன், மணலூர்பேட்டை.

இதயத்தைக் கூப்ப வணங்கினால் போதும். ஆனால் இரு கைகளையும் கூப்பி வணங்குவதற்குப் பின்னால் ஒரு தாத்பரியம் இருக்கிறது. அவ்வாறு வணங்கும்போது நமக்கு அருகில் இருப்பது கட்டைவிரல். எனவே, முதலில் நமக்கு நெருக்கமாக இருப்பவர்களின் நலனை நினைத்துக்கொள்ள வேண்டும்.

அடுத்து இருப்பது சுட்டுவிரல். எனவே நமக்கு நல்லவற்றைச் சுட்டிக்காட்டிய ஆசான்களின் நலனுக்காக பிரார்த்திக்க வேண்டும். நடுவிரல் உயரமான விரல், எனவே, நாம் சார்ந்திருக்கும் நிறுவனங்கள் நம்மைக் காப்பவர்கள் ஆகியோரின் நலனை நினைந்துகொள்ள வேண்டும். அவர்கள் இறைமையின் வழிகாட்டுதலை நம்பி இருக்கிறார்கள். இருப்பதிலேயே பலவீனமான விரல் மோதிர விரல். பலவீனமானவர்களுக்கே நகைகள் தேவைப்படுகின்றன. அடுத்ததாக நம்மை நம்பியிருக்கும் பலவீனமானவர்களின் நலனை நினைந்துகொள்ள வேண்டும். இறுதியில் இருக்கிற சுண்டுவிரல் நமக்கானது. நம்மை நினைத்து பிரார்த்திக்க வேண்டும். இது போப் பிரான்ஸிஸ் குறிப்பிட்ட வழிபாட்டுமுறை.

- ***கைகள், கால்கள், கண்கள் என்று நமது உறுப்புகள் எல்லாம் இரண்டு இரண்டாக இருக்கும்போது இதயம் மட்டும் ஒன்று ஏன்?***

மு. மதிவாணன், அரூர்.

கல்லீரல் ஒன்றுதானே இருக்கிறது, கணையம் ஒன்றுதானே இருக்கிறது, குரல்வளை ஒன்றுதானே இருக்கிறது, வாய் ஒன்றுதானே இருக்கிறது, நாக்கு ஒன்றுதானே இருக்கிறது. எனவே, இரண்டு இரண்டாக எல்லாம் இருக்கின்றன என்று சொல்ல முடியாது. சிலவற்றிற்கு இயற்கை உதிரிபாகம் ஒன்றை உள்ளேயே வழங்கியிருக்கிறது. அவ்வளவுதான்.

- ***விவசாய நிலமும், உற்பத்தியும் குறைந்துகொண்டே வருகிறதே, இனி வரும் காலங்கள் எப்படி இருக்கும்?***

புதுவை ச. புகழேந்தி, கரியமாணிக்கம்.

விவசாய நிலம் குறைந்து வருவது உண்மைதான். ஆனால், உற்பத்தி பெருகி வருகிறது. அதற்குக் காரணம் வீரிய ரகங்களும், தீவிர சாகுபடி முறைகளும். வளர்ந்த நாடுகளில் மொத்தப் பரப்பளவில் 10 விழுக்காட்டிற்கும் குறைவாகத்தான் நிலங்கள் பயிரிடப்படுகின்றன. அமெரிக்காவில் நிலச் சர்வேயே நிகழ்த்தப்படவில்லை என்று ஐசக் ஆசிமோவ் குறிப்பிடுகிறார்.

அங்கு நிலம் மிக முக்கியமான சொத்து அல்ல. நம் ஊரில் இருக்கும் மக்கட்தொகையைச் சரிசெய்ய கிட்டத்தட்ட 40 சதவிதம் பயிரிட வேண்டிய அவசியம் இருக்கிறது. இன்னும் முறையாக வேளாண்மை செய்தால் இவ்வளவு பரப்புத் தேவையில்லை. ஆனால், அதே நேரத்தில் விளைநிலங்களை சகட்டுமேனிக்கு வீட்டு மனைகளாக்குவது ஆபத்தான போக்கு. அது நிலத்தடிநீரை உறிஞ்சுவதற்கும், சுற்றுச் சூழலைப் பாதிப்பதற்கும் வழிவகுத்துவிடும். மேலும் பயிரிடப்படாத நிலங்களை மரம் வளர்ப்பதற்கும், புதிய நீர்நிலைகள் ஏற்படுத்து வதற்கும் பயன்படுத்தினால் காற்றும், நீரும் மாசுபடாமல் காப்பாற்ற முடியும்.

- ***யானையிடம் ஆசி வாங்கிய அனுபவம் பற்றி?***

ஜி.குப்புசாமி,
சங்கராபுரம்.

யானைகள் தங்கள் மென்மையான துதிக்கையால் மனிதத் தலைகளை தொடும்போது அவற்றிற்கு தொற்றுநோய் ஏற்பட வாய்ப்பிருக்கிறது. எனவே, நான் யானையிடம் ஆசி வாங்க ஆசைப்பட்டதில்லை.

- ***வளர்ந்துவரும் இளைய தலைமுறையினரிடம் நீங்கள் விட்டால் பரவாயில்லை என நினைக்கும் பழக்கம் எது?***

டி.சந்திரன், ஈரோடு.

மின்னணு போதை.

- ***தூக்கத்தின் வரும் கனவிற்கும் நிகழ் வாழ்விற்கும் என்ன தொடர்பு? கனவு வரக் காரணம்? கனவினால் என்ன பயன்? கனவு வர வழி?***

ஹரிஹரன்

ஆழ்மனம் என்பது குளத்தைப்போல; மேல்மனம் என்பது அதிலிருந்து எழும்பும் நீரூற்று. நீரூற்று மறுபடியும் குளத்தை அடைவதைப்போல் மேல்மனத்தில் தோன்றும் அத்தனைச்

சிந்தனைகளும் ஆழ்மனத்தைச் சென்று அடைகின்றன. பிறகு அவை எப்போது வேண்டுமானாலும் மிதந்து மேல்மனத்திற்கு வருகின்றன. சின்ன வயதில் ஆசைப்பட்டு நிறைவேறாத நினைவு முதுமையில் கனவாக வரலாம். நிறைவேறப்படாத ஆசைகளே கனவாக வருகின்றன என்று சிக்மன்ஃப்ராய்டு குறிப்பிட்டார். ஆசைகள் மட்டுமல்ல புதைத்து வைக்கப்பட்ட எந்தச் சம்பவமும் முளைத்து வரலாம். அப்படித்தான் சில பயங்களும், பதற்றங்களும்கூட கனவாக வந்து மிரட்டுகின்றன. அன்றாடம் நடக்கும் சாதாரண நிகழ்வுகளும் மனத்தைவிட்டு அகற்றப்படு வதற்காக கனவாக வருகின்றன. சில நேரங்களில் கடைக்குப் போவதைப்போல முடிவெட்டிக் கொள்வதைப் போல, கனவுகள் வருவது இதனால்தான். ஒன்றைப் பற்றியே எண்ணிக் கொண்டிருந்தால் அதற்கான தீர்வு தூக்கத்தின்போது கனவாக வருவதுண்டு. சற்று தளர்த்தி மனத்தை வைத்திருக்கும் போது கிடைக்கும் விலை அது. பிரபஞ்சமனத்தில் பிரவேசிக்கும் போது நடக்கப்போகிற ஒன்று சூசகமாக கனவாக வெளிப் படலாம் என்று ஆன்மிகவாதிகள் குறிப்பிடுகிறார்கள். எனவே கனவுகள் எல்லாக் காலங்களுக்கும் தொடர்புடையவையாக இருக்கின்றன. கனவினால் ஏற்படும் பலன் என்ன போன்ற புத்தகங்கள் பெரும் எண்ணிக்கையில் விற்பனையாகி சிலரது பையை நிரப்புவதே மற்றவர்களுக்கு நம் கனவினால் கனவினால் ஏற்படும் பயன். கனவு வந்தால் நம்முடைய நினைவாற்றல் திடப்படுவது சாத்தியம். கனவற்ற தூக்கமே மூளையை ஆரோக்கியமாக வைத்திருக்கும். அதிகக் கனவு வந்தால் சரியாகத் தூங்கவில்லை என்று பொருள்.

- **டைம் மெஷின் கூற்றுப்படி பின்னால் செல்வது சாத்தியமா? அப்படி 20 வருடம் பின்சென்றால் இப்போது இறந்தவர்கள் எப்படி அங்கே உயிர் பெறுவார்கள்?**

விக்னேஷ், கீரனூர்.

ரிவர்ஸ் கியர் இல்லாத வாகனம் காலம். அங்கு பின்னோக்கிச் செல்வதற்கு சாத்தியமில்லை. வேண்டுமானால் கடந்த காலத்தை அசைபோடலாம்.

- **என் தந்தைக்கு சர்க்கரை வியாதி உள்ளது. எனக்கு வயது 49. இதுவரை எனக்கு சர்க்கரை வியாதி வரவில்லை. இனி வருமா?**

அ. முரளிதரன், மதுரை.

தந்தை, தாய் இருவருடைய மரபுக்கூறுகளை மையமாகவே வைத்தே ஒருவருடைய உடல்நலம் தீர்மானிக்கப்படுகிறது. சில நேரங்களில் தந்தையிடம் இருக்கிற மரபுக்கூறு மகனுக்கு வந்தால் அவருக்கு இருக்கும் பாதிப்புகள் மகனிடம் தோன்றுவது இயல்பு. சில பிரச்சினைகளில் மகளுக்கு அது பாதிப்பை ஏற்படுத்தாமல் பேரனுக்கு ஏற்படுத்தும். வழுக்கைத் தலை அப்படிப்பட்ட ஒன்று. தாயின் மரபுக்கூறு மகனிடம் செல்கிற போது அப்பாவிற்கு இருக்கும் நீரிழிவு நோய் மகனிடம் ஏற்பட ாமல் போகலாம். இதுவரை வரவில்லை என்றால் நீங்கள் உங்கள் தாயின் மரபுக்கூறுகளைப் பெற்றிருக்கிறீர்கள் என்பது தெரிகிறது. இருந்தாலும் நிறைய உடற்பயிற்சி, மனஅழுத்த மின்றி வாழ்தல், தியானம் செய்தல், யோகா போன்ற பயிற்சிகளில் சர்க்கரை வராமலிருக்க உதவும் முத்திரைகளை செய்வது, சிறுதானியங்களை உட்கொள்வது, இனிப்பை இயற்கைப் பொருட்களில் மட்டும் நுகர்வது என்று வாழ்க்கையை வகைப்படுத்திக் கொண்டால் அந்நோய்க்கு வசப்படாமல் வாழலாம். டைப் இரண்டு டையாபட்டீஸ் இருப்பவர்களுக்கு சில வகையான புற்றுநோய்கள் வருவதில்லை என்பது மரபுக்கூறுகளில் இருக்கும் புரியாத புரிந்துணர்வு ஒப்பந்தம்.

- **வாழை இலையில் அப்படி என்ன சார் மருத்துவக்குணம் இருக்கிறது? வாழை இலையின் மகிமை பற்றி ... ?**

ஜி. குப்புசுவாமி,
சங்கராபுரம்.

அதில் உள்ள பச்சயம் உடலுக்கு நல்லது. மற்றவர் உபயோகிக் காத பாத்திரம் வாழை இலை. மண்ணுக்கு மாசு ஏற்படுத்தாத

முதல் டிஸ்போசபிள் பாத்திரம் வாழை இலை. பாத்திரத்திற்கும் ருசிக்கும் தொடர்பு இருக்கிறது. அது பொருட்களின் சூட்டை எப்படிக் கடத்துகிறது என்பதில் சுவை சேர்கிறது. காப்பியை டபராவிலும், தேநீரை கண்ணாடிக் குவளையிலும், சூப்பை பீங்கானிலும் அருந்தும்போது அலாதியான சுவை கொசுறாகக் கூடக்கிடைக்கிறது.

- 'போர்' அடிப்பதற்கான காரணம் யாது?

எஸ்.ஏ. கேசவன்,
கோவில்பட்டி, தூத்துக்குடி

ஒரு செயலை திரும்பத் திரும்பச் செய்யும்போது ஏற்படும் அலுப்பை அயர்ச்சி என்கிறோம். சில நேரங்களில் அது சில மனிதர்களாலும் சில பொருட்களாலும், சில நிகழ்வுகளாலும் ஏற்படுகிறது. காலவரம்பின்றி காத்திருக்கும்போது அயர்ச்சி ஏற்படுகிறது. விருப்பமில்லாமல் ஒன்றைச் செய்கிறபோது சலிப்பு உண்டாகிறது. படைப்பாக்க அயர்ச்சி உருவாக்கத் தூண்டுகிறது. கிளர்ச்சி அயர்ச்சி பொருட்களை உடைக்கத் தூண்டுகிறது. நம் இருத்தலைப் பற்றியே கேள்வி உண்டாகும் போது அயர்ச்சி ஆழமாகிவிடுகிறது. அதிக நகர்மயமாவதும், தீப்பெட்டி போன்ற அடுக்ககங்களில் அதிக நேரம் இருப்பதும், மின்னணுச் சாதனங்களை அதிகம் பயன்படுத்துவதும் சலிப்பை அதிகரிக்கும். அவ்வப்போது சிறிய ஓய்வெடுப்பதும், பிடித்த இசையைக் கேட்பதும், கிராமப்புரங்களுக்கும், மலைவாழ்தலங்களுக்கும் சுற்றுலா செல்வதும் அலுப்பைக் குறைக்கும் வழிகள்.

- (தமிழன்) தமிழகம் உடல் உறுப்பு தானம் கொடுப்பதில் முதலிடத்தில் இருப்பதற்கு என்ன காரணம்?

அ. குணசேகரன்,
புவனகிரி.

மூளைச்சாவு அதிகம் தமிழகத்தில் நடப்பதால்.

- தவறு செய்யும் குழந்தைகளைக் கண்டிப்பதற்கும், தண்டிப்பதற்கும் என்ன வேறுபாடு?

நெய்வேலி க. தியாகராசன், குடந்தை.

கண்டிப்பது சொற்களால், தண்டிப்பது விளைவுகளால். குரலை உயர்த்தி அதட்டுவதோடு நிறுத்தி சில நடவடிக்கைகளை மாற்ற முடியும். ஆனால் சிலவற்றை திருத்த தண்டிப்பது அவசியம். உதாரணமாக சாலையைப் பொறுப்பின்றி ஒரு குழந்தை கடக்கும்போது, மின்சாதனத்துக்குள் அபாயகரமாக கைவிடும்போது, அடுத்தவர் பொருளை களவாடும்போது தண்டித்தால்தான் பிறகு இந்த பழக்கம் வராமல் இருக்கும். தண்டனை என்பதை அடிப்பது என்று பொருள் கொள்ள வேண்டிய அவசியம் இல்லை. ஏற்கெனவே வழங்கி வருகிற ஒன்றை நிறுத்துவதும் தண்டனைதான். இருப்பது ஒன்றை எடுத்துக்கொள்வதும் தண்டனைதான். இதை எதிர்மறை வலியுறுத்தல் என்று மனவியல் குறிப்பிடுகிறது. அடித்து வளர்க்கப்படும் குழந்தைகள் முரடாக மாறுவார்கள் என்பதற்கு எந்த ஆதாரமும் இல்லை என அண்மையில் நடத்தப்பட்ட ஆய்வுகள் தெரிவிக்கின்றன. தண்டிக்கிறேன் என்று குழந்தையின் தண்டுவடத்தை உடைத்துவிடக் கூடாது.

- வெயிலுக்கு எந்த கலர் குல்லா போடலாம்? வெள்ளை நிற குல்லா (Cap) நல்லது என்று கூறுகின்றனரே, ஏன் சார்?

சி. குப்புசுவாமி, சங்கராபுரம், சென்னை.

வெண்மை எல்லா நிறங்களையும் பிரதிபலிப்பதால் சூரிய வெப்பத்தால் சூடாகாது. எனவே நாம் வெயிலுக்கு வெள்ளை குல்லா அணிவது நல்லது. குளிர்ப் பிரதேசங்களில் காலை சூடாக வைத்துக்கொள்ளதலைக்குத் தொப்பி அணியவேண்டும். ஏனென்றால் எண்பது சதவிகிதம் உடலின் வெப்பம் தலையின் வழியாக வெளியேறுகிறது. மற்றவர்களுக்கு அவ்வப்போது கண்ணுக்குத் தெரியாத குல்லாவை போடுவதே நல்லது. குல்லாவை விரும்பாத மனிதர்கள் குவலயத்தில் உண்டோ!

- தொட்டாச்சிணுங்கி என்ற ஒரு செடி இருக்கிறதே, அதை தொட்டவுடன் சுருங்கி விடுகிறதே எப்படி?

பாரதிமுருகன்,
மணலூர்பேட்டை.

மைமோசா பூடிகா என்பது அதன் தாவரவியல் பெயர். இப்படி தொட்டவுடன் சுருங்கும் இயல்பு இந்தச் செடிக்கு எப்படி வந்தது என்பதற்கான சரியான காரணம் தெரியவில்லை. ஆனால் விஞ்ஞானிகள் தாவர உண்ணிகளிடமிருந்து தங்களைப் பாதுகாத்துக்கொள்ள இச்செடிகள் இந்த இயல்பை வளர்த்துக் கொண்டதாகக் குறிப்பிடுகிறார்கள். இச்செடி சட்டென சுருங்கியதும் விலங்குகள் பயந்து குறைவாக மேய்வதற்கான வாய்ப்புகள் இருக்கின்றன. இரண்டாவது செடிகளைத் தின்னும் பூச்சிகள் அமர்ந்ததும் சுருங்கினால் அவை கீழே விழுந்துவிடும். இச்செடியை தொடுகிறபோது சில புரதங்கள் தண்ணீரையும் எலக்ரோலைட்டையும் செல்களிலிருந்து வெளியேற்றுகின்றன. அதனால் அந்த செல்களில் உள்ள ஒருவித அழுத்தம் மறைந்து விடுகிறது. எனவே தண்டுப் பகுதியில் உள்ள பொட்டாசியம் போன்ற ரசாயனப் பொருட்கள் வெளியேறுகின்றன. செல் அழுத்தத்தை இழந்து சுருங்கத் தொடங்குகிறது. இந்தத் தொடு உணர்வு அருகில் இருக்கிற இலைகளுக்கும் பரவுகிறது. இது அவ்வாறு சுருங்குவதற்கான காரணம், ஏன் சுருங்குகிறது என்பது முழுவதும் அறியாத புதிர்.

- **கணிதம் அறிவியலின் ராணி என்றால், ராஜா எது?**

தாராரமேஷ், புதுச்சேரி-4.

ராஜாக்கள் தேவைப்படாத ராணிகளும் உண்டு, ராணித் தேனீயைப்போல.

இனிய இறையன்பு

- ***முன்பெல்லாம் மாடுகளை கிடையில் விட்டிருக்கிறேன் என்பார்கள். அது இயற்கையாகக் கருத்தரிக்கும். இப்போதோ ஒரே இடத்தில் கட்டிப்போட்டு சினையுண்டாக (கருத்தரிக்க) ஊசிபோடுகிறார்கள். இது இயற்கை முரணானதுதானே? இது ஒரு பாவச்செயல் அல்லவா?***

ந. இராஜேஸ்வரி, பட்டீச்சுரம்.

இன்று விலங்குகளை நாம் பேக்டரி ஃபார்மிங் என்கிற தொழிற்சாலை பண்ணை முறையில் வளர்த்து வருகிறோம். ஒரு கன அடிக்குள் ஒரு கோழி வாழ்நாள் எல்லாம் வாழ்கிறது. குரங்குகளுக்குப் பிறகு அறிவார்ந்த பன்றிகள் மேலைநாடுகளில் படும் அவதி அதிகம். குட்டி போட்டதும் கொழுக்க வைப்ப தற்காகப் பிரிக்கப்படுகின்றன. அதைப்போலவே கறவைப் பசுக்களும் சின்ன இடத்தில் சிறைப்படுத்தப்படுகின்றன. அந்த பசுவை சாப்பிடுகிற வாயாகவும், பால் தருகிற மடியாகவும் கருதி வளர்க்கிறார்கள். கன்றுகள் பிரிக்கப்பட்டு தாய்ப்பசு எது என தெரியாமலேயே வளர்க்கப்படுகின்றன. ‘அம்மா’ என அவை கத்துவதுமில்லை, நாவால் நக்க தாய்க்கு வாய்ப்பும் இல்லை. அமெரிக்க மனவியல் நிபுணர் ஹாரி ஹேர்லோ குரங்குகளிடம் ஒரு பரிசோதனை நடத்தினார். இரண்டு பொம்மை தாய்க்குரங்குகளை ஏற்பாடு செய்தனர். ஒன்று பால் கொடுக்கும் இணைப்புகள் கொண்ட மொழுமொழுவென்ற பொம்மை. இன்னொன்று பால் தராது, ஆனால் குரங்கு போலவே ரோமத்துடன் இருக்கும். அந்தக் குட்டியை கூண்டில் இரண்டு பொம்மைகளுக்கும் இடையே விட்டபோது, அது ரோமத்தால் மூடப்பட்ட தாயிடமே அதிகநேரம் செலவழித்தது. எனவே நாம் பெறுகிற பொருட்கள் விலங்குகளின் மனநிலையைப் பாதித்துப் பெறப்பட்டால் அதன் தாக்கம் அருந்துபவர்களிடமும் இருக்கும் என்று யுவல் நோவா ஹராரி என்கிற இஸ்ரேலிய எழுத்தாளர் குறிப்பிடுகிறார். இந்தப் பாலை சாப்பிடுவதற்கும் முதியோர் இல்லத்திற்கும் எந்த சம்பந்தமும் இல்லை.

- *கண்ணீர் உப்புக் கரிக்க என்ன காரணம்?*

மு. மதிவாணன்,
அரூர் - 636 903.

கண்ணீர் மட்டுமல்ல, உடலிலிருந்து வெளிப்படும் வியர்வை, சிறுநீர் போன்ற திரவங்களும் உப்புக் கரிக்கவே செய்கின்றன. கண்ணீரில் லைஸோசெம் என்கிற புரதம் இருக்கிறது. அது பாக்டீரியாக்களை கொல்லுகிற சக்தி வாய்ந்தது. உயிர் கடல் நீரில் தோன்றியதால் நம் கண்கள் தொடர்ந்து உப்பு நீரில் மூழ்க வேண்டிய கட்டாயம் உள்ளது. கண்களில் இருக்கும் இரண்டு சன்னமான குழாய்களின் வழியாக கண்ணீர் சுரப்பிகளின் வழியாக உற்பத்தியாகும் கண்ணீர் தொடர்ந்து வழிந்து கொண்டேயிருக்கின்றது. ஒரு சின்னக் குழாய் அதை மூக்கின் உள்பகுதிக்கு எடுத்துச்செல்கிறது. திடீரென எரிச்சலோ, மனத்தை பாதிக்கும் உணர்ச்சி ஏற்படும்போது கண்ணீர் சுரப்பிகள் அதிகமான கண்ணீரை வெளிப்படுத்துகின்றன. அப்போது அந்த சன்னக் குழாய்கள் முழுவதுமாக அவற்றை வழிக்க முடியாமல் தடுமாறுகின்றன. இந்த அதிகப்படியான கண்ணீர் நம் கன்னங்களின் வழியாக வழிந்து வெளியேறு கின்றன. நாம் உணர்ச்சிவசப்படும் போதும், தம்மைப் பாதுகாத்துக்கொள்ள கண்கள் முயலும்போதும், வெங்காயம் உரிக்கையில் எதிர்வினை செய்யும்போதும் கண்ணீர் வருகிறது.

- *மனிதக் கண்களில் மாறுகண் என்பது அதிர்ஷ்டம் என்கிறார்கள். அது உண்மைதானா? அதே நேரத்தில் இதை உடையவர் பார்வைக்கும், பிறரின் பார்வைக்கும் இயற்கை, மருத்துவ ரீதியிலாக வித்தியாசம் உண்டா?*

சி. கார்த்திகேயன்,
சாத்தூர் - 626 203.

கருவிழி சரியாக இல்லாத தசை இயக்கத்தில் இயங்கும் போது ஒரு கண் பார்க்கிற பொருளையும் இன்னொரு கண் அதிலிருந்து விலகி மூக்கை நோக்கி பார்ப்பதைப் போன்று தோற்றமளிக்கும். இதற்கு குறுக்குவிழிகள் (cross-eyes) என்று பெயர். இன்னும்

தூரமாக இன்னொரு விழி பார்ப்பதை சுவர் விழிகள் (wall-eyes) என்று குறிப்பிடுவார்கள். இது கண்களின் ஸ்டீரியோஸ்கோபிக் பார்வையை பாதிப்பதோடு ஒரு கண்ணுக்கு அதிக முக்கியத் துவத்தைக் கொடுத்து விடுகிறது. இதில் பார்க்கும் திறன் ஒரு கண்ணுக்கு குறைவு. இதுபோன்ற குறை உடையவர்கள் வருந்துவது தவறு என்று நாம் அதிர்ஷ்டத்தை துணைக்கு அழைக்கிறாம். இப்போது அதை சரிசெய்ய மருத்துவ விஞ்ஞானத்தால் முடியும்.

- மின் கம்பிகளில் தொங்கும் குருவிக் கூடுகளைக் காண முடிவதில்லை. அந்தக் குருவிக்கூடு அழகைப் பார்த்து ரசித்ததுண்டா?

பாரதி முருகன், மணலூர்பேட்டை.

தூக்கணாங்குருவிக் கூடுகள் அழகின் வெளிப்பாடுகள். நகர்மய மாக்கல் காரணமாக அவை அதிகம் கண்களில் படுவதில்லை. கன்னியாகுமரி போன்ற மாவட்டங்களில் அவற்றை இன்றும் காண முடிகிறது. ஆண் குருவிகள் ஒழுங்காக கூடு கட்டினால் மட்டுமே பெண் குருவிகள் அவற்றோடு வாழ்வதற்கு சம்மதிக் கின்றன. பெண் குருவிகளை கூடுகளை வைத்தே ஆண் குருவிகள் கவர்கின்றன, சில பணக்கார ஆண்கள் கார்களை வைத்து கவர நினைப்பதைப் போல. பெரும்பாலும் பனை மரங்களில் அவை கூடு கட்டுகின்றன. அடுக்ககங்களோடு கூடு கட்டும் குருவிகளும் ஆப்பிரிக்காவில் உள்ளன. ஆனால் அவற்றின் தாம்பத்யம் ஒரே பெண் குருவியோடுதான்.

- மனிதர்களின் தனி சிறப்பென்று ஏதாவது உண்டா?

தாமஸ் மனோகரன், புதுச்சேரி - 4.

மனிதர்களின் மூளை, பேச்சுத் திறன், கைகளின் சுதந்தரம் ஆகிய மூன்றும் தனிச்சிறப்பு. 1400 கிராம் கொண்ட மனித மூளை அவன் சிந்திப்பதற்கு உதவியாக இருக்கிறது. அதிலும் குறிப்பாக ஆண்களின் மூளை ஒன்றை நோக்கிய திடமான

செயல்பாட்டிற்கும், பெண்களின் மூளை பலவற்றை ஒரே நேரத்தில் செய்வதற்கும் பக்குவப்பட்டிருக்கின்றன. மனிதன் மட்டுமே எதிர்காலம் குறித்து விலாவாரியாக சிந்திப்பான். குரங்குகளுக்கு தனக்குக் கிடைக்கிற வாழைப்பழத்தை இன்னொரு குரங்குக்குக் கொடுத்தால் சொர்க்கம் கிடைக்கும் என்கிற நம்பிக்கை எல்லாம் இல்லை. அவன் மூளை நேரத்தை உருவாக்கவும், எதிர்காலத்திற்குச் சேமிக்கவும் கற்றுத்தந்தது. மற்ற விரல்களோடு பொருந்திப் பார்க்கக்கூடிய கட்டைவிரல், இரண்டு கால்களில் மட்டும் நடப்பது, கூட்டுறவாகச் செயல் படுவது ஆகிய பண்புகள் மனிதனின் பிரத்தியேகக் குணங்கள். உழைப்பது மனிதனால் மட்டுமே மேற்கொள்ளப்படுகிற ஒன்று. அவன் வளர்த்த மிருகங்களையும் அவன் வேலை வாங்குகிறான். மனிதர்களிலும் உழைக்கிறவர்களே உயர் கிறார்கள். நண்பர் எழுத்தாளர் ச. தமிழ்ச்செல்வன் கூறியதைப் போல உழைக்கும்போது உருவான மூளையைப் பயன்படுத்தி உழைக்காமல் இருக்க இப்போது நாம் கருவிகளை உருவாக்கிக் கொண்டிருக்கிறோம்.

- **ஆண்களின் 'Y' குரோமோசோம், பெண்களின் 'X' குரோமோசோம், எது பலம் வாய்ந்தது?**

ஜி. குப்புசாமி, சங்கராபுரம்.

ஆண்களையும், பெண்களையும் வித்தியாசப்படுத்துவது SRY என்கிற ஜீன். அதுவே ஆண்கள் ஆபத்தை எதிர்கொள்ளவும், ஆக்ரோசமாக இருக்கவும் காரணமாக இருக்கிறது. இந்த ஜீன் இருப்பதால் ஆண்களின் அதிகம் தாக்குப்பிடிக்கும் தன்மை பாதிக்கப்படுகிறது. பெண்களிடமிருக்கும் ஈஸ்ட்ரோஜன் அவர்களை இதயநோய் போன்றவற்றிலிருந்து காப்பாற்று கிறது. ஆண்களுக்கு ஆட்டிசம் போன்ற குறைபாடுகள் நான்கு மடங்கு வருவதற்கு வாய்ப்பருக்கிறது. X குரோமோசோம் களுக்கு இன்னொரு துணை இருக்கிறது. Y யோ தனிமையில் வாடுகிறது. X குரோமோசோமில் ஆயிரக்கணக்கான ஜீன்கள் இருக்கின்றன. Y குரோமோசோமில் நூற்றுக்கும் குறைவான

ஜீன்கள் இருக்கின்றன. இன்னும் 1,25,000 ஆண்டுகள் கழித்து ஆண்களே இருக்கமாட்டார்கள் என்று 'ஆதாமின் சாபம்' என்கிற புத்தகத்தில் பிரையன் ஸ்கைஸ் என்பவர் குறிப்பிடு கிறார். அது நடக்காது என்று நம்புவோமாக. இது மிகைப் படுத்தப்பட்ட கற்பனை என்று மற்ற மரபியல் விஞ்ஞானிகள் குறிப்பிடுகிறார்கள். நாம் நினைப்பதைப்போல பெண்கள் பலவீனமானவர்கள் அல்லர். அவர்களே பலமானவர்கள். அதனால்தான் அவர்கள் உலகெங்கிலும் அதிக ஆண்டுகள் உயிர் வாழ்கிறார்கள்.

- ***இரவில் கண்ணாடியில் முகம் பார்க்கக் கூடாது என்று கூறப் படுவது ஏன் சார்?***

ஜி. குப்புசாமி, சங்கராபுரம்.

தூங்காமல் புரண்டு புரண்டு படுக்கிற அசம்பாவிதம் நடக்கக் கூடாது என்கிற நல்லெண்ணத்தில்தான்.

- ***மனித உயிரும் தாவர உயிரும் ஒன்றுதானா? வேறுபாடு உண்டா. ஆடு, மாடு, கோழி சாப்பிடுவதும், கத்தரிக்காய், தக்காளி சாப்பிடுவதும் ஒன்றுதானா? விரிவாக பதில் தரவும்.***

வீ.ஐயப்பன், த/பெ. வீரசேகர்,
கல்லடிக்கொல்லை,
ஜாம்புவானோடை(அஞ்சல்),
திருவாரூர் மாவட்டம் - 614 7 38.

உயிருள்ள பொருட்களும் உயிரற்றவையிலிருந்தே உருவாயின என்பது யூரே-மில்லர் பரிசோதனையிலிருந்து தெரியவந்த உண்மை. அப்படிப் பார்த்தால் நமக்கு பிரபஞ்சத்தில் இருக்கும் கல்லோடும் மண்ணோடும்கூட தொடர்பு உண்டு. அதே நேரத்தில் பரிணாம வளர்ச்சியின்போது மனிதமூளை வளர்வதற்கு மாமிச உணவு பெரிதும் உதவியதாக வல்லுநர்கள் தெரிவிக்கிறார்கள். உணவு என்பது ஒருவருடைய பழக்கத்தைப் பொருத்தது. மாமிசம் சாப்பிடாமல் மனிதர்களைக் கடித்துக்குதறும் சிலரை நான் அறிவேன். ஊண் உணவு உண்டு மனித உணர்வோடு நடந்து கொள்பவர்களையும் நான் பார்த்திருக்கிறேன். புத்த

துறவி ரோஷிஃபிலிப் கப்பலேயுவிடம் இதுபற்றி கேட்ட போது கத்தரிக்காயைப் பறிப்பதால் அந்தச் செடி இறந்து விடுவதில்லை. பாலைக் கறப்பதால் பசு மரணமடைவதில்லை என்று விளக்கம் கொடுத்தார். எஸ்கிமோக்களை சைவ உணவு சாப்பிட வற்புறுத்த முடியாது. எஸ்கிமோ என்கிற பெயருக்கு பச்சை மாமிசம் உண்பவர் என்று பொருள். உணவுப் பழக்கம் சூழல்களால் உருவானது. தமிழ்நாட்டிலேயே தொன்றுதொட்டு சைவ உணவை உண்டவர்கள் சூழலின் காரணமாக வறட்சியான பகுதிகளுக்குக் குடிபெயர்ந்தபோது மாமிசம் உண்ணத் தொடங்கியதாகவும் சான்றுகள் உண்டு. புலன்கள் ரீதியாகப் பார்த்தால் மனித உயிர் செடிகொடிகளிடமிருந்து வேறுபட்டது. ஒன்றறிவதுவே உற்றறிவதுவே என்று புல் பூண்டுக்கும் உணர்வு இருப்பதை தொல்காப்பியம் சுட்டுகிறது. எல்லா உயிரிலும் நாம் பிரதிபலிப்பதாகக் கருதுவது கருணையின் உச்சம். எல்லா உயிர் மீதும் கருணை காட்டுபவர்கள்கூட கொசுக்களைக் கொல்லும்போது குற்ற உணர்வு கொள்வதில்லை.

- **நாம் தும்மும்போது இரண்டு கண்களும் மூடிக் கொள்வதேன்?**

சா.ச.கனிமொழி, த/பெ.சி.சாத்தையா,
கீரணிப்பட்டி, கும்மங்குடி, திருமயம்,
புதுக்கோட்டை - 622 2201.

ரோசஸ்டர் பல்கலைக் கழகத்தில் நடத்திய ஆய்வில் ஓர் அரிய தகவலைக் கண்டுபிடித்திருக்கிறார்கள். நாம் தும்மும்போது ஒளியின் 85 விழுக்காடு வேகத்தில் காற்று வெளியே வருகிறது. அப்போதுதான் குடலில் இருக்கும் நச்சு பாக்டீரியாக்கள் வெளியேறுகின்றன. அதுதான் தும்முவதன் நோக்கம். இவ்வளவு வேகமாக காற்று வெளியேறுவதால்தான் நம்மையும் அறியாமல் கண்களை மூடிக்கொள்கிறோம். தும்மலைத் தடுக்க வாயை மூடினால் காதுகள் பழுதடைய வாய்ப்பு இருக்கிறது. வம்சாவளி மக்களிடம் மூக்குத் துவாரங்கள் ஆன்மாவின் பாதை என்கிற கருத்து உண்டு. அதனால்தான் யாராவது தும்மினால் அவர்களை வாழ்த்துகிறோம். தும்முகிற வேகத்தில் ஆன்மாவின் ஒரு பகுதி

வெளிவந்துவிடும் என்கிற அச்சமே இதற்கு காரணம். சில வம்சாவளி சமூகங்களில் நோயாளிக்கு சிகிச்சை அளிக்கும் போது மூக்கை அடைப்பார்கள் ஆன்மா வெளியேறக்கூடாது என்பதால் தான். இப்படி தும்மலுக்குப் பின்பு பல நம்பிக்கை களும் உண்டு. நம் ஊரிலும் தும்மலில் போனாலும் தூறலில் போகாதே என்று ஒரு பழமொழி உண்டு. சவத்தின் மூக்கு துவாரத்தை பஞ்சால் மூடுவதும் ஆன்மா வெளியேறிவிடக் கூடாது என்கிற எண்ணத்தில் தான். தும்முவதில் தவறில்லை, அடிக்கடி பம்முவதுதான் தவறு. சிலர் கட்டடமே விரிசல் விழுவதுபோல சத்தமாகத் தும்முவதையும், அப்படித் தும்மி முடித்ததும் ஏதோ கின்னஸ் சாதனை புரிந்தவர்களைப் போல மற்றவர்களை ஒரு பார்வை பார்ப்பதையும் காணலாம்.

- **மனிதனுக்கே ஆறறிவு அமைந்ததன் இரகசியம் என்ன?**

வே. செந்தில் ஆறுமுகம்.
97டி/8, குருபவனம், தமிழ்நகர்,
ஆரல்வாய்மொழி - அநி - 629301
குமரி மாவட்டம்

மனிதனின் மூளை சிம்பன்ஸியின் மூளையைவிட மூன்று மடங்கு பெரிது. மற்ற உயிரினங்களை விட விகிதாச்சாரத்தில் மூளையின் அளவு மனிதனுக்கு அதிகம். மனிதன் பரிணாம வளர்ச்சி அடைந்தபோது மூன்று முக்கிய மாற்றங்கள் நிகழ்ந்தன. அவன் இரண்டு கால்களில் நடக்கத் தொடங்கினான். 2006 -ஆம் ஆண்டு எத்தியோப்பியாவில் கண்டுபிடிக்கப்பட்ட தொல்பொருள் படிமத்தில் மூன்று வயதுக் குழந்தை நேராக நிற்கும் எலும்புக் கூட்டைக் கண்டுபிடித்துள்ளார்கள். நாம் 33 லட்சம் ஆண்டு களாக இரண்டு கால்களால் நடக்கிறோம் என்பது இதனால் தெரிகிறது. இரண்டாவதாக இனத்தைச் சார்ந்த மற்றவர்களோடு ஒத்துழைக்கத் தொடங்கினான். கைகளை உபயோகிக்கும்படி அவை சுதந்தரமாக இருந்தன. எனவே அவன் உழைக்கத் தொடங்கினான். அவனால் நேரத்தை உருவாக்க முடிந்தது. ஒரு மரத்தை வெட்ட 10 நாட்கள் ஆகும் என்றால் அவன் கண்டுபிடித்த

கருவிகள் அதை ஒருநாளில் செய்து முடிக்க வாய்ப்பை ஏற்படுத்தித் தந்தன. எனவே அவன் உபரி நேரத்தை உண்டாக்கினான். அந்த நேரம் அவன் சிந்திப்பதற்கு வாய்ப்பை ஏற்படுத்தியது. உழைக்கும் போது செயல்படும் மூளையின் பகுதியும் பேசும்போது செயல்படும் பகுதியும் ஒரே இடத்தில் இருப்பதை மூளை விஞ்ஞானிகள் தெளிவுபடுத்துகிறார்கள். கற்கோடரிகள் பயன்படுத்தும்போது மனிதன் அவற்றை மட்டும் வடிவப் படுத்தவில்லை, வாக்கியங்களையும் வடிவமைத்தான் என்று கூறுகிறார்கள். மனித நாகரிகத்தில் நடந்த மிகப் பெரிய புரட்சி உணரும் புரட்சி (cognitive revolution). அது எழுபதாயிரம் ஆண்டு களுக்கு முன்பு தொடங்கியது. அப்போது மூளையில் ஏற்பட்ட மரபுக்கூறு மாற்றங்கள் நம் சிந்தனையை செம்மைப்படுத்தின. நம் மூளையில் உள்ள நியோகார்டஸ் என்கிற பகுதிதான் பிரச்சினைகளைத் தீர்க்கவும் தகவல் தொடர்பில் உச்சத்தை அடையவும் உதவியது. அதன்மூலம்தான் கூட்டுறவாகச் செயல்படும் மனப்பான்மையை நாம் பெற்றோம். நியோ கார்ட்டஸ் இல்லாவிட்டால் கூட்டுறவு சங்கங்கள் எல்லாம் உருவாகியிருக்க முடியாது. உணரும் புரட்சி நம்முடைய ஆறாவது அறிவுக்கு அடிப்படையாக அமைந்தது.

- ஒரு டன் மரம், ஒரு டன் இரும்பு - எது அதிக கனம்?

முத்துக்குமார், காஞ்சிபுரம்.

ஆர்க்கிமிடிஸ் தத்துவத்தை நாம் திரவங்களுக்கு மட்டுமல்ல வாயுவிற்கும் பயன்படுத்தலாம். ஒரு பொருள் எவ்வளவு காற்றை ஆக்கிரமித்து இருக்கிறதோ அந்த அளவிற்கு எடையை இழக்கும். எனவே மரமும் இரும்பும் கூட ஒரு பகுதி எடையை இழக்கும். அந்த இழப்பை சேர்த்துக்கொள்ள வேண்டும். ஒரு டன் மரத்தின் எடை என்பது ஒரு டன்னோடு அது ஆக்கிரமிக்கும் காற்றின் எடையையும் சேர்த்தது. மரம் நிறைய இடத்தை ஆக்கிரமிப்பதால் அதிக அளவு காற்றின் இடத்தை ஈடுசெய்கிறது. அதனால் அதன் எடை அதிகமாக இருக்கும். ஒரு டன் இரும்பு 1/8 கனமீட்டர் அளவு இருக்கிறது. ஒரு டன் மரம் இரண்டு

கனமீட்டர் அளவு இருக்கிறது. இரண்டிற்குமான வேறுபாடு 2.5 கிலோ. ஒரு டன் மரம் ஒரு டன் இரும்பை விட 2.5 கிலோ கூடுதலான எடையுடன் இருக்கும். நம் எடையும் பூமியில் இடத்திற்கு இடம் மாறுபடும். காரணம் புவியீர்ப்பு விசை. துருவங்களில் 200 பவுண்டு எடையுள்ள ஒருவன் பூமத்திய ரேகையில் 199 பவுண்டு இருப்பான். தலைக்கனத்தை எடைபோடும் கருவி கண்டுபிடிக்கப்படும் காலம் வரும்வரை நாம் எல்லோரும் நிம்மதியாக இருக்கலாம்.

- **உறவுக்குள் திருமணம் நடக்கும்போது மூத்த வாரிசுகளை மணம் முடிக்கக்கூடாது என்று கிராமங்களில் கூறுகிறார்களே, இதற்கு அறிவியல் ஆதாரம் ஏதும் உண்டா?**

பி.சேட்டு, சிதம்பரம்,
கடலூர் மாவட்டம்

1890 ஆம் ஆண்டு ஆர்ச்பால்ட் கராட் என்கிற மருத்துவர் ஒரு நிகழ்வைக் கண்டுபிடித்தார். மரபுக்கூறுகளோடு தொடர்புடையது அது. அந்த நோய்க்குப் பெயர் அல்கப்டோநியூரியா. இரண்டு லட்சம் பேரில் ஒருவருக்கு அதுபோன்ற பாதிப்பு ஏற்பட வாய்ப்பு உண்டு. அத்தையின் முதல் மகனும் மாமாவின் முதல் பெண்ணும் திருமணம் செய்து கொண்டால் பிறக்கும் குழந்தைகள் மூவரில் ஒருவருக்கு அந்த பாதிப்பு வரும். அவர்களுக்குப் பிறக்கும் குழந்தையின் சிறுநீர் கறுப்பாக இருக்கும். சிறுநீரில் இருக்கும் ஹோமோஜென்டிஸிக் அமிலத்தை உடைக்கும் தன்மை அந்த குழந்தைக்கு இல்லாமல் போவதுதான் இதற்குக் காரணம். ஆனால் இது உடலில் எந்த பாதிப்பையும் ஏற்படுத்தாது, சக மாணவர்களோடு சிறுநீர் கழித்தால் அவர்கள் பயந்து அலறுவதைத் தவிர. உறவுகளுக்குள் திருமணம் செய்வதே குழந்தைகளை ஏதேனும் ஒருவகையில் பாதிக்கத்தான் செய்யும். ஒன்றுக்குள் ஒன்று கலப்பு செய்வதால் ராஜபாளையம் நாய்களுக்கு மூன்று நான்கு வயதுக்குப் பிறகு காதுகள் மந்தமாகி விடுவதாக கால்நடை மருத்துவர்கள் சொல்கிறார்கள் என்பது கொசுறுத் தகவல்.

- ***நுண்ணறிவுக்கும் மரபுக்கூறுக்கும் தொடர்பு இருக்கிறதா?***

ஏ. ராஜசேகர், கோடம்பாக்கம்.

ராபர்ட் புளோமின் என்கிற விஞ்ஞானி 1800 ஜெனடிக் மார்க்கர்ஸை ஸ்கேன் செய்து ஆறாவது குரோமோசோமில் உள்ள ஒரு ஜீனை நுண்ணறிவோடு தொடர்புடையது என்று கண்டுபிடித்தார். அறிவில் நுண்ணறிவு உள்ள பலரிடம் அந்த ஜீன் உள்ளதை அவர் கண்டறிந்தார். அதன் பெயர் GF2R. ஆனால் இந்த ஜீன் மாத்திரமே நுண்ணறிவுக்குக் காரணம் என்று சொல்ல முடியாது. உயரத்திற்குத் தொடர்புடைய ஜீன் ஏற்படுத்தும் தாக்கத்தைப்போல இதன் தாக்கம் பெரிய அளவில் இல்லை. சுற்றுப்புறச் சூழலும், நல்ல உணவும், நலவாழ்வும் சேர்ந்துதான் நுண்ணறிவைப் பாதிக்கிறது.

- ***ஐம்பொறிகள் சரி, புலன்கள் ஐந்துதானா?***

பாலு, பெங்களூரு கண்டோன்மெண்ட்
பெங்களூரு.

நாம் பார்த்தல், கேட்டல், முகர்தல், தொடுதல், சுவைத்தல் ஆகிய ஐந்து புலன்களைத்தான் பெரும்பாலும் கணக்கில் எடுத்துக் கொள்கிறோம். நம் தோலுக்கு தொடுதலைத் தாண்டி வலி, அழுத்தம், அதிர்வு, வெப்பம் ஆகிய தூண்டுதல்களையும் உணரும் ஆற்றல் உண்டு. அதைப் போலவே காதுகளுக்கு கேட்பதோடு நில்லாமல் உடலின் சமத்தன்மையைப் பேணும் ஆற்றலும் உண்டு. மனவியல் வல்லுநர்கள் அதற்குக் குறைந்த பட்சம் பன்னிரண்டு தனிப்பட்ட, ஒன்றுக்கொன்று தொடர்புடைய புலன்களாவது இருக்கவேண்டும் என்று கருதுகிறார்கள்.

- ***திக்குவாய்ப் பிரச்சினைக்கு தீர்வு ஏதும் உண்டா?***

க. இராசசேகர்,
விருத்தாசலம் வட்டம்,
கடலூர் மாவட்டம்.

திக்குவது ஒரு குறைபாடு. அது ஒரு நோயல்ல. அதனால் அதை குணமாக்க மருந்துகள் ஏதும் இல்லை. Speech language

Pathalogist ஒருவரை அணுகினால் அந்தப் பிரச்சினையை சரிசெய்ய முடியும். அவர் திக்குவதற்கான காரணத்தைக் கண்டுபிடித்து அதன் அளவையும் தீர்மானித்து பயிற்சிகொடுத்து சரிசெய்வார். வேகமாகப் பேசாமல் நிதானமாகப் பேசுவது, கவனித்து பிறகு எச்சரிக்கையுடன் பேசுவது, தன்னம்பிக்கையை வளர்த்துக் கொள்வது, தனிமையில் சரளமாகப் பேசிப் பழகுவது, நன்றாகத் தூங்குவது, நாக்குக் குழறும் சொற்களைத் திரும்பத் திரும்பச் சொல்லிப் பார்ப்பது போன்றவை இந்தப் பிரச்சினையிலிருந்து நம்மை விடுவிக்கும்.

உலகத்தின் ஒப்பற்றப் பேச்சாளராக அறியப்படுகிற டெமஸ்தனிஸ் இந்தப் பிரச்சினையிலிருந்து பயிற்சியின் மூலம் விடுபட்டு விற்பன்னர் ஆனார் என்கிற தகவல் நம்மை எப்போதும் ஊக்கப்படுத்தும்.

- இனவேறுபாட்டிற்கு அறிவியல்ரீதியான காரணங்கள் உண்டா?

செந்தில், மைலாப்பூர்.

1972 -ஆம் ஆண்டு அமெரிக்க உயிரியல் விஞ்ஞானி ரிச்சர்ட் லிவாண்டின் 'இனம் என்கிற கருத்தாக்கத்திற்கு சமூக மதிப்போ, அறிவியல் முக்கியத்துவமோ இல்லை' என்று குறிப்பிட்டார். மனித ஜீனோமை வரையறுத்தபோது அவர்சரி என்பது நிரூபணமானது. ஒவ்வொரு மனிதனும் இந்த பூமியில் உள்ள மற்ற எந்த மனிதனோடும் 99.7 முதல் 99.9 சதவீதம் வரை ஒத்த மரபுக்கூற்றை (DNA) பெற்றிருக்கிறான். ஒரு ஆப்பிரிக்கருடைய ஜீன் மற்றொரு ஆப்பிரிக்கருடைய ஜீனைவிட சீனருடைய ஜீனோடு ஒத்துப்போவது பல நேரங்களில் சாத்தியம். எனவே அறிவியல் ரீதியாக இனம் என்ற கோட்பாட்டிற்கு எந்த ஆதாரமும் இல்லை.

- விஞ்ஞானம் அதிக வளர்ச்சி நாட்டிற்கு நன்மையா? தீமையா?

பொன். எத்திராசன், திருக்கழுக்குன்றம்.

விஞ்ஞானம் வேறு, தொழில்நுட்பம் வேறு. விஞ்ஞான வளர்ச்சியில் மனிதனை மற்ற உயிரினங்களிலிருந்து வேறு

படுத்திக் காட்டியது. இன்று நமக்கிருக்கும் சில பிரச்சினைகளுக்கும் தீர்வு விஞ்ஞானத்தின் மூலம்தான் கிடைக்க முடியும். தொழில்நுட்பத்தின் காரணமாக ஏற்படும் தீய விளைவுகளையும், தொழில்நுட்பத்தைக் கொண்டே தீர்க்க முடியும். மௌனத்தைப் பற்றி சொற்பொழிவாற்றுவதைப் போல அது அமைந்துவிடுகிறது.

- ***விட்டில் பூச்சிகள் விளக்கை நோக்கி ஈர்க்கப்படுவது ஏன்?***

கீதா, பாபநாசம், தஞ்சாவூர்.

விட்டில்கள் விளக்குகளை நோக்கி ஈர்க்கப்படுகிறது என்பது கவித்துவ கற்பனை. அந்துப்பூச்சிகள் இரவு நேரங்களில் விண்வெளி வெளிச்சத்தில் பறந்து செல்கின்றன. அவை நிலவின் வெளிச்சத்தை வைத்து தங்கள் நிலையின் கோணத்தை வரையறுத்துக்கொள்கின்றன. செயற்கை ஒளி அண்மைக் காலத்தில் ஏற்பட்டதாகும். இதற்கு முன் நிலவும், நட்சத்திரங்களும் மட்டுமே இரவில் ஒளியைத் தந்தன. எல்லையற்ற தொலைவில் இருக்கும் அவற்றிலிருந்து வரும் ஒளிக் கதிர்கள் இணையானவையாக (Parallel) இருக்கும். எனவே அவை திசை காட்டிகளாகப் பயன்பட பொருத்தமானவை. பூச்சிகள் இரைதேடித் திரும்பும்போது அதே திசைகாட்டியை மறுபுற அடையாளத்துடன் (Reversed Sign) பயன்படுத்தி வீடு திரும்புகின்றன. சமயத்தில் அருகிலிருக்கும் விளக்கையே தொலைவிலிருக்கும் நிலைவைப்போல் எண்ணி 30 டிகிரி எனும் அனுபவ விதியை (Rule of Thumb) அதற்குப் பொருத்தும் நரம்பு அமைப்பு விட்டில் பூச்சியை சுற்றி வளைந்த வழியில் (Spiral Trajectory) சுடருக்கும் இட்டுச் செல்கிறது. விட்டில் பூச்சிகள் விளக்கில் விழுந்து மாய்வது பொதுவாக பயன்படும் திசைகாட்டி தவறாகப் பயன்படும் விளைவு ஆகும். எல்லா விட்டில்களும் இப்படி மாட்டிக்கொள்வது இல்லை, எல்லா மனிதர்களும் காதலில் மாட்டிக்கொள்ளாததைப்போல.

- **ஒற்றுமைக்கு உதாரணம் காகம் மட்டும்தானா?**

தாமஸ் மனோகரன்,
முதலியார்பேட்டை, புதுச்சேரி-4.

எண்ணற்ற விலங்குகள் ஒற்றுமையாக இருந்து உயிர் வாழ்கின்றன. எறும்புகள், தேனீக்கள் போன்ற சமூகப் பூச்சிகள் உதாரணம். மணத்தை வைத்து தங்கள் கூட்டை அடையாளம் காணுகின்றன தேனீக்கள். காவல் தேனீக்கள் கொடுக்கைக் கொடுத்து உயிரை இழந்து இனத்தைக் காப்பாற்ற முயல்கின்றன. சாரணத் தேனீயின் ஃபெரமோனை வைத்து வரிசையாகச் செல்லுகின்றன எறும்புகள். செந்நாய்கள் கூட்டமாகச் செயல் பட்டு சிங்கங்களையும், சிறுத்தைகளையும்கூட விரட்டுகின்றன. அதிகமாக நாம் கவனிப்பது காகங்களைத்தான். அதனால் அவற்றை உதாரணம் காட்டுகிறோம். வேலைநிறுத்தம் செய்பவர் களைப்போல சத்தம்போட்டுக்கொண்டே கூடுவது நம்மை ஈர்க்கிறது. யாராவது தூக்கி எறிந்த உணவிற்கு மற்றவற்றைக் கூப்பிடுகிற காகம் திருடும்போது தனியாகவே உண்ணுகிறது.

- **கர்ப்பிணிப் பெண்கள் ஊறுகாய் சாப்பிடுவது எதனால்?**

ராமன், ராமநாதபுரம்.

கர்ப்பம் தாங்கும்போது இரத்தத்தின் அளவு கூடுவதால், சோடியத்தின் விகிதம் குறைகிறது. அதை ஈடுகட்டுவதற்கே ஊறுகாய்மீது உவகை ஏற்படுகிறது. கருவில் இருக்கும் குழந்தை தாயின் எலும்புகளில் இருக்கும் கால்சியத்தை எடுத்துக் கொள்ளாமல் இருக்க அதிக பால்பொருட்களைச்சாப்பிடுவதும் நிகழ்கிறது. பிரசவ வலியைத் தாங்க செரட்டோனின் என்கிற ரசாயனம் தேவைப்படுவதால் அது தொடர்பான பொருட் களுக்கும் ஆசைப்படுகிறார்கள். கர்ப்பிணிப் பெண்கள் ஊறுகாய் சாப்பிடுவதற்கும், மப்பிலிருக்கும் ஆண்கள் ஊறுகாய் சாப்பிடு வதற்கும் வித்தியாசம் இருக்கிறது.

- ***கடல் மற்றும் ஆகாயம் ஏன் நீலநிறமாக உள்ளது?***

ஜி. சுந்தரராஜன், ஸ்ரீரங்கம், திருச்சி.

சிவப்புநிறக் கதிர்கள் நீளமாகவும், நீலநிறக் கதிர்கள் குட்டையாகவும் இருக்கின்றன. செங்கதிர்கள் இன்னும் பயணிக்கிறபோது நீலக்கதிர்கள் அதிகம் சிதறுகின்றன. ஞாயிறு உச்சியில் இருக்கும்போது நீலக்கதிர்கள் அதிக ஆற்றல் இருப்பதாலும் அதிகம் சிதறுவதாலும் வானம் நீலமாகத் தெரிகிறது. சூரியன் மறையும்போது பூமி வெகு தொலைவில் இருப்பதால் ஒளி அதிகம் பயணிக்க வேண்டி இருக்கிறது. அப்போது நீண்டிருக்கும் செங்கதிர்கள் அதிகம் பார்வையில் இருக்கின்றன. சூரியன் மறையத் தொடங்கிய பிறகு அந்த செங்கதிர்கள்பயணப்படுவதால் வானம் சிவப்பாக இருக்கிறது. அதற்குப் பிறகு சிதறுவது பச்சை நிறம் என்பதால், சூரியன் மறைந்ததும் வானம் பச்சையாகக் காணப்படுகிறது. விண் வெளியில் ஒளியை சிதற அடிக்க தூசு இல்லாததால் காற்று கறுப்பாகத் தெரிகிறது. அதைப் போலவே கடலிலும் மற்ற கதிர்கள் உள்வாங்கப்படும்போது குறைவான நீளம் கொண்ட ஊதாக் கதிர்கள் பிரதிபலிக்கின்றன. நீளம் குறைவதால் நீலம் தெரிகிறது.

- ***பெண்ணின் மனதைப் புரிந்துகொள்ள முடியாது என்று பெரிய பெரிய அறிஞர்கள்கூட சொல்லியிருக்கிறார்கள். ஆழமென்று திரைப் பாடல்கள் சொல்கின்றன. இது சரி தானா? ஏன் பெண்ணின் மனதைப் புரிந்து கொள்ள முடியாது? அது அவ்வளவு சிக்கலான அமைப்பா என்ன? பெண்ணின் உடலைப் புரிந்து கொள்ள முடியாமல் போகலாம். அதற்கு அறிவியல், கலாச்சாரக் காரணங்கள் இருக்கலாம். ஆனால் ஆணுக்கும் பெண்ணுக்கும் அறிவும் மனமும் ஒன்றுதானே? பின்னும் ஏன் மனம் மட்டும் புரிந்து கொள்வதற்குக் கடினம் என்கிறார்கள்?***

இராஜிசங்கர், அருப்புக்கோட்டை.

ஆணுக்கும் பெண்ணுக்கும் இருக்கும் அத்தனை வேறுபாட்டுக்கும் காரணம் குரோமோசோம்கள்தான். பெண்ணுக்கு இரண்டு X

குரோமோசோம்களும் ஆணுக்கு ஒருX, ஒருY குரோமோசோமும் ஒவ்வொரு செல்லிலும் இருப்பதுதான் காரணம். இதை 1905 -ஆம் ஆண்டு நெட்டீ ஸ்டீவன்ஸ், எட்மண்ட் பீச்சர் ஆகிய இருவரும் கண்டுபிடித்தனர். ஆண்மைக்குக் காரணமான SRY என்கிற ஜீன் பற்றிய கண்டுபிடிப்பை 1990 - ஆம் ஆண்டு ராபின் லோவல் பேட்ஜ் என்பவரும் பீட்டர் குட்பெல்லோ என்பவரும் கண்டுபிடித்தார்கள். அதுவே மனித உடலில் மிகவும் பாதிப்பை உண்டாக்கும் ஒற்றை ஜீன்.

ஆண்களின் உடலில் அதிகப்படியாக இருக்கும் டெஸ்டோஸ்டீரான் அவர்களை வன்முறைக்கும் வரம்பு மீறுவதற்கும் ஏதுவாக மாற்றுகிறது. பெண்கள் அதிக பரிவுடன் இருப்பதும் ஜீன்களின் காரணமாகத்தான். அவர்கள் உயிரியல்ரீதியாக சிந்தனையிலும் நடத்தையிலும் அதிகம் வேறுபடுகிறார்கள். அதற்கு முக்கிய காரணமே Y குரோமோசோம்கள் தாம்.

ஆண்களின் மொழி அதிகம் மூளையின் இடது கோளத்திலும் பெண்களின் மொழித்திறன் இரண்டு கோளங்களிலும் அமைந்திருக்கிறது. அதனால்தான் பெண்கள் ஆண்களைவிட ஆரம்பப் பள்ளிகளில் சரளமாகப் பேசுகிறார்கள். இவற்றைத் தாண்டி பெண்கள் வளர்க்கப்படும் பண்பாட்டுச் சூழலும் அவர்கள் உள்ளுணர்வை கூர்மைப்படுத்துவதாக இருக்கிறது.

டெஸ்மண்ட் மாரிஸ் குறிப்பிடுவதைப்போல பெண் குழந்தைத் தனமான முகத்தைத் தக்க வைத்துக் கொண்டு முதிர்ச்சியான மனநிலையை அடைகிறாள். ஆணோ அதற்கு எதிர்ப்பதமாக. உணர்ச்சி மேலாண்மையில் பெண்கள் உயர்ந்திருப்பதாலும், எளிதில் தன் உணர்வுகளைக் காட்டிக் கொள்ளாமல் உறவுகளை அனுசரிப்பதாலும் அவர்கள் கூர்மையாக இருக்கிறார்கள். பெண்ணுக்கு உணர்ச்சி நுண்ணறிவும் அதிகம்; சமூக நுண்ணறிவும் அதிகம். பெண்ணுக்கு ஆசை மட்டுமே உண்டு; ஆண்களுக்கே வேட்கை அதிகம். பெண்களால் எளிதில் அடுத்தவர்களைப் புரிந்து கொள்ளவும், பார்வையை வைத்தே ஆணை மதிப்பிடவும் முடியும். ஆணுக்கு அது சாத்தியமில்லை.

அதற்குக் காரணம் அவர்கள் கூர்ந்து கவனிப்பார்கள். அதிகம் பேசுவது ஆண்களே என்று ஆய்வு முடிவுகள் தெரிவிக்கின்றன. மற்றபடி நம்முடைய மனத்தையே நாம் முழுமையாகப் புரிந்து கொள்ள இயலாது. ஏனெனில் மனம் நம் புரிதலுக்கு அப்பாற்பட்டது.

* ஆவி உலகம் என்று ஒன்று இருக்கிறது என்று கூறுகிறார்களே? இது உண்மையா?

பாபு கிருஷ்ணராஜ்,
கோவை.

எனக்குத் தெரிந்த ஆவி கொட்டாவி மட்டுமே.

* **பத்தொன்பது வயது இளைஞன் ஒரு நாளைக்கு எத்தனை மணி நேரம் தூங்குவது நல்லது. அதிகம் தூங்கினால் லட்சியமும், ஆரோக்கியமும் பாதிக்கப்படுமா. மூளை சோம்பேறி ஆகிவிடும் என்கிறார்களே?**

எல்.எஸ். ராஜேஷ்குமார், பள்ளிப்பாளையம்.

இருபத்துமூன்று வயதுவரை மூளை முழு வளர்ச்சி அடைவதில்லை. பதின்ம வயதில் இருப்பவர்கள் குறைந்தது எட்டு மணி நேரம் தூங்க வேண்டும். நாம் விழித்திருக்கும்போது உடலில் சேரும் அழுக்குகளை எல்லாம் மூளை அகற்றுகிறது. இதனால் மூளையில் அழுக்கு சேருகிறது. அந்த அழுக்கு நாம் தூங்கும்போதுதான் வெளியாகிறது. தூங்காவிட்டால் மூளையில் அழுக்கு சேர்வதால் நமக்கு களைப்பும், சோர்வும் ஏற்படுகின்றன. தூங்கும்போது கனவுகள் வருகின்றன. தூக்கமும், கனவும் நம் நினைவாற்றலைத் திடப்படுத்துவதற்கு அவசியம் என்று அறிஞர்கள் கண்டுபிடித்திருக்கிறார்கள். கனவு நிலையில் செய்முறை நினைவாற்றல் திடப்படுகிறது. ஆழ்ந்து தூங்கும் போது தகவல் நினைவாற்றல் வலுப்படுகிறது. எனவே, படித்த பிறகு சிறிது நேரம் தூங்கினால் படித்தவை நன்றாக நீண்டகால நினைவாற்றலுக்குப் பயணிக்கும். தூக்கத்தைத்

தியாகம் செய்து வெற்றிபெறுவது சாத்தியமில்லை. அதற்காக நகரப்பேருந்தில் ஏறி அமர்ந்ததுமே தூங்கி வழிவது நல்ல தல்ல. அதற்கு நேக்ரோமென்ஸி என்று பெயர்.

* பகுத்தறிவின் தோற்றம் எது?

தாமஸ் மனோகரன், புதுச்சேரி-4.

சுமார் 70000 ஆண்டுகளுக்கு முன்பு Cognitive Revolution என்கிற பரிணாம வளர்ச்சி ஆதிகால மனிதனிடம் தோன்றியது. அதற்குப் பிறகே மனித சரித்திரமும் உதயமானது. மூளை பிரதான மடைந்து சிந்திக்கிற ஆற்றல் உருவானது. நிற்கும் மனிதனுக்கு அவ்வளவு பெரிய மூளையைத்தாங்குவதில் சிரமம் உண்டானது. அன்றே தலைக்கனத்தால் பிரச்சினை. அப்போதுஒவ்வொன்றிற்கு மான காரணங்களையும், விளைவுகளையும் எண்ணத் தொடங்கினான். அதுவே பகுத்தறிவின் தோற்றம். இன்னும் நாம் அறிய வேண்டியவை ஆயிரம் இருக்கின்றன. சில நூற்றாண்டுகளுக்கு முன்பு கிருமிகள் தானே உண்டாகின்றன என்று நினைக்கும் நிலை இருந்தது. நுண்ணுயிரிகளைப் பற்றி நாம் எண்ணிக்கூடப் பார்க்கவில்லை. பிணச்சோதனை செய்த கையோடு அறுவை சிகிச்சை செய்துதான் பலர் இறக்க நேர்ந்தது. தனிமங்களில் அணுக்கள் இருப்பது வெகுகாலம் தெரியாமல் இருந்தது. ரத்தத்திற்கு பல பிரிவுகள் உண்டு என்பது தெரியாமல் ரத்தம் செலுத்தி இறந்தவர்கள்இருந்தனர். எனவே பகுத்தறிவு என்பது பாதையே தவிர அதுவே முடிவல்ல.

* மனித குலத்திற்கு மறதி என்பது வரவேற்கத் தகுந்ததா? வருந்தத் தக்கதா? மறதியால் ஏற்பட்ட மறக்க முடியாத சம்பவங்களைக் கூறுங்களேன்!

இராம. முத்துக்குமரனார், கடலூர் துறைமுகம்

மறதி இருப்பதால்தான் நினைவாற்றலும் தொடர்கிறது. எல்லாவற்றையும் மறக்க முடியாதவன் மனச்சிதைவுக்கு ஆளாகிறான். எனக்குத் தெரிந்த ஒருவர் உறவினர்கள், மனைவி,

மக்கள் பெயரைக்கூட மறந்துபோய்விட்டார். ஆனால் 500 ரூபாய் நோட்டை மட்டும் சரியாக அடையாளம் கண்டார். இப்படி காரிய மறதிக்காரர்களை கணக்கில் சேர்க்காதீர்கள்.

ஒருவர் நண்பரிடம், ''மனைவியின் பிறந்த நாளை எப்படி மறக்காமல் இருப்பது?'' என்று கேட்டார். நண்பர், ''ஒருமுறை மறந்தால் அதற்குப் பிறகு மறக்க முடியாத அனுபவம் ஏற்படும்'' என்று யோசனை சொன்னார்.

- **என்னுடைய சந்தேகம் காக்கா வலிப்பு வருகிறவர்களுக்கு கையில் இரும்பு தரும்பொழுது வரும் வலிப்பு அடங்கி விடுகிறதே. இது எப்படி சரியாகிறது? இந்நிகழ்வை சற்று விளக்கி கூறுங்கள். நன்றி.**

ச. பிரபாகரன்., ஆண்டாள்புரம்,
நாமக்கல் மாவட்டம்,

இதற்கு எந்த அறிவியல்ரீதியான விளக்கமும் இல்லை. இது ஒரு தவறான நம்பிக்கை. வலிப்பு வருகிறவர்கள் தண்ணீருக் கருகிலோ, நெருப்புக்கருகிலோ செல்லாமல் பார்த்துக் கொள்வது மிகவும் முக்கியம். நாக்கைக் கடித்துக் கொள்ளாமல் எச்சரிக்கையாக அவர்களைக் கண்காணிக்க வேண்டும். சிலர் பீரோ சாவியை வாங்குவதற்கு வலிப்பு வந்ததைப்போல நடிப்பது உண்டு. அதுபோன்ற நேரங்களில் சாவியை வைத்திருப் பவர்களும், வலிப்பு வந்ததுபோல நடிப்பதுதான் ஒரே வழி.

- **வேகவைத்த முட்டையையும், பச்சை முட்டையையும் உடைக்காமல் வித்தியாசம் கண்டுபிடிக்க முடியுமா?**

ராஜேஷ், நாகப்பட்டினம்.

இரண்டு முட்டைகளையும் ஒரு தட்டில் வைத்து சுழற்றினால் வேகவைத்த முட்டை விரைவாகவும், அதிக நேரமும் சுழலும். காரணம் வேகவைத்த முட்டை ஒரே பொருளாகச் சுழலக்கூடியது. பச்சை முட்டைக்குள் உள்ள திரவங்களின் காரணமாக அது நிலைமையால் (Inertia) மெதுவாகச்சுழலும். வேகவைத்த முட்டை விரலை வைத்ததும் நின்று விடும்.

பச்சை முட்டை விரலை எடுத்ததும் மறுபடி சுழல ஆரம்பிக்கும். பிடிக்காதவர்கள் மீது அடித்தும் வித்தியாசம் கண்டு பிடிக்கலாம். ஆனால் கம்பி எண்ண நேரிடலாம்.

- ***நான் எல்லா செயல்களையும் பயத்தோடு செய்கிறேன். அதை எப்படி நீக்குவது?***

பிரதீப்குமார்,

உலகத்திலேயே பாதுகாப்பானது தாயின் கருவறை மட்டுமே. அங்கு எதுவுமே செய்யாமல் வசதியாக வாழ முடியும். கருவறைக்குள் இருக்கும் கதகதப்பு வேறெங்கும் கிடைப்ப தில்லை. பிரசவத்தின்போது பிறக்கும் குழந்தை அழுவது பாதுகாப்பான சூழலிலிருந்து பாதுகாப்பற்ற சூழலுக்கு வருவதால்தான். இனி அந்தக் குழந்தை சுயமாக சுவாசிக்க வேண்டும், சொந்தமாக உண்ண வேண்டும். எனவே அது அழத் தொடங்குகிறது. பிரசவத்தின்போது ஒரு குழந்தைக்கு நேர்வதுதான் மூல அச்சம் (Original fear). அனைத்து பயங்களும் அந்த மூல அச்சத்தின் எச்சங்களே. 'நான் இதை சரியாகக் கையாள முடியாது' என்று எண்ணுவது உங்கள் பிரச்சினை மட்டுமல்ல. பலருக்கும் அதுவே சிக்கல். நீங்கள் எந்தச் செயலைச் செய்யும்போதும் அதைச் செய்வதைப்போல காட்சிப்படுத்தி மனத்தயாரிப்பு செய்துகொள்ளுங்கள். அப்போது துணிவு பிறக்கும். துணிவு என்பது பயமின்மை யல்ல. பயம் பதுங்கிக்கொள்ள முயற்சி முன்நிற்பதே துணிவு. இதை ஓரிரு நிகழ்வுகளில் கடைப்பிடிக்க ஆரம்பித்தால் உங்கள் அச்சம் உதட்டுக்குள் இருக்கும் பல்லாக ஒடுங்கும். அதற்குமேல் இருக்கும் மீசையாக மிரட்டாது.

- ***செவத்து கோழின்னு சொல்கிறார்களே அது நிஜமா இருக்கா? ராத்திரியோட நிசப்தத்துல ஒரு சின்னப் சப்தம் கேட்குதே. அது என்ன?***

அகிலாண்டேஸ்வரி, கே.கே. நகர்.

சுவர்க்கோழி என்பது பூச்சிகளில் ஒன்று. வெட்டுக்கிளிகளுக்கு அவை ஒன்றுவிட்ட சகோதரர்கள். ஆங்கிலத்தில் கிரிக்கெட்

என்று பெயர். அவற்றில் ஏகப்பட்ட ரகங்கள் உண்டு. அவற்றில் ஆண்கள் மட்டுமே சத்தம் போடும். எப்போதும் எல்லா இனங்களிலும் சத்தம் போடுகிறவர்கள் ஆண்களாகவும், சாதித்துக்கொள்கிறவர்கள் பெண்களாகவும் இருக்கிறார்கள். ஆண் பறவைகளே பாடுகின்றன. சேவல்களே கூவுகின்றன. சுவர்க்கோழிகளின் முன் இறக்கைகளில் தோல்போல தடித்தப் பகுதி இருக்கிறது. அவை உராய்ந்து சப்தம் செய்கின்றன. இரவில் மற்ற சத்தங்கள் கேட்காததால் நமக்கு அது தெளிவாகக் கேட்கிறது. வெப்பம் அதிகமாகிறபோது சத்தமும் அதிகமாகிறது.

- **எலிப்பொந்து ஒன்றில் முட்டை ஒன்றைக் கண்டேன். இது எப்படி சாத்தியம்?**

ரமேஷ், காட்பாடி.

அது எலி போட்ட முட்டை அல்ல. எலிகள் பாட்டிலின் மூடியைத் திறந்து உள்ளே இருக்கும் எண்ணெயை நக்கக் கூடியவை. சமயத்தில் கண்ணாடிக் குப்பியை உடைத்து உள்ளே இருப்பதைச் சாப்பிடக்கூடியவை. யூரி டிமிட்ரியோ என்கிற ரஷிய எழுத்தாளர் 'பீடத்தில் விலங்குகள்' என்று ஒரு புத்தகத்தை எழுதியிருக் கிறார். எலிகளின் வங்குகளில் முட்டைகள் காணப்படுவது உண்டு என்றும் குறிப்பிடுகிறார். மல்லாந்து படுத்த ஒரு எலி நான்கு கால்களாலும் முட்டையை பிடித்துக் கொள்ளுமாம், இன்னொன்று அதன் வாலை பிடித்துக்கொண்டு இழுத்துக் கொண்டுபோய் பொந்தில் கொண்டு சேர்க்குமாம். எலிகள் புத்திசாலிகள் என்பதால்தான் பல பரிசோதனைகளுக்கு அவை பயன்படுத்தப்படுகின்றன. அவை ஆபத்தான புத்திசாலிகள்.

- **நமது உடலின் கழிவுநீர் சிறுநீரகம் (ம) வியர்வை வழியே வெளியேறுகிறது என்கிறார்கள். ஆனால் உதட்டில் மட்டும் வியர்ப்பதில்லை ஏன்? அங்குள்ள கழிவு நீர் எப்படி வெளியேறும்? (அ) கழிவுநீர் இருக்காதா?**

சா.ச.கனிமொழி, கீரணிப்பட்டி.

நம் உதடுகள் சன்ன சவ்வினால் மூடப்பட்டிருப்பதால் அது சிவப்பு வண்ணத்தில் இருக்கிறது. அதனால் உலர்ந்து போகிறது.

எனவே நாம் நாக்கினால் அடிக்கடி ஈரப்படுத்த வேண்டியதாக இருக்கிறது. உதடுகளில் வியர்வைச் சுரப்பிகள் இல்லை. நம்முடைய உதடுகளுக்கு மட்டுமே முகத்தின் மற்ற பாகங் களிலிருந்து வேறுபடுத்திக் காட்டும் பார்டர் உண்டு. வயதாக வயதாக உதடுகள் சன்னமாகிக் கொண்டே போகின்றன. அரேபியர்கள் தங்கள் இரண்டு விரல்களை முதலில் நெஞ்சிலும் பிறகு உதட்டிலும் பிறகு நெற்றியிலும் வைத்து சலாமிடுவர். அதற்கு நான் என் இதயத்தையும், ஆன்மாவையும், தலையையும் தருகிறேன் என்று பொருள். உதடுகள் மட்டும் வியர்த்தால் புகைபிடிப்பவர்கள் கைக்குட்டைகளுக்குப் பதிலாக துண்டையே வைத்திருக்க வேண்டும்.

- ***அரவம் எதனால் சட்டை உரிக்கிறது?***

எம். செல்லையா,
ஏழாயிரம்பண்ணை, சாத்தூர்.

பாம்புகளுக்கு இரண்டு தோல்கள் இருக்கின்றன. உட்புறம் உள்ள தோல் மிருதுவாக இருக்கிறது. அதுவே வண்ணத்தைத் தருகிறது. வெளிப்புறத்தோல் கெரட்டின் என்கிற பொருளால் ஆன தோல். அதுவே பாம்பு ஊர்ந்து செல்லும்போது காயம் படாமல் காப்பாற்றுகின்றது. அந்தத் தோலைத்தான் ஆண்டுக்கு மூன்றிலிருந்து நான்கு முறை பாம்பு உதிர்க்கிறது. புது வெளிப் புறத்தோல் உருவாகி ஏற்கெனவே இருக்கும் வெளிப்புறத் தோலுக்கிடையில் சன்ன படுகையை ஒரு திரவத்தினால் ஏற்படுத்துகிறது. அத்திரவம் பாம்பின் பார்வையை ஏறக்குறைய முற்றிலுமாக மறைத்துவிடுகிறது. அப்போது பாம்பு வாயைத் திறந்தும், உடம்பை முறித்தும், பக்கத்தில் உள்ள பொருட்களின் மீது உராய்ந்தும் உதட்டுப் பகுதியிலிருந்து பழையதோல் உரியும்படி பார்த்துக்கொள்கிறது. அத்தோல் முற்றிலுமாக உரியும்வரை உராய்வு தொடர்கிறது. இதற்குக் குறைந்தது அரைமணி நேரம் ஏற்படுகிறது. அதற்குப்பின் பாம்பு புத்துணர்ச்சி பெற்று செயல்படத் தொடங்குகிறது. பாம்பு சட்டையை உரிப்பது அது உட்கொண்ட உணவையும், உடல் ஆரோக்கியத்தையும்

சுட்டுவதாக உள்ளது. அது ஆள் அரவமற்ற இடத்தில்தான் சட்டையை உரிக்கிறது. தீய பழக்கங்களை சட்டையைக் கழற்றுவதைப்போல விலக்காமல் தோலை உரிப்பதைப்போல அகற்றுவதே நல்லது.

- சிலந்தி பின்னிய வலையில் மற்ற பூச்சிகள் சிக்குகிறது, சிலந்தி ஏன் சிக்குவது இல்லை?

எம். செல்லையா,
ஏழாயிரம்பண்ணை, சாத்தூர்.

சிலந்திகளின் கால்களில் படர்ந்திருக்கும் எண்ணெய்ப்பதம் கொண்ட திரவத்தின் மெல்லிய படுகையின் காரணமாக அவை தங்கள் வலையில் தாங்களே சிக்கிக்கொள்வது இல்லை. சிலந்திகளுக்கு வலைபின்னும் மூன்று ஜோடி உறுப்புகள். அடிவயிற்றின் நுனிப்பகுதியில் இருக்கின்றன. ஒரு மில்லி மீட்டரில் ஆயிரத்தில் ஒரு பங்கு மென்மையானதாக இழை யோடும் பட்டு போன்ற அது சுரக்கப்படுகிறது. அவை ஒன்றிணைந்தே நம் கண்களுக்கு நூலைப்போலத் தெரிகின்றன. தங்கள் வலையில் தாங்களே மாட்டிக்கொள்ளாமல் இருக்க எண்ணெய் போன்ற ஒரு திரவத்தைச் சுரந்து தங்கள் கால்களில் பூசிக்கொள்கின்றன. சிலந்தியின் கால்களை ஈத்தரில் நனைத்தால் அந்த எண்ணெய் அதில் கரைவதைப் பார்க்கலாம். அதற்குப் பிறகு அச்சிலந்தியை வலையில் விட்டால் அது சிக்கிக்கொண்டு அவஸ்தைப்படும். ஒரு சிலந்தி தன்னுடைய வாழ்நாள் முழுவதும் 32 மி.கி. எடையுள்ள வலையைப் பின்னுகிறது. ஒரு கிலோ எடை கொண்ட இழைக்கு முப்பதாயிரம் சிலந்திகள் தேவைப் படுகின்றன. சிலந்திப் பண்ணையை உருவாக்கி அவற்றின் இழையைக்கொண்டு ஆடையை தயாரிக்கலாமா என்கிற முயற்சிகூட ஒருகாலத்தில் நடந்தது. ஒரு சிலந்தி ஒரு நாளைக்கு பத்தில் இருந்து பதினைந்து ஈக்களை உணவாக்குகிறது. அதன் மூலம் பூச்சிக் கட்டுப்பாட்டுக்கு பெரும் உதவிபுரிகின்றது. தன் வலையில் தானே மாட்டிக்கொள்பவன் மனிதன் மட்டும்தான்.

இனிய இறையன்பு

- **தலையை மேலிருந்து கீழாக ஆட்டினால் 'யெஸ்' என்றும் இடதுவலமாக ஆட்டினால் 'நோ' என்றும் எப்படி உருவானது?**

ஏ.ஜெ.பி. இன்பெண்ட் பெராரோ,
வேலூர் - 11.

சிசுவாக இருக்கிறபோது பசியில்லாத குழந்தைக்குத் தாய் பாலூட்டும்போதோ, உணவு ஊட்டும்போதோ 'வேண்டாம்' என்று தலையைப் பக்கவாட்டில் ஆட்டுவதில் இருந்து இல்லை என்பதற்கான உடல்மொழி உதயமாகி இருக்க வேண்டும். நாக்கை வெளியே நீட்டுவதும், வேண்டாம் என்பதற்கான உடல்மொழியாகக் கையாளப்படுகிறது. இது சற்று அநாகரீகமான உடல்மொழியாக முதிர்ந்த வட்டங்களில் கருதப்படுகிறது.தலையை வேண்டுமென்று அசைப்பது பல்வேறு இடங்களில் சின்னச்சின்ன மாறுதல்களோடு அரங்கேறுகிறது. மேலிருந்து கீழாக தலையை அசைப்பது ஆஸ்திரேலியப் பழங்குடியினரிடம்கூட 'ஆமாம்' என்பதற்கான அடையாளமாகக் காணப்படுகிறது. 'நான் கவனித்துக் கொண்டிருக்கிறேன் என்பதற்கான தலை அசைவு ஒப்புதல் தலையாட்டு. 'நன்றாக இருக்கிறது' என்பதைக் குறிக்கவும், உற்சாகமூட்டும் வகையில் தலையாட்டுவது உண்டு. 'புரிந்து கொண்டேன்' என்பதற்கும், 'ஒத்துக்கொண்டேன்' என்பதற்கும், 'நீங்கள் சொல்வது சரி' என்பதற்கும் தலையாட்டுகிற பழக்கம் பரவலாகக் காணப்படுகிறது. 'வேண்டாம்' என்பதற்கான தலையசைப்பிற்கு எதிர்ப்பதமாக இது உருவாகியிருக்க வேண்டுமென்று உடல்மொழி வல்லுநர்கள் குறிப்பிடுகிறார்கள்.

- **அனைத்து உயிரினங்களுக்கும் உணவளிக்கும் உழவுத் தொழிலுக்கும், உழவனுக்கும் ஏற்ற சூழல், ஊக்கத்தை முதலில் உருவாக்குவதைவிட்டு நம் இந்தியாவுக்கு விண்வெளி ஆய்வு மிகவும் முக்கியமா?**

மேட்டுப்பாளையம் மனோகர், சென்னை - 18.

விண்வெளி ஆய்வுகள் இயற்கை ஆதாரங்களை அறிவதற்கும், பல்வேறு முன்னேற்றங்களை முடுக்கி விடுவதற்கும் பயன்

படுபவை. தட்பவெப்பங்களை அறியவும், மழை வரவை உணரவும், வனங்களின் அடர்த்தியை அறுதியிடவும் பயன் படக்கூடியவை. விண்வெளி ஆராய்ச்சி விவசாய வளர்ச்சிக்கும் வித்திடும்.

- ***அடிபட்டால் ஒருவருக்கு ரத்தம் வராமல் நிற்குமாமே, அதன் பெயர் என்ன? மருத்துவத்தில் இதற்கு வைத்தியம் இல்லையா?***

டி ஜ. குப்புசாமி, சங்கராபுரம்.

ஹீமோஃபீலியா என்று பெயர். பாலினத் தொடர்பு கொண்ட மரபுக்கூறால் ஏற்படும் இது வழுக்கையைப்போல பெரும்பாலும் ஆண்களுக்கே வருகிறது. ரத்தத்தை உறையவைக்கும் என்சைம் இந்தக் குறைபாட்டால் பீடிக்கப்பட்டவர்களுக்கு உடலில் உற்பத்தியாவதில்லை. அதை உடலில் செலுத்துவதின் மூலம் கட்டுப்படுத்த முடியும்.

- ***தூக்கத்தைத் தவிர்க்க விற்கப்படும் மாத்திரைகளை சாப்பிடலாமா? பின் விளைவுகள் ஏற்படுமா?***

அ.முரளிதரன், மதுரை.

அவற்றை உண்டால் பின்னர் தூக்கம் வருவதற்கு மருந்து தேவைப்படும் நிலை உருவாகும். செயற்கையாகத் தூக்கத்தைத் தவிர்ப்பதோ, வரவழைப்பதோ ஆபத்து, அது மூளையின் முக்கியப் பகுதிகளைப் பாதித்துவிடும். தூக்கத்தைத் தவிர்த்து நாம் சாதிக்கப்போவது எதுவுமில்லை. பலபேர் ஒழுங்காகத் தூங்கினால் நாட்டில் பிரச்சினையே இருக்காது.

- ***ஒவ்வொரு வினைக்கும் அதற்குச் சமமான, ஆனால் எதிர் திசையில் உள்ளதுமான ஓர் எதிர்வினை உண்டு என்கின்றோம். ஆனால் நாம் செலுத்தும் வினை (முயற்சி) அப்படியே சென்று சேர்வதுமில்லை, வருவதுமில்லை. பலரின் தீவினைகள் வினையை மாற்றி விடுகின்றனவே?***

ச. சோனியா, ஈரோடு மாவட்டம்.

விண்ணில் விமானத்தைச் செலுத்துவதற்கு புவியீர்ப்பு விசையையும் தாண்டுகின்ற வேகத்தைக் கொடுக்க வேண்டும்.

அப்போதுதான் அது தரையிலிருந்து எழும்பி ஆகாயத்திற்குப் பயணிக்கும். அதைப்போல மற்றவர்களின் எதிர்வினையையும் எதிர்பார்த்து அவற்றை முறியடிக்கும் வேகத்தில் நம் முயற்சிகளை முன்வைக்க வேண்டும்.

* நாம் வாழும் இந்த பிரபஞ்ச வான்வீதியில், சூரிய குடும்பம்போல் பல குடும்பங்கள் இருப்பதாக விஞ்ஞானிகள் தினம் தினம் பல்வேறு புதிய கருத்துகளை கண்டுபிடித்து கூறி வருகிறார்கள்.

இந்த கிரகங்கள் எப்படித் தோன்றியிருக்கக் கூடும், இவைகள் தோன்றுவதற்குமுன் இந்த இடங்களில் என்ன இருந்து இருக்கக்கூடும்.

இந்த கிரகங்கள் யாரால் உருவாக்கி இருக்க முடியும், இயற்கையாய் உருவாகி இருந்தால் அது எப்படி சாத்தியப் பட்டிருக்கக்கூடும்.

தயைகூர்ந்து விளக்கவும்.

அ. முத்தீஸ்வரன், வேலூர்-1.

தொடக்கத்தில் வெளி ஏதுமில்லை. எனவே நேரமும் இல்லை. பொருள் உண்டாகும்போதுதான் நேரம் தொடங்குகிறது. 1370 கோடி ஆண்டுகளுக்கு முன்பு திடீரென ஒரு அதிர்வெடி (Big Bang) ஏற்பட்டது. அப்போது நேரமும் தொடங்கியது. பிரபஞ்சம் உண்டானது. அது அளவற்ற வெப்பத்தோடு இருந்தது. தொடர்ந்து வெடித்து வெடித்து விரிவடைந்துகொண்டே போனது. 20 கோடி ஆண்டுகளுக்கு முன்பு அந்த பெருவெடிப்பு நட்சத்திரங்களை உண்டாக்கியது. பெரிய நட்சத்திரங்கள் வாழ்விழக்கும்போது ஏற்பட்ட அதிக வெப்பத்தால் புரோட்டான்கள் ஒருங்கிணைந்து பல தனிமங்கள் உண்டாயின. பின்பு நட்சத்திரங்கள் கண்டபடி சுழல சூரியக் குடும்பம் உண்டானது. அப்போது பூமி என்ற கிரகத்தில் கோல்டிலாக் விதிகள் பொருந்தும் சூழல் உருவானது. சரியான வெப்பம், பல்வேறு வேதியியல் பொருட்கள், திரவப்பொருள் ஆகியவை உயிர்கள் உண்டாவதற்கு சாதகமாக இருந்தன. 60

கோடி ஆண்டுகளுக்கு முன்பு உயிர் உண்டானது. பின்னர் பல செல்கள் உள்ள உயிரினங்கள் தோன்றின. ஆறரைக்கோடி ஆண்டுகளுக்கு முன்பு ஓர் எரிநட்சத்திரம் பூமியைத் தாக்க டயனோசார்கள் அழிந்தன. அதனால் பாலூட்டிகள் உண்டாயின. இரண்டு லட்சம் ஆண்டுகளுக்கு முன்பு மனிதன் தோன்றினான். இதுதான் பேரண்டத்தைப் பற்றிய சுருக்கமான குறிப்பு. இவை யனைத்துமே யூகத்தின் அடிப்படையில் அறிவியல் சொல்லும் தோராய மதிப்பீடுகள்.

- **தாவர நோய்களுக்கு மருந்து தெளிப்பதும், மண் வளத்திற்கு செயற்கை எரு சேர்ப்பதும் நமக்குப் பாதகம் என்று பதறு கிறார்களே?**

மேட்டுப்பாளையம் மனோகர்,
சென்னை - 18.

அளவுக்கதிகமாக மருந்து தெளிக்கிறபோது அல்லவை இறப்பதோடு, நல்லவையும் மடிந்து விடுகின்றன. தெள்ளுப் பூச்சிகளோடு தேனீக்களும் இறக்கின்றன. பட்டுப்பூச்சிகளோடு பயனுள்ள உயிர்களும் பட்டுப்போகின்றன. காய்கறிகள் பழங்கள் போன்றவை தேனீக்கள் மலர்களில் நடத்தும் மகரந்தச்சேர்க்கையால்தான் உற்பத்தியாகின்றன. இன்று அவற்றின் எண்ணிக்கை பூச்சி மருந்தால் வெகுவாகக் குறைந்து வருகிறது. ஒருகட்டத்தில் பழங்களும்காய்கறிகளும் விளையாத நிலை ஏற்படக்கூடும். தெளிக்கிற மருந்துகள் காய்களிலும், கனிகளிலும் தங்கிவிடுவதால் அவை நம் உடலுக்குள் சென்று உபத்திரவங்களை உண்டுபண்ணுகின்றன. மண்ணும் நச்சுத் தன்மையால் பாதிக்கப்படுகிறது. செடிகளுக்கு இருக்கும் இயற்கை எதிர்ப்புத்திறன் குறைகிறது. மண் மாசாகிறது. காற்று கந்தலாகிறது. நீர் விஷமாகிறது. செயற்கை எருக்களை அதிகமாகப் போடுகிறபோது உற்பத்திச் செலவு கூடுவதோடு, ஒரு கட்டத்திற்கு மேல் விளைதிறன் தேங்கத் தொடங்கி விடுகிறது. ரசாயனம் மண்ணில் அதிகம் படியும்போது எதிர்வினைகள் தோன்றுகின்றன. இவற்றையெல்லாம் கருத்தில்கொண்டுதான் இடுபொருட்களைக் கவனமாகக்

கையாள வேண்டுமென்று சுற்றுச்சூழல் ஆர்வலர்கள் அறிவுறுத்துகிறார்கள். இரசாயன மருந்து தெளிப்பதற்கு எதிராக முதல் குரல் எழுப்பியர் ரோச்சல் கார்ஸன் என்கிற அமெரிக்கப் பெண்மணி. சுற்றுச்சூழல் குறித்த 'நிகழ்காலத்திற்கு முன்பு' என்கிற சா. கந்தசாமியின் அண்மையப் புத்தகம் முக்கியமானது. சுப்ரபாரதி மணியனின் 'புத்துமண்' புதினம் நுட்பமானது. ஆனி லியோனார்ட் எழுதிய 'பொருட்களின் கதை' என்கிற புத்தகம் மிகவும் பயனுள்ளது. அதை அனைவரும் வாசிப்பது நல்லது.

- **தாங்கள் படித்ததில் மிகவும் ரசித்த கவிதை ஒன்றை பகிருங்களேன்.**

ஏ.ஜெ.பி. இன்பெண்ட் பெராரோ,
வேலூர்.

நளவெண்பாவில் வரும் ஒரு பாடல்.

மங்கையொருத்தி மலர் கொய்வாள் வண்முகத்தைப்
பங்கயம் என்றெண்ணி படிவண்டைச் செங்கையால்
காத்தாளக் கைமலரைக் காந்தளெனப் பாய்தலுமே
வேர்த்தாளைக் காண் என்றான் வேந்து.

ஒரு பெண் பூப்பறித்துக் கொண்டிருக்கிறாள். அவள் பறிக்கும் போது பூவிலிருந்த வண்டு ஒன்று அதிலிருந்து எழுந்து பறக்கிறது. அவள் முகத்தைப் பார்த்து தாமரை என எண்ணி வட்டமிடுகிறது. அவளோ பயந்துபோய் கையால் அது துன்புறுத்தாவண்ணம் தடுக்கிறாள். அவள் கையை காந்தள் என நினைத்து அது வட்டமிடுகிறது. அவள் வேர்த்துப் போகிறாள். எவ்வளவு அழகான கற்பனை!.

- **ஒரு வளர்ந்த மனிதனுக்கு ஒரு நாளைக்கு எவ்வளவு சர்க்கரை சாப்பிடலாம்? ஒரு வளர்ந்த மனிதனுக்கு ஒரு நாளைக்கு எவ்வளவு எண்ணெய் உணவில் சேர்த்துக் கொள்ளலாம் என்பதை விளக்க வேண்டுகிறேன்.**

கே.எஸ். தங்கபாண்டியன்,
சென்னிமலை.

உடற்கூறு, மரபுக்கூறு, செய்கிற பணி, மன அழுத்தம், உடலுழைப்பு, உடற்பயிற்சி போன்ற பல காரணிகளைக்

கொண்டு இது தீர்மானிக்கப்படுகிறது. பொத்தாம்பொதுவாக ஒன்றை மருத்துவர்கள்கூட பரிந்துரைக்க முடியாது. எதுவுமே செய்யாமலிருக்கிற ஒருவருக்கும், ஆணாக இருந்தால் நாளொன்றிற்கு *1600* கிலோ காலரிகளும், பெண்ணாக இருந்தால் *1500* கிலோ கேலரிகளும் தேவைப்படும். என்று Jarred Diamond குறிப்பிடுகிறார். உடல் இயங்கவும், ரத்தம் சுழலவும் இவை அவசியம்.

- **தொலைநோக்குப் பார்வை என்பது எதுவரை?**

பாரதிமுருகன்,

மணலூர்பேட்டை.

மூர்ஃபீல்டு கண் மருத்துவமனை லண்டனில் இருக்கிறது. லேசிக் என்கிற அறுவை சிகிச்சையின் மூலம் கார்ணியாவை சரிசெய்து பார்வையை செம்மையாக்க முடியும். இதனால் கண்ணாடி அணிய வேண்டிய அவசியம் இல்லை. இம்மருத்துவமனை இவ்வறுவை சிகிச்சையின் மூலம் பார்வையை சரிசெய்வதோடு இன்னும் கூர்மையாக்க முடியுமா என்று பரிசோதனை செய்து வருகிறது. அவ்வாறு செய்வதால் இதை ராணுவ நடவடிக்கைகளுக்கு பயன்படுத்த முடியும். சாதாரண கண்களுக்குத் தெரியாத எதிரி நாட்டுக் கப்பலோ, விமானமோ இவர்களுக்குத் தெரியும் என்ற எண்ணத்தில் எக்கச்சக்க பணத்தை இந்தத் திட்டத்திற்கு செலவழித்து வருகிறது. இது தொலைநோக்குப் பார்வை. சரியாகத் திட்ட மிடாவிட்டால் தொலைநோக்குப் பார்வை பகற்கனவாகிவிடும்.

- **நெருப்பை அணைக்க வெடிமருந்தைப் பயன்படுத்தலாம் என்று என் நண்பன் சொல்கிறான். அது உண்மையா?**

கணேசன், சேலம்.

நெருப்பை நீரால் எப்படி அணைக்க முடிகிறது என்கிற இயற்பியல் தத்துவத்தை முதலில் புரிந்துகொள்ள வேண்டும். தண்ணீர் எரியும் பொருள்மீது பட்டவுடன் ஆவியாகிறது.

எனவே, எரியும் பொருளின் வெப்பத்தை அது பெருமளவில் எடுத்துக்கொள்கிறது. தண்ணீரை நீராவியாக மாற்றுவதற்கு குளிர்நீரை கொதிநீராக மாற்றுவதற்கு தேவைப்படும் வெப்பத்தைப்போல ஐந்து மடங்கு வெப்பம் தேவைப்படுகிறது. இரண்டாவதாக, நீராவி தண்ணீரைப் போல நூறு மடங்குக்கு மேல் பரப்பளவை எடுத்துக்கொள்கிறது. இதனால், தூய காற்று வீசுவது தடுக்கப்படுகிறது. காற்றில்லாமல் எரிவது சாத்தியமில்லை. வெடிமருந்தை சில நேரங்களில் தண்ணீரோடு சேர்த்து நெருப்பை அணைக்கப் பயன்படுத்துவார்கள். வெடிமருந்து சீக்கிரம் எரிந்து எரிவதைத் தடைசெய்யும் வாயுக்களை அதிகளவில் வெளிவிட்டுவிடுகிறது. இந்த வாயுக்கள் எரியும்பொருளைச் சூழ்ந்து எரிவதைத் தடுக்கிறது.

- **நம் வாயில் சுரக்கும் உமிழ்நீர் எப்படி உருவாகிறது? உமிழ்நீர் சுரக்காமல் இருந்தால் என்னவாகும்?**

மு.மதிவாணன், அரூர்.

நாம் உண்ணுகிற உணவை சின்னத்துகள்களாக மாற்ற பற்கள் உதவுகின்றன. அதை பசை போன்ற மென்மையான பொருளாக மாற்ற உமிழ்நீர் உதவுகிறது. டைலின் என்கிற என்சைம் உமிழ்நீரில் இருக்கிறது. மாவுப்பொருளை சர்க்கரை, டெக்ஸ்ரின் என்ற சின்ன அணுக்கூட்டமாக அது மாற்றுவதால் வாயிலேயே ஜீரணம் தோன்ற ஆரம்பித்துவிடுகிறது. உமிழ்நீர் மூன்று ஜோடி சுரப்பிகளால் உற்பத்தியாகிறது. ஒன்று நாக்கிற்குக் கீழும், இரண்டாவது தாடைக்குக் கீழும், மூன்றாவது காதுக்குக் கீழும் அமைந்துள்ளது. உமிழ்நீர் சுரப்பிகள் கிருமிகளால் தாக்கப்படும்போது பொன்னுக்கு வீங்கி என்கிற பிரச்சினை ஏற்படுகிறது. ஒரு மனிதன் அரை லிட்டரிலிருந்து ஒரு லிட்டர் வரை உமிழ்நீரை ஒரு நாளைக்கு உற்பத்தி செய்கிறான். சாப்பிடாதபோதும் இது உற்பத்தியாகிறது. உணவைப் பார்த்த போதே இதன் ஊற்று அதிகமாகத் தொடங்குகிறது. உமிழ்நீர் உற்பத்தியாகாவிட்டால் ஜீரணம் சிரமம். ஜொள்ளு விடுவது இதில் அடங்காது. அது மனம் சம்பந்தப்பட்டது.

வெ. இறையன்பு

- **பிறந்த குழந்தைகளுக்குத் தலையில் மென்மையான பகுதி இருக்கிறதே, அந்த உச்சி வாய்க்குக் காரணம் என்ன?**

கிருஷ்ணன், ராசிபுரம்.

பிறந்த குழந்தையின் தலையில் உள்ள 'கிரேனியம்' இணைந்திருக்காது. பிறப்பில் ஆறு குறிப்பிடத்தக்க இடைவெளிகள் மண்டையோட்டில் காணப்படுகின்றன. அவற்றை 'ஃபான்டனெல்' என ஆங்கிலத்தில் அழைப்பார்கள். அங்கு ரத்த ஓட்டத்தை உணர முடியும். இதே மென்மையான பகுதி இயல்பான பிரசவத்திற்கு அவசியம். சிசுவின் மிகப் பெரிய பகுதியே மண்டையோடுதான். அது பிறப்பு வழியை கடக்க முடிந்தால், ஒட்டுமொத்த உடலும் எளிதாகப் பிரச்சினையின்றி வெளிவர முடியும். அப்படி மண்டையோடு அதனுள் நுழைய கொஞ்சம் அது வளைந்து கொடுப்பது அவசியம். மண்டையோட்டில் உள்ள இந்த மென்மையான பகுதிகள் இவ்வாறு நுழையும் தன்மையை அனுமதிக்க உதவுகின்றன. இப்பகுதி உறுதியாகி இரண்டாம் ஆண்டு முழுமையாக மூடிக்கொள்கிறது. இருப்பினும் நன்றாக வளரும்வரை முழுமையாக இவை திடப்படுவதில்லை. அப்போதுதான் மூளை வளர்ச்சியை அடைய முடியும்.

- **காலையில் பல்துலக்கியவுடன் ஆரஞ்சுப் பழரசம் கசக்கிறதே, ஏன்?**

அரவிந்தன், சத்துவாச்சாரி, வேலூர்.

நம்முடைய சுவைமொட்டுக்களில் சில சவ்வுகள் இருக்கின்றன. அவற்றில் கொழுப்புப் போன்ற ஃபாஸ்போலிபிட் இருக்கின்றன. பற்பசைகளில் கொழுப்பையும், கிரீஸையும் உடைக்கும் சில டிடெர்ஜென்ட்கள் இருக்கின்றன. பற்பசை அந்த சவ்வுகளை டிடெர்ஜென்ட் மூலம் பாதிக்கின்ற. அதனால் அவை ஃபார்மால்டிஹைட், சாக், சகாரின் போன்ற வேதியியல் பொருட்களின் செயல்பாடுகளுக்கு ஏதுவாக இருந்து ஆரஞ்சுப் பழரசத்தில் உள்ள சிட்ரிக் அஸ்கார்பிக் அமிலங்களுடன் கலந்துவிடுகின்றன. அப்போது இனிப்புச் சுவை தெரியாமல் போய்விடுகிறது. எனவே கசக்கிறது.

- ***நம் விழியில் கருப்புப் புள்ளிகள் இருக்கின்றனவா? ஏன்?***

சேகர், சென்னை.

நம் ரெட்டினாவில் கண் நரம்பு (ஆப்டிக் நெர்வ்) மூளையில் நுழையும் ஓரிடத்தில் ராடுகளோ, கோன் செல்களோ இல்லாமல் இருக்கின்றன. அந்த இடம் ஒளியை உணரமுடியாது. அதை 'குருட்டுப்புள்ளி' (Blind Spot) என்று அழைக்கிறார்கள்.

- ***இஞ்சி தின்ன குரங்கு என்கிறார்களே, ஏன்?***

கணேசன், காரைக்குடி,

இஞ்சியைப் பற்றிய உலக அறிஞர்களின் கூற்றுகளை உங்களுக்குச் சுட்டிக்காட்ட விரும்புகிறேன். ஜப்பானில் உள்ள விஞ்ஞானிகள் அது இருமலைக் கட்டுப்படுத்தும், உடல் வெப்பத்தைக் குறைக்கும், எதிர்ப்புச் சக்தியை அதிகரிக்கும், இதயத்துடிப்பை அமைதிப்படுத்தும் என்கின்றனர். நைஜீரியன் விஞ்ஞானிகள் அது ஆன்டிஆக்ஸிடன்ட் என்றும், சால்மனெல் லாவைக் கொல்லும் என்றும் குறிப்பிடுகிறார்கள். கலிஃபோர்னி யாவில் அது மாமிசத்தை மென்மையாக்கும் எனக்கூறுகின்றனர். பிரிக்ஹாம் யங் பல்கலைக்கழகத்தில் அது மலச்சிக்கலை சரிசெய்யும் என்கிறார்கள். டென்மார்க்கின் விஞ்ஞானிகள் அதை உண்டால் ரத்தம் உறையாமல் ஓடும் என இன்னொரு மருத்துவக் குணத்தைக் கண்டறிந்திருக்கிறார்கள். எனவே இஞ்சி தின்ன குரங்கு ஆரோக்கியமாக இருக்கும் என்பதே உண்மை.

2. வரலாறு

- கிரேக்க மக்களைப் பற்றி உங்கள் கருத்து?

எம்.ஆர். இளையராஜா, மேல்முண்டியூர்.

இன்றைய கிரேக்கத்தைப் பற்றி எனக்குத் தெரியாது. அங்கு நான் சென்றதும் இல்லை. ஒரு காலத்தில் உலகில் கொடிகட்டிப் பறந்து பண்பாட்டின் பதாகையாக விளங்கியது கிரேக்கம். ஜனநாயகம் தூக்கலாக இருந்ததால் நாயக வழிபாடு அறவே இல்லை. மக்களை வழிநடத்துபவர்கள் எல்லையை மீறினால் தேசப்பிரஷ்டம் செய்யப்பட்டார்கள். மிகப்பெரிய தத்துவ வாதிகள் அங்கு தோன்றினார்கள். சாக்ரடீஸ் போன்றவர்கள்கூட ராணுவ சேவையைச் செய்த பிறகே வாழ்வியல் கூறுகளை வழிமொழிந்தார்கள். எண்ணற்ற அறிஞர்களின் பிறப்பிடம் கிரேக்கம். அறிவியலையும், மருத்துவத்தையும் முறைப்படி அணுகினார்கள். உயிரினங்களை அரிஸ்டாட்டிலைப்

இனிய இறையன்பு

போன்றவர்கள் வகைப்படுத்தினார்கள். அக்காலத் தமிழர்களைப்போல உண்பது நாழியாகவும், உடுப்பது முழமாகவும் அவர்கள் வாழ்ந்தார்கள். உருவத்திற்கு முக்கியத்துவம் தரவில்லை. சோலோன் என்பவர் சட்டங்களை வழங்கினார். உலகின் முதல் உயிரியல் பூங்கா கிரேக்கத்தில் உதயமானது. கணிதம், களக்கணிதம், வானவியல், தாவரவியல், இயற்பியல் போன்றவற்றில் கிரேக்கம் கொடிகட்டிப் பறந்தது. போர்க்கள வியூகத்தில் அசைக்க முடியாத பலத்தை அளிப்பதாக கிரேக்க வியூகம் அமைந்திருந்தது. அதைத்தான் நெப்போலியன் அவருடைய படையில் பின்பற்றினார். தர்க்கவாதம் கிரேக்கத்தில் தொடங்கியது. எதையும் அறிவு என்னும் கட்டளைக்கல்லில் உரசிப் பார்த்து முடிவு செய்வது அவர்களுடைய சுபாவம். மேற்கத்திய இலக்கியங்களில் உள்ள குறியீடுகள் அனைத்திற்கும் கிரேக்கக் காவியங்களே மூலம். 2500 ஆண்டுகளுக்கு முன்பே மிகச்சிறந்த நாடகங்கள் உருவாக்கப்பட்டன. காவியங்களுக்கான இலக்கணங்களை அவர்கள் பகுத்துப் பின்பற்றினார்கள். பண்டைத்தமிழகத்தைப்போலவே கிரேக்கத்திலும் விருந்தினர் என்றால் முன்பின் தெரியாதவர்களைக் குறிக்கும். நான் கூறியவை கிரேக்கத்தைப் பற்றிய சின்னப் பொறி மட்டுமே.

- ***பகவத்கீதையில் அர்ஜுனனை, ‘குந்தியின் மகனே!’ (கௌந்தேய...) என்று விளிக்கும் ஸ்ரீகிருஷ்ணர், சில இடங்களில், ‘பிருதாவின் மகனே!’ (பார்த....) என்று விளிக்கிறார். குந்தியின் மற்றொரு பெயர் பிருத என்ற என் யூகம் சரிதானா? எனத் தெளிவுபடுத்துங்கள் சார். மேலும் ‘‘பிருதா’’ என்ற பெயர் குந்திக்கு எதனால் வந்தது? என்பதையும் தெரிந்து கொள்ள ஆசைப்படுகிறேன்.***

ச. விநாயக லெட்சுமி, திருநெல்வேலி மாவட்டம்.

தெற்கு அஸ்தினாபுரத்தில் யமுனை நதிக்கரையில் யாதவர்களுடைய வம்சம் மதுரா நகரை ஆண்டு வந்தது. அவர்களில் ஒருவரான சூரசேனருக்கு ப்ரிதா என்கிற மகள் இருந்தாள். அவளை குந்திபோஜன் என்கிற உறவினன் தத்தெடுத்துக் கொண்டு குந்தி என்று பெயரிட்டான். அதுதான் பலருக்கும் பரிச்சயமான பெயர். பெத்தெடுப்பவர்களைவிட தத்தெடுப்

பவர்கள் வைக்கிற பெயரே நிற்கிறது என்பதற்கு இது உதாரணம். நாம் வைக்கிற பெயரைவிட மக்கள் நமக்குக் கொடுக்கும் பெயரே நிலைத்து விடுகிறது. சிலருக்கு இயற்பெயர் பேருக்கு, புனைப்பெயரே ஊருக்கு.

- **இந்திய அரசியலமைப்புச் சட்டத்தினை நினைவில் வைத்துக் கொள்ள எளிமையான வழிமுறைகளையும், அதற்குரிய புத்தகங்களையும் விளக்குங்களேன்.**

மதிவாணன்.

அரசியலமைப்புச் சட்டம் பற்றி D.D. Basu எழுதிய புத்தகத்தையும், Soli J. Sorabjee எழுதிய Court Room Genius என்ற நூலையும் படியுங்கள். நம் அரசியலமைப்புச் சட்டத்தின் அடிப்படைக்கூறுகளைத் திருத்தம் செய்யாமல் இருக்க உச்சநீதிமன்றம் அளித்த தீர்ப்புகள் பற்றி அத்துபடியாகும்.

- **புராண, இதிகாசங்களிலேயே நம் நாட்டில் க்ளோனிங் முறையை உருவாக்கியுள்ளார்களே?**

சி.கார்த்திகேயன், சாத்தூர்.

உண்மைதான். மகாபாரதத்தில் இன்று நவீன மருத்துவ உலகத்தில் கடைப்பிடிக்கப்படும் எல்லாவிதமான குழந்தைப் பிறப்புகளும் இடம் பெற்றிருக்கின்றன. இரண்டையும் இணைத்துப் பார்க்க முடியும். அவ்வகையில் அவை அறிவியல் புதினங்கள். கற்பனையின் நீட்சியே தவிர அறிவியல் ஆதாரங்கள் அல்ல.

- **அசோகர், அக்பர் ஆகிய இருவரைப் பற்றியும் எனக்கு அடிக்கடி பெயர் குழப்பம் வருகின்றது அவர்களிடையே ஒற்றுமைகள் உள்ளதா?**

அ.சுகுமார், காட்பாடி.

இருவருமே மகா என்ற அடைமொழிக்குச் சொந்தக்காரர்கள். இந்தியாவின் பெருமைகள். மகத்தான வீரர்கள். மற்ற மதங்களை மதித்தவர்கள். உருவாக்கியவர்கள்.

- **இன்றைக்கு பாலியல் வன்செயல்கள் அதிகரித்து வருவதற்கு ஊடகங்களே காரணம் என்பது உண்மையா?**

கா. இராஜசேகர், மங்களபுரம்.

ரோமாபுரியின் சரித்திரமே ஒரு தற்கொலையில்தான் தொடங்கியது. லூக்ரஷியா என்கிற கற்புக்கரசியை டார்க்கின் என்கிற ஈட்ரஸ்கன் மன்னன் கற்பழித்ததால் அவள் பிச்சுவாவால் குத்திக்கொண்டு இறந்துபோகிறாள். கொதித்து எழுந்த ரோமானியர்கள் அந்த அரசனைத் தூக்கியெறிந்துவிட்டு சுயமான குடியரசு ஒன்றை நிறுவினார்கள். எனவே, தொன்று தொட்டே இதுபோன்ற பலாத்காரங்கள் இருந்திருக்கின்றன. அதே நேரத்தில் மனத்திற்குள் தீய உணர்ச்சிகளை கிளர்ந்தெழச்செய்யும் அளவு செய்திகளையும், படங்களையும் வெளியிடாமல் பொறுப்புணர்வுடன் சமூக அக்கறையை மனத்திற்கொண்டு செயல்பட வேண்டிய நிர்ப்பந்தம் ஊடகங்களுக்கும் கூடுதலாக இருக்கிறது. புஷ் மீடியா எனசெய்தித்தாள், தொலைக்காட்சி, வானொலி ஆகியவை குறிப்பிடப்படுகின்றன. தேடாமலேயே செய்திகள் நம்முன் வந்து விழுகிற ஊடகங்கள் இவை. இணையம் ஒரு புல் மீடியம். அங்கு நாமாகத் தேடியே ஒரு செய்தியை அறிந்துகொள்கிறோம். அதே நேரத்தில் இணையம் போன்ற வற்றை யாருக்கும் தெரியாமல் ரகசியமாகப் பார்க்கும் வசதிகள் இருக்கின்றன. எவ்வளவுதான் கட்டுப் படுத்தினாலும் ஆபாசங்கள் நம்மை வந்து அடைவதற்கான சாளரங்கள் அதிகரித்துக்கொண்டுதான் இருக்கும். விஞ்ஞானத்தின் எதிர்மறை விளைவு இது. தற்கொலையைப்பற்றி சிலாகித்து லட்சத்திற்கும் மேற்பட்ட இணையதளங்கள் இருக்கின்றன. அவற்றை ஒன்றும் செய்ய முடியாது. மனத்தை செம்மைப்படுத்தும் ஆக்கப்பூர்வமான வழிகளில் தொடர்ந்து செயல்படுவதன் மூலம்தான் இது போன்ற தீமைகளிலிருந்து நம்மை காத்துக்கொள்ள முடியும்.

வெ. இறையன்பு

- ***ஆக்டோ என்றால் எட்டைக் குறிக்கும். ஆக்டோபசுக்கு எட்டு கால்கள். ஆனால் அக்டோபர் மாதம் பத்தாவதாக வருகிறது ஏன்?***

க. அத்தியண்ணன், இராசிபுரம்.

தொடக்கத்தில் மேற்கில் பத்து மாதங்கள்தான் இருந்தன. அப்போது ஏழாவது மாதத்தைக் குறிக்க ‘செப்டா’ என்கிற பதத்திலிருந்து செப்டம்பர் என்றும், எட்டாவது மாதத்தைக் குறிக்க ‘ஆக்டோ’ என்ற பதத்திலிருந்து அக்டோபர் என்றும், ஒன்பதாவது மாதத்தைக் குறிக்க ‘நொவா’ என்கிற பதத்திலிருந்து நவம்பர் என்பதும், பத்தாவது மாதத்தைக் குறிக்க ‘தசா’ என்கிற பதத்திலிருந்து டிசம்பர் என்றும் மாதங்கள் பெயரிடப்பட்டன. ஜூலியஸ் சீஸரின் நினைவாக ஜூலை என்கிற மாதமும், அகஸ்டஸ் சீஸரின் அடையாளமாக ஆகஸ்ட் என்கிற மாதமும் இடைச்செருகலாக இணைக்கப்பட்டதால் இப்போது பத்தாவது மாதம் அக்டோபர் என்று அழைக்கப்படுகிறது.

- ***மகாபாரதம்-ராமாயணம் என்ற இதிகாசங்கள்தான் நமக்கு சொத்தா? புதிய இதிகாசம் யாரும் எழுதவில்லையே, ஏன்? கற்பனை வறட்சியா? கருத்து வறட்சியா?***

என். சண்முகம், திருவண்ணாமலை.

இதிகாசம் என்பதே பல காலம் மக்களிடையே வழங்கிவந்த வாய்மொழியான கதைகளை அடிப்படையாகக்கொண்டு எழுதப்படுவதைக் குறிப்பதே. எபிக்ஸ் (Epics) என்கிற ஆங்கிலச் சொல்லும் அதையே குறிக்கிறது. எனவே, புதிதாக இதிகாசம் தோன்ற வாய்ப்பில்லை.

- ***அம்புப் படுக்கையில் இருந்த பீஷ்மரின் உயிர் எவ்வாறு பிரிகிறது?***

எம். செல்லையா, சாத்தூர்.

அர்ச்சுனனின் அம்புகள் பீஷ்மரைச் சரமாரியாகத் தாக்க அவர் தரையில் விழுந்தார். அந்த அம்புகள் அவரைத் தரையில்

விழாதபடி தாங்கிக்கொண்டிருந்தன. மரண நேரத்தைத் தேர்ந்தெடுக்கும் வரத்தை அவருக்கு தேவர்கள் வழங்கினார்கள். எனவே அவர் கடவுளின் ஆயிரம் நாமங்களை ஜெபிக்கத் தொடங்கி போர் முடிந்த முழுநிலவு நாளிலிருந்து எட்டாம் நாள் அமைதியாக மரணமடைந்தார். ப.என். நரகரி என்பவர் அவர் மறைந்தது. இன்றைய நாட்காட்டி படி கி.மு.3066 ஜனவரி 13ஆம் தேதி என்று கணக்கிடுகிறார்.

- **ஒரு பெண் பொதுநலனுக்காக போராடுவதைவிட குடும்பத் துக்காகப் போராடுவதுதான் அதிகம். ஆனால் ஒரு ஆண் குடும்ப நலனுக்காகப் போராடுவதைவிட பொதுநலத்துக்காக போராடு(டி)யது தான் அதிகம். இந்த வேறுபாடு ஏன்? இந்தியர்களின் குணமா? பயமா?**

கே. அமராவதி, 3.168, தெற்கு தெரு,
கொக்கலாஞ்சேரி, விருதுநகர் - 626 001.

பொதுநலனுக்காகப் போராடி மகத்தான சாதனைகள் செய்த பெண்கள் உலகெங்கும் இருக்கிறார்கள். 1903 ஆம் ஆண்டு இயற்பியலிலும், 1911 ஆம் ஆண்டு வேதியியலிலும் நோபல் பரிசு பெற்ற மேரி கியூரி பொது நலத்திற்காக உடல்நலத்தைக் கெடுத்துக்கொண்டவர். அன்னிபெசன்ட் கருச்சிதைவுக்கு ஆதரவாக எழுதி சார்லஸ் பராட்லாவுடன் சிறை சென்றவர். இந்தியாவிலும் தில்லையாடி வள்ளியம்மை முதல் அருணா ராய் வரை தேச விடுதலைக்காகவும், சமூக விடுதலைக் காகவும் பாடுபட்ட பலர் இருக்கிறார்கள். சிப்கோ இயக்கமே பெண்களால் உருவாக்கப்பட்ட மரங்களைக் காக்கும் மகத்தான அமைப்பே. பல நேரங்களில் பெண்கள் சத்தமில்லாமல் சாதனை செய்கிறார்கள். பொதுவாழ்வில் மின்னுகிற ஆண்களுக்கும் பக்கபலமாக இருப்பவர்கள் பெண்கள். மண்ணுக்கடியில் அஸ்திவாரமாக அவர்கள் அமுங்கியிருப்பதால் கண்ணுக்குத் தெரியும் கட்டடங்களை மட்டுமே நாம் கண்டுகொள்கிறோம்.

- வரலாறு நெப்போலியன், அலெக்ஸாண்டர் போன்றோர்களை மாவீரர்கள் என்று சொல்கிறது. அடுத்தவர்களைக் கொன்று குவித்து பிறர் நிலங்களைப் பிடித்து தன்னுடைய உடைமை ஆக்கிக் கொள்பவர்கள்தான் மாவீரர்களா? மாவீரர் என்பதற்கு என்ன இலக்கணம்? நில அபகரிப்பாளர் பட்டியலில்தானே இவர்கள் பெயர்களை இருந்திருக்க வேண்டும்.

தி.மதி, ஸ்டார் மெடிக்கல்,
பழைய பேருந்து நிலையம்.
முத்துப்பேட்டை அஞ்சல்
திருவாரூர் மாவட்டம் 614 704

வரலாறு எப்போதும் வெற்றி பெற்றவர்கள் சார்பாகவே எழுதப்படுகிறது. தோல்வி பெற்றவர்களின் நியாயங்கள் ஒருபோதும் கணக்கிடப்படுவதில்லை. ஒவ்வொரு கால கட்டமும் ஒருசிலவற்றை அங்கீகரிக்கிறது. அவற்றை அது வீரமாகப் பெருமைப்படுத்துகிறது. இரண்டாயிரம் ஆண்டுகளுக்கு முன்னால் ஆண்மகன் ஒருவன் களிற்றைக் கொல்வது வீரம். இன்று அது குற்றம். காலந்தோறும் விதிமுறைகள் மாறிவருகின்றன. அடுத்த நாடுகளை வெல்வதும் அடிமைப்படுத்துவதும் வீரம் என்று கருதிய காலத்தில் வாழ்ந்த மன்னர்களின் வெற்றிகள் சாகசங்களாக சரித்திரத்தில் இடம்பிடித்தன. வரலாறு இவர்களுக்காக அதிகப் பக்கங்களை ஒதுக்கியது. வன்முறையை வாசிக்க இடுப்பில் அதிக இடம் கொடுத்த நூல்கள் மௌனத்தை மகத்துவப்படுத்திய புத்தருக்கோ, லாவோட்ஸுக்கோ அரைப் பக்கத்திற்கு மேல் ஒதுக்கவில்லை. போர் புரிந்தவர்களை ஒட்டியாணமாக அணிந்த இவர்கள் புனித யாத்திரை மேற்கொண்டவர்களை வெறும் மெட்டியாகவே கருதினார்கள். சரித்திரத்தை மீளவாசிக்க வேண்டிய கட்டாயத்தில் நாம் இருக்கிறோம். இருந்தாலும் இந்த வெற்றியாளர்களுக்கும் சில தலைமைப் பண்புகள் இருந்தன. அதனால்தான் சாமானியனாகப் பிறந்த நெப்போலியனால் உலக சரித்திரத்தில் ஓரிடத்தைப் பெற

முடிந்தது. நாம் அன்னத்தைப்போல அந்தத் தலைமைப் பண்புகளைமட்டும்உறிஞ்சிக்கொண்டுநம்முடையநிறுவனத்தில் செயல்படுத்த முடியும். அடுத்தவர்களை வெல்பவர்களும், கொல்பவர்களும் மாவீரர்கள் அல்ல. தங்களையே வெல்பவர்களும் தம்மையே கடந்து போகிறவர்களுமே உண்மையான மாவீரர்கள்.

- இலங்கையை ராவணன் ஆண்டான் என்பதற்கு ஏதாவது ஆதாரம் இருக்கிறதா?

எம். செல்லையா,
சாத்தூர்.

அரக்கத்தனம் இன்னும் தொடர்வதே ஆதாரம்.

- நமது தேசிய கீதத்தில் இருக்கும் சுதந்தர தாகம் வேறு எந்த நாட்டிலுள்ள தேசிய கீதத்தில் இருக்கிறது என்பதை உணருகிறீர்கள்?

பாரதி முருகன், மணலூர்பேட்டை.

தாய்நாட்டின் தேசிய கீதத்தின் மீதே எந்த குடிமகனுக்கும் ஈர்ப்பு ஏற்படும். இரண்டு நாட்டு தேசிய கீதங்களை எழுதியவர் ரவீந்திரநாத் தாகூர். வங்காளதேசமும் அவருடைய பாடலையே 1971- ஆம் ஆண்டு நாட்டுப் பண்ணாக ஏற்றுக் கொண்டது. 'அமர்சோனார் பங்களா' எனத் தொடங்கும் அந்தப் பாடல் வங்கப்பிரிவினையின்போது (1905) எழுதப்பட்டது. நம் தேசிய கீதத்திற்கு இசையமைத்தவரும் தாகூர்தான். நம் தேசிய கீதம் 1911-ல் எழுதப்பட்டது. 1919 - ஆம் ஆண்டு இசையமைக்கப் பட்டது. அந்த வகையில் நமக்குப் பின் உருவான வங்க தேசத்தின் தேசிய கீதம் நம்முடைய தேசிய கீதத்திற்கு முன்பே எழுதப்பட்டுவிட்டது.

- 2020-இல் நம் நாடு வல்லரசாகி விடும் என்று அப்துல் கலாம் அவர்கள் சொல்லி இருக்கிறார்கள். எந்த அடிப்படையில் ஒரு நாட்டை வல்லரசு என்றும், ஒரு நாட்டை வளரும் நாடு என்றும்

சொல்கிறார்கள். விஞ்ஞான வளர்ச்சி, அணு ஆயுதம், பொருளாதாரம், மக்கள் தொகை, நாட்டின் பரப்பளவு என்று எத்தனையோ விஷயங்கள் இருக்கின்றன. இளைஞர்களின் திறமைகளும் ஒரு நாடு வல்லரசாகக் காரணம் என்றால் நம் நாட்டில் வீட்டிற்கு ஒரு இளைஞன் வெளிநாட்டில் இருக்கும் போது நம் நாடு வல்லரசாக சாத்தியம் உண்டா?

என். அங்கயற்கண்ணி,
எப்.2, ஜெய்சன் குமரகம்,
அபார்ட்மெண்ட், காஞ்சிபுரம்.

வளர்ச்சி பெற்ற நாடுகள் சிறந்த நிறுவனங்களைப் பெற்றுள்ளன. அவை திறமை வாய்ந்தவர்களுக்கு முதலிடத்தைத் தருகின்றன. வளர்ச்சிஅடைந்த நாடுகளில் போக்குவரத்து மார்க்கங்கள் சிறப்பாக இருக்கின்றன. எல்லா பகுதிகளிலும் நிலத்தால் சூழப்பட்டிருக்கும் நாடுகள் வளர்ச்சி பெற வாய்ப்புகள் குறைவு. ஒரு நாட்டின் தட்பவெப்பமும் அதன் வளர்ச்சியைத் தீர்மானிக்கிறது. 16 டிகிரி சென்டிகிரேடுக்கு மேல் வெப்பம் இருக்கும் நாடுகளில் பலவித நோய்கள் விலங்குகளுக்கும் மனிதர்களுக்கும் பரவும் வாய்ப்புகள் இருக்கின்றன. இயற்கை ஆதாரங்கள் நன்றாக இருக்கும் நாடுகள் செழிப்படைய வாய்ப்புகள் இருக்கின்றன. நொகேல்ஸ் என்கிற பகுதி. அதில் பாதி அமெரிக்க ஐக்கிய நாடுகளிலும் மீதி மெக்ஸிகோவிலும் இருக்கிறது. அமெரிக்கப் பகுதி அபரிமிதமான வளர்ச்சியைப் பெற்றிருக்கிறது. மெக்ஸிகோ பகுதியோ பரிதாபகரமாகக் காட்சியளிக்கிறது. வளர்ச்சிக்குக் காரணம் உள்ளடக்கிய வளர்ச்சி (Inclusive Growth) என்கிற கொள்கையை அமெரிக்க ஐக்கிய நாடுகள் கடைப்பிடித்துவருவதுதான். எரிட்ரியா சென்றிருந்த என் நண்பர் அங்கு கதவுகளைப் பூட்ட வேண்டிய அவசியமே இல்லை என்று குறிப்பிடுகிறார். மனரீதியாக எனக்கு மிகவும் முன்னேறிய நாடாக எரிட்ரியா தென்படுகிறது. பூட்டானில்

மற்ற நாடுகளைவிட மகிழ்ச்சிக்குறியீடு அதிகமாக இருப்பதாகக் குறிப்பிடுகிறார்கள். பின்லாந்து, சுவிட்சர்லாந்து, ஐஸ்லாந்து போன்றவை படையெடுப்பபைப் பற்றி அஞ்சாமல் இருக்கிற நாடுகள். வளர்ச்சியை பொருளாதாரத்தை மட்டும் வைத்து முடிவு செய்ய முடியாது. மனித மேம்பாடுக் குறியீடு, வாழ்க்கைத் தரக் குறியீடு ஆகியவற்றை வைத்தும் மதிப்பிட வேண்டும்.

இந்தியாவைப் பொருத்தவரையில் நம்மிடம் வளர்ந்த நாடுகளுக்கான பல கூறுகள் இருக்கின்றன. ஒரு காலகட்டம் வரை பொருளாதாரத்தில் இந்தியா உலக நாடுகளில் தலைசிறந்து விளங்கியது. மருத்துவம், கணிதம், வானவியல், போன்றவற்றில் நாம் முன்னணியில் இருந்தோம். வள்ளுவரின் கூற்றுப்படி பசியும் பிணியும் பகையும் சேராமல் இருப்பது தான் சிறந்த நாடு. அதுவே வல்லரசு. திறமையான இளைஞர்கள் எல்லோரும் வெளிநாட்டிற்கு ஓடிவிடுகிறார்கள் என்று சொல்ல முடியாது. எத்தனையோ தகுதிவாய்ந்த இளைஞர்கள் இந்தியாவில் இருந்து பணியாற்றுகிறார்கள். வெளிநாட்டிற்குச் சென்றாலும் அங்கிருந்து நல்லவற்றை கிரகித்துக்கொண்டு இந்தியாவிற்குத் திரும்ப வருகிற பல இளைஞர்கள் இருக்கவும் செய்கிறார்கள். நாம் அனைவரும் ஒரு குண்டூசியை செய்கிற போதுகூட உலகத்தில் தலைசிறந்த குண்டூசியாக இருக்க வேண்டும் என்ற எண்ணத்தில் செயல்பட வேண்டும். அரசுக்கோ மற்றவர்களுக்கோ உரிய ஒரு நயா பைசாவைக்கூட நாம் தவறாக அபகரிக்கக் கூடாது என்கிற எண்ணம் வர வேண்டும். அதுவே உண்மையான நாட்டுப்பற்று. அப்படி நாமே நமக்கு கண்காணிப்பாளர் என்கின்ற எண்ணத்துடன் இந்தியர்கள் அனைவரும் பணியாற்ற ஆரம்பித்தால் நல்லரசாகவும் வல்லரசாவும் இந்தியா மாறுவதற்கு வாய்ப்புகள் அதிகம்.

- ***தமிழர் பண்பாடு என்றால் எது? தமிழர் என்பதற்கு வரையறை என்ன?***

வீ. இராஜ்குமார், த/பெ. வீரசேகர்,
கல்லடிக்கொல்லை,
ஜாம்புவானோடை (அஞ்சல்),
திருவாரூர் மாவட்டம் - 614 738.

யாரெல்லாம் தங்களைத் தமிழர்களாகக் கருதிக் கொள்கிறார்களோ அவர்களின் தாய்மொழி வேறாக இருந்தாலும் அவர்கள் தமிழர்களே. வேறோர் அந்நிய தேசத்தில் அயல்மொழி ஓசைகளுக்கு இடையே எங்கேனும் ஒற்றைத் தமிழ்ச்சொல் செவியில் உரசினால் கண்கள் மலர்ந்து யார் திரும்பிப் பார்க்கிறார்களோஅவர்கள்தமிழர்களே. தமிழ்நாட்டின்பெருமைக்காக வியர்வை சிந்துகிறவர்களும் இந்தியாவில் தமிழ்நாடு முதன்மை பெறவேண்டும் என்று உழைப்பவர்களும் தேசிய உணர்வு கூடிய தமிழ் மனம் படைத்தவர்கள். தமிழர்கள் விருந்தோம்புவதிலும், வீரமாக வாழ்வதிலும், மானத்தைப் போற்றுவதிலும், மரணத்தை ஏற்றுக் கொள்வதிலும் சிறந்து விளங்கினார்கள் என்பது சங்க இலக்கியங்களைப் படிக்கும் போது தெரிகிறது. தமிழர் பண்பாடு என்பது முன்பின் தெரியாதவர்களிடமும் அன்பு காட்டி உபசரிப்பதிலும் உண்மைக்காக போராடுவதிலும் அடங்கியிருக்கிறது. உணவு, உடை போன்றவை நாகரிகம் தொடர்பானவை. அவை காலப் போக்கில் பல்வேறு மாற்றங்களை அடைந்திருக்கின்றன. அமெரிக்காவை அறியும் முன் தக்காளியைத் தமிழர்களுக்குத் தெரியாது, பச்சைமிளகாய் தெரியாது, இந்தோனேசியாவிற்குப் படையெடுக்கும்போதுதான் ஆவியில் வேகும் இட்லி அறிமுகமானது என்றெல்லாம் உணவை ஆய்ந்தவர்கள் குறிப்பிடுகிறார்கள். இவையெல்லாம் காலப்போக்கில் பல நாகரிகங்களின் சேர்க்கையால் உருவாயின. பண்பாடு என்பது இதயத்தோடு தொடர்புடையது. அதுவே தனித்து நிற்கக் கூடியது. எத்தனை நாகரிகங்கள் வந்து உரசினாலும் அசைக்க முடியாத நல்ல வழக்கங்களுடன் இருப்பதே உயர்ந்த பண்பாடு.

- முதன் முதலில் கடிதங்களில் தபால்தலைகள் ஒட்டும் வழக்கம் எங்கு? எப்போது ஏற்பட்டது?

வீர. செல்வம், பந்தநல்லூர்,
தஞ்சை மாவட்டம்.

உலகின் முதல் ஒட்டும் தபால்தலை 1840 ஆம் ஆண்டு இங்கிலாந்தால் அறிமுகப்படுத்தப்பட்டது. ராணி விக்டோரியாவின் படத்தைத் தாங்கிய அதற்கு பென்னி பிளாக் என்று பெயர். அது ஒரு பென்னி மதிப்புடைய தபால்தலை. இரண்டே நாட்களில் இரண்டு பென்னிக்கு பென்னி புளூ என்கிற தபால்தலை வெளியானது. அதுவும் விக்டோரியாவின் படத்தோடு வந்தது. முதலில் வெளியான இந்த தபால்தலைகளுக்கு துளையமைப்பு இல்லை. பன்னிரண்டு ஆண்டுகளுக்குப் பிறகே துளையமைப்பு (பெர்ஃபரேஷன்) கொண்ட தபால்தலை வெளிவந்தது. ஒட்டும் தபால்தலையை முன்மொழிந்தவர் ரௌலன்ட் ஹில் என்பவர். இந்தியாவில் 1854 ஆம் ஆண்டு அக்டோபர் மாதம் ராணி விக்டோரியாவின் படத்தைப் போட்ட தபால்தலைகள் அறிமுகப்படுத்தப்பட்டன.

- ஆப்ரகாம் லிங்கன் அவரைப்பற்றி உங்கள் கருத்து - பார்வை.

இளையராஜா,
மேல்முண்டியூர்,
விழுப்புரம்.

ஆப்ரகாம் லிங்கன் அமெரிக்க ஜனாதிபதிகளில் தலைசிறந்தவர் என்று கருதப்படுகிறவர். உயிரைப் பணயம் வைத்து அடிமை முறையை ஒழித்தவர். சாமானியனாக இருந்து சரித்திர நாயகனாக மாறியவர். அதற்கு ஐந்து தலைமைப் பண்புகள் காரணம். கடைநிலைப் பணியாளர்களோடும் கலந்துரையாடுவது, அடுத்தவர்கள் வழிநடத்த தலைமை தாங்கி முன்செல்வது, கதைகள் மூலம் மற்றவர்களை அணைத்துச் செல்வது, திணிக்காமல் புரியவைத்து இணங்க வைப்பது, புதுமைகளை ஊக்குவிப்பது ஆகிய நற்குணங்களே அவரை

நாயகனாக்கின. அவர் இரண்டாம்முறை வெற்றிபெற்றபோது அவருக்கு கார்ல்மார்க்ஸ் வாழ்த்திக் கடிதம் எழுதியதும் அந்த ஆளுமையின் காரணமாகத்தான்.

- **சிசேரியன் அறுவைச் சிகிச்சை என்பது ஜுலியஸ் சீசர் பிறந்த விதத்தால்தான் உருவானதா?**

முத்தமிழன், திருநெல்வேலி.

சீஸர் அவ்வாறு அறுவை சிகிச்சையால் பிறந்தவர் என்பதற்கு ஆதாரங்கள் ஏதும் இல்லை. அந்தக் காலத்தில் குழந்தைப் பிறப்பின்போது தாய் இறக்க நேர்ந்தால்தான் அறுவை சிகிச்சை செய்து குழந்தையை வெளியே எடுப்பார்கள். சந்திரகுப்த மௌரியரின் மகன் பிந்துசாரர் அறுவை சிகிச்சையால் பிறந்த முதல் குழந்தை என்று கருதப்படுகிறார். மௌரியரின் மனைவி துர்தாரா பிரசவ நேரத்தில் தற்செயலான நஞ்சின் காரணமாக இறந்துபோகிறாள். மௌரியர் அவள் வயிற்றிலிருந்து அக்குழந்தையை அறுவை சிகிச்சை செய்து எடுக்க வைக்கிறார். பழங்காலத்தில் ஆரோக்கியமாக இருக்கும் தாயிடம் இப்படிப்பட்ட அறுவை சிகிச்சைகளை செய்ததில்லை. சீஸரின் தாய் அவர் பிறந்த பிறகும் வெகுநாட்கள் உயிரோடு இருந்தாள்.

- **புத்தர் வயோதிகர், வியாதியஸ்தர், மரணம் ஆகியவற்றைப் பார்த்துத்தான் சந்நியாசத்துக்குச் சென்றாரா?**

முரளி, கேளம்பாக்கம்.

சாக்கியர்களின் அரச எல்லையில் கோலியர்களின் அரசும் இருந்தது. இரு அரசுகளும் ரோகினி ஆற்றால் பிரிக்கப் பட்டிருந்தன. அந்நதியின் நீர் இருதரப்பாலும் பயன்படுத்தப் பட்டு வந்தது. ஒவ்வொரு பருவத்திலும் யார் ரோகிணியின் நீரை முதலில் எடுப்பது, எவ்வளவு எடுப்பது என்று வாக்குவாதம் நடைபெறும். அது முற்றி கைகலப்பு ஏற்படுவதும் உண்டு. ஒருமுறை அந்தப் பிரச்சினை வந்தபோது சித்தார்த்தருக்கு வயது 28. இரு தரப்பிலும் மோதல் நிகழ பலத்தக் காயங்கள். இரு

தரப்பினருமே ஒரேயடியாக போர் மூலம் தீர்த்துக்கொள்ளலாமா எனக் கருதினர். போர் செய்யும் அறிவிப்புக்கு சித்தார்த்தர் எதிர்ப்பு தெரிவித்தார். சித்தார்த்தருடைய கருத்தை எதிர்த்த சேனாதிபதி கோலியர்களைத் தண்டிப்பதிலேயே குறியாக இருந்தார். தீர்மானம் வாக்கெடுப்புக்கு விடப்பட்டது. வன்முறைக்கே வாக்குகள் அதிகம் விழுந்தன. சித்தார்த்தர் போரில் பங்கேற்க மறுத்தார். சித்தார்த்தருக்கு மூன்று தீர்வுகளே இருந்தன; போர்புரிவது, தூக்கிலிடப்படவோ நாடுகடத்தப்படவோ சம்மதிப்பது, குடும்பத்தினர் தண்டிக்கப்படவும் சொத்துக்கள் பறிமுதல் செய்யப்படவும் அனுமதிப்பது. சித்தார்த்தர், 'நான் பரிவ்ராஜகனாகி நாட்டை விட்டு வெளியேறிவிடுகிறேன்' என்று அறிவித்தார். அப்படித்தான் அவர் துறவை மேற்கொண்டார். இது புத்தரும் அவர் தம்மமும் என்கிற நூலில் டாக்டர் பாபா சாகேப் அம்பேத்கர் வைக்கிற வரலாறு. இதுவே உண்மையாக இருக்கும் என்று கருதுகிறேன். ஏனென்றால் புத்தருக்கு 28 வயதாகும்போது அவர் தந்தை சுத்தோதனர் வயோதிகராகத்தானே இருந்திருக்க வேண்டும். 'டை' இல்லாத அந்தக் காலத்தில் சுத்தோதனர் இளைஞராகவா காட்சியளித்திருப்பார்! புத்தர் பிறந்த ஏழு நாளில் அவருடைய தாய் இறந்து போனார். எனவே மரணம் அவருக்குப் பரிச்சயமாகாமலா இருந்திருக்கும்! அவருடைய மாளிகையில் யாருக்குமே நோய் வராமல் தடுப்பூசிகளா அவ்வப்போது போட்டிருப்பார்கள்!

- காறித் துப்புவது எதனால்?

தனபாலன், திருவாரூர்.

துப்புவதற்குப் பின்னால் விசித்திரமான சரித்திரம் உண்டு. அது முதலில் கடவுளுக்கான அர்ப்பணமாகக் கருதப்பட்டது. எச்சிலில் துப்புகிறவருடைய ஆன்மாவில் ஒரு பகுதியும் கலந்திருப்பதாக நம்பப்பட்டது. அந்த உயர்வான பொருளை இயற்கைக்கு அப்பாற்பட்ட சக்திகளுக்குக் காணிக்கை யாக்கினால் நம் காரியங்களில் உதவியாக இருக்கும் என

மனிதன் நம்பினான். எதிரிகள் கையில் அது அகப்பட்டால் மாந்திரீகம் செய்துவிடுவார்கள் என்று வம்சாவளித் தலைவர்கள் அவர்கள் எச்சிலை ஒரு பாத்திரத்தில் துப்பும்போதெல்லாம் பிடிப்பதற்கு ஒரு ஆளை வைத்திருந்தார்கள். இரவில் ரகசிய இடத்தில் அதைப் புதைப்பார்கள். சண்டை போடுவதற்கு முன்னால் உள்ளங்கைகளில் எச்சிலைத் துப்பி ஈரமாக்குவது ஆயுதங்களைக் கெட்டியாகப் பிடிப்பதற்காகவும், எதிரியிட மிருந்து காப்பாற்றிக் கொள்வதற்காகவும். கெடுதல் செய்யும் கண் உள்ளவர்கள் நம்மைக் கடந்து சென்றால் எச்சிலைத் துப்பி அவர்களின் ஆபத்தானத் தாக்கத்திலிருந்து விடுபடுவது புழக்கத்திற்கு வந்தது. அப்போதுதான் துப்புவது புனிதமான செயலில் இருந்து அவமானப்படுத்தும் செயலாக ஆகிப்போனது.

- **பசுவின் கன்றை தேர்க்காலில் இட்டு கொன்ற தனது மகனை அதேபோல் கொல்ல உத்தரவிட்ட மனுநீதிச் சோழனின் நீதி தவறாமை பற்றி.**

கா. இராஜசேகர், மங்களபுரம்.

இளவரசன் தவறு செய்யவில்லை என அடுக்கடுக்காக வாதங்களை அருகில் இருந்தவர்கள் வைத்தும் அவற்றை உதாசீனம் செய்து மகனுக்கும் மரண தண்டனை வழங்கிய மகத்தான நீதிமான் மனுநீதிச் சோழன். ஷெர்ஷா அவருடைய மகன் இதுபோல ஒரு தவறு இழைத்தபோது வாரிசு என்று பார்க்காமல் தண்டனை வழங்கி விவசாயிக்கு ஆதரவாக தீர்ப்பு வழங்கினார். அந்த விவசாயி பாதுஷாவின் மகனை தண்டிக்க விரும்பாமல் புகாரை திரும்பப் பெற்றுக்கொண்டார். ஷெர்ஷாவின் ஆட்சியில் நடைபாதையில் ஒரு வயோதிகர் பணப்பையோடு படுக்கும் அளவு பாதுகாப்பு இருந்ததாக வரலாற்று ஆசிரியர்கள் வர்ணிக்கிறார்கள். கெஸ்டோ ரோமனேரம் என்கிற கதைத் தொகுப்பில் பார்வை தெரியாத மன்னன் குறைகேட்க மணிகட்டி வைத்ததையும், பாதிக்கப் பட்ட பாம்பு அதை இழுத்து மன்னனுக்குத் தெரிவித்ததையும்,

பாம்பின் இடத்தை ஆக்கிரமித்திருந்த தேரையை மன்னன் விரட்டிவிட்டதற்கு நன்றிக் கடனாக அவன் கண்களில் ரத்தினக் கற்களை உருட்டி பார்வையைத் திரும்ப வரச்செய்ததும் பதிவாகி இருக்கின்றன.

- ***ஐரோப்பியர்கள் மட்டும் ஏன் வெளுப்பாக இருக்கிறார்கள்?***

கணேஷ், மருத்துவக்கல்லூரி சாலை, தஞ்சாவூர்.

ஐரோப்பா வெள்ளைக்காரர்களுக்கான பூர்வீகக் குடியிருப்பு அல்ல. வெள்ளைத்தோல், உயரம், பாலை ஜீரணிக்கும் சக்தி ஆகியவை அந்தக் கண்டத்திற்கு சமீபத்தில் வந்தவைதான். ஐரோப்பாவில் பல தொல்லியல் இடங்களில் தேடி எடுக்கப் பட்ட 83 புராதான மனிதர்களின் ஜீனோமை ஆராய்ந்து அவர்கள் மரபுக்கூறுகளை ஆராய்ந்தபோது ஓர் உண்மை தெரிய வந்தது. இன்றிருக்கும் ஐரோப்பியர்கள் மூன்று வம்சாவளி யினருடைய கலவையில் எட்டாயிரம் ஆண்டுகளுக்கு முன்பு உருவானவர்கள் என்பது. 4500 ஆண்டுகளுக்கு முன்பு கருங்கடலின் வடக்குப் பக்கமாக இருந்த ஸ்டெப்பீஸ் புல்வெளியில் இருந்து கும்பலாக இடம்பெயர்ந்த யம்னயா மேய்ப்பர்கள் மூலமாக இந்தோ-ஐரோப்பிய மொழி அங்கு உள்ளே நுழைந்தது. 8000 ஆண்டுகளுக்கு முன்பு ஐரோப்பாவி லிருந்து வேட்டையாடும் மக்களால் பாலில் இருக்கும் இனிப்பை ஜீரணிக்க முடியாது. ஐரோப்பாவில் பசுவை வளர்ப்பு மிருக மாக்கிய முதல் விவசாயியால் பாலை உட்கொள்ள முடியாமல் இருந்தது. 7800 ஆண்டுகளுக்கு முன்பு கிழக்குப்பகுதி முகமாக வந்த விவசாயிகளும் யம்னயா மேய்ப்பர்களும் பாலை ஜீரணிக்கும் எல்.சி.டி. என்கிற மரபுக்கூறைப் பெற்றிருக்க வில்லை. தெற்கு ஸ்வீடனில் தொல்பொருள் ஆய்வில் 7700 ஆண்டுகளுக்கு முன்பு வெள்ளைத்தோலைக் கொண்ட SLC24A5, SLC45A2 என்ற இரண்டு மரபுக்கூறு மாற்றுகள் காணப்பட்டன. அவர்களிடம் நீலநிற விழிகளைத் தோற்று விக்கும் HERC2/0CA2 என்கிற மரபுக்கூறும் காணப்பட்டது. எனவே தூர வடக்கிலிருந்தவர்களுக்கு ஏற்கெனவே வெள்ளைத்

தோலும், நீலக்கண்களும் இருந்தன. மத்திய தெற்கு ஐரோப்பாவிலிருந்தவர்களுக்கு கருப்புத்தோலே இருந்தது. கிழக்குப் பகுதியிலிருந்து வந்தவர்கள் ஏற்கெனவே இருந்த ஐரோப்பியர்களோடு சேர்ந்தபோது மரபுக்கூறுகள் ஒன்றோடு ஒன்று கலந்து தோற்றத்தில் மாற்றம் ஏற்பட்டது. யம்னயா குடிபெயர்ப்பின் காரணமாக உயரம் அவர்களுக்கு வாய்த்தது. வடநில நேர்க்கோடுகளில் இருப்பவர்களுக்கு வைட்டமின் டி - யை உள்வாங்க போதிய அளவிற்கு அல்ட்ரா வைலட் கதிர்கள் கிடைப்பதில்லை. எனவே இயற்கை அவர்கள் அதை உள்வாங்க ஏதுவாக வெள்ளைத்தோலையும், பாலை ஜீரணிக்கும் சக்தியையும் அளிக்கிறது. காரணம் பாலில் வைட்டமின் டி அதிகம் உள்ளது. இவற்றையெல்லாம் வைத்துப்பார்க்கிறபோது ஐரோப்பியர்கள் அவர்கள் நிறத்தை வைத்து பெருமைப் படுவதற்கு எதுவுமில்லை என்பது தெரிகிறது.

- **ஒரு மனிதன் ஏழ்மை அடித்தளத்திலும் நேர்மையாக நெருப்புக்கனல் வாழ்வை எதிர்நீச்சலடித்து நீந்தியும் இறுதி வாழ்வின் எல்லையிலும் துயரம் தொடர்ந்து வீச காரணம் என்ன? பின்னர் தர்மம் வெல்லும் என்பது ஏட்டளவா?**

மரு.கோ.ச.சந்திரசேகரன்,
செங்கல்பட்டு.

வில் ட்யூரண்ட் என்கிற சரித்திர ஆசிரியர், 'நாகரிகத்தின் வரலாறு' என்கிற நூலைப் பல தொகுப்புகளாக எழுதியவர். அவர் அத்தனை பேரைப் பற்றியும் வாசித்தும், ஆராய்ந்தும் இறுதியில் 'சரித்திரத்தைப்படித்தால் நல்லவர்கள் நன்றாக வாழ்ந்ததற்கும் தீமை புரிந்தவர்கள் துன்பப்பட்டு இறந்ததற்கும் சான்றுகள் இல்லை' என்று குறிப்பிடுகிறார். நேர்மையாக இருப்பதும், மற்றவர்களுக்கு உதவுவதும் நம்முடைய மகிழ்ச்சிக்காக மட்டுமே. அது எதிர்காலத்தை வளமாக்கும் என்பதற்கு எந்த உத்தரவாதமும் இல்லை. நேர்மைக்காகப் போராடுபவர்கள் எப்போதாவது ஒரு நாள் அது வெற்றி பெறும் என்கிற நினைப்பில்தான் துணிந்து களம் இறங்குகிறார்கள்.

- **ஆர்ப்பாட்டக்காரர்கள் ஏன் ஆட்சியாளர்களாக அதிகம் வருவதில்லை?**

 விக்னேஷ், அய்யம்பேட்டை,
 தஞ்சாவூர்.

'செல்மா' என்கிற ஆங்கிலப் படம். மார்ட்டின் லூதர் கிங் செல்மா என்கிற பகுதியில் ஆப்பிரிக்க அமெரிக்கர்களுக்கு ஓட்டுரிமை பெற போராடியது குறித்த வரலாற்று ஆவணம். அதில் கிங் ஜனாதிபதி லிண்டன் ஜான்சனுக்கு அந்தப் பிரச்சனையைப் பற்றி தொலைபேசியில் ஆக்ரோஷமாகப் பேசுவார். ஜான்சன், "நீங்கள் ஓர் ஆர்ப்பாட்டக்காரர். உங்களுக்கு ஒரே ஒரு பிரச்சினைதான். நான் ஒரு அரசியல்வாதி. எனக்கு ஆயிரம் பிரச்சினை. உங்கள் ஒரு பிரச்சினையில் மட்டும் அத்தனை கவனத்தையும் செலுத்த முடியாது'' என்று கோபமாகப் பதில் சொல்வார். ஆர்ப்பாட்டக்காரர்கள் ஒரேயொரு பிரச்சினைக்காக வீதியில் இறங்கிப் போராடுபவர்கள். சில நேரங்களில் அதை வாழ்வினும் பெரிதாக்க முற்படுபவர்கள். ராஜதந்திரிகள் பல்வேறு பிரச்சினைகளை முன்வைத்து இயக்கத்தை நடத்துபவர்கள். ஆர்ப்பாட்டக் காரர்கள் சில நேரங்களில் விளம்பர வெளிச்சத்திலேயே மெய்மறந்துவிடுவார்கள். ராஜதந்திரிகள் பரந்த தோள்களில் அனைத்துவிதமான பிரச்சினைகளையும் சுமந்துகொண்டு சூழலுக்குத் தகுந்தவாறு அவற்றைப் பிரதானப்படுத்தி தேவைக்குத்தக்கவாறு அவற்றிற்காகக் குரல் எழுப்பி சமத் தன்மையோடு செயல்படுவார்கள். அவர்கள் தேவை ஏற்படும் போது ஒரு குறிப்பிட்ட பிரச்சினைக்கு எதிராக செயல்படுவதை நிறுத்திக்கொள்ளவும் தயங்க மாட்டார்கள். அனைவரையும் உள்ளடக்கியும், அனைத்துத் தரப்பினரையும் அனுசரித்தும் செல்ல வேண்டியதாக இருக்கிற அரசியல் களனில் ஆர்ப்பாட்டக் காரர்கள் என்கிற நிலையிலிருந்து தங்களை உருமாற்றிக் கொண்டு அரசியல் தளத்திற்கு வருகிறவர்களே வெற்றிபெற முடியும். ஆர்ப்பாட்டக்காரர்கள் விருதுகளோடும், தலைப்புச் செய்தி களோடும் திருப்திப்பட்டுக் கொள்ள வேண்டியதாகி விடுகிறது.

வெ. இறையன்பு

• டைம் மெஷின் ஒன்று இருக்கும்பட்சத்தில் கடந்தகாலத்தைப் பார்க்கும் சந்தர்ப்பம் உங்களுக்குக் கிடைக்கும் என்றால் எந்த வரலாற்றைப் பார்க்கச் செல்வீர்கள், அதற்கான காரணம் என்ன?

உமர் பரூக்
umarfarookknf55@gmail.com

உலகத்தில் முதல் குரங்கு மனிதன் இரண்டு கால்களால் நடக்கத் தொடங்கியதைப் பார்த்து உற்சாகமூட்டியிருப்பேன். மனிதன் நெருப்பைப் பயன்படுத்தத் தொடங்கிய நிகழ்வைப் பார்க்க ஆசைப்பட்டிருப்பேன். அவன் ஒன்றாகச் சேர்ந்து கற்கோடரிகளை உருவாக்கியபோது அருகிலிருந்து அதை நவீனப்படுத்த உதவியிருப்பேன். பனியுகத்தில் அவன் அடுத்த கண்டங்களுக்குத் தாவிய காட்சியைக் கண்டிருப்பேன். முதல்முதலில் ஓநாயை தடவிக்கொடுத்து வளர்ப்பு நாயாக மாற்றிய லாவகத்தைக் கண்டிருப்பேன். அவன் முதலில் விவசாயம் செய்யும் அழகைக்கண்டு ரசித்திருப்பேன். அவன் களிமண் மாத்திரைகளில் எழுதத் தொடங்கியதைக் கண்டு இதுவா கணினிவரை வளர்ந்திருக்கிறது என்று அதிசயப் பட்டிருப்பேன். அவன் சக்கரத்தைக் கண்டுபிடித்தபோது விசிலடித்திருப்பேன். பிரம்மாண்டமான பிரமிடுகள் உருவானதை அருகிலிருந்து பார்த்திருப்பேன். சரிந்த தூண் களோடு நிமிர்ந்து நிற்கும் தோற்றம் கொண்ட பார்த்தினானை எந்தத் தொழில்நுட்பம் கொண்டு படைத்தான் என அறிந்திருப்பேன். புத்தர் மெய்ஞானம் பெறும் காட்சியை அருகிலிருந்து தரிசித்திருப்பேன். சாக்ரடீசின் ஆவேச உரையைக் கேட்டு சிலிர்த்திருப்பேன். பிளாட்டோவின் அகெடமியில் மாணவனாகச் சேர்ந்திருப்பேன். அரிஸ்டாட்டில் உருவாக்கிய உலகின் முதல் உயிரியில் பூங்காவில் உலா வந்திருப்பேன். அலெக்சாண்டர் படையெடுக்கும்போது ஜீலம் நதியின் தலைப்பக்கம் அவர்படை ஊடுருவதை போரசுக்குத் தெரிவித்து எச்சரித்திருப்பேன். சந்திரகுப்த மௌரியர்

செல்யூகஸ் நிகேடரை தோற்கடிக்கும் காட்சியைப் பார்த்து மகிழ்ந்திருப்பேன். அசோகரிடம் கலிங்கப் போர் வேண்டாம் என்று முன்கூட்டியே மன்றாடியிருப்பேன். சீனர்கள் காகிதம் கண்டுபிடித்தவுடன் அந்தத் தொழில் நுட்பத்தை இந்தியாவிற்கு எடுத்துக்கொண்டு ஓடிவந்து நம் அத்தனை அறிவையும் ஆவணப்படுத்த உதவியிருப்பேன். கோரி முகமதுவை இறுதிவரை துரத்தி துவம்சம் செய்திருக்குமாறு பிரித்விராஜ் சௌகானிடம் வலியுறுத்தியிருப்பேன். தஞ்சை பெரிய கோயில் கட்டும்போது அதன் கட்டுமானத்தைக் கண்டு புளகாங்கிதப்பட்டிருப்பேன். ராஜேந்திர சோழனோடு கடாரம் வரை சென்றிருப்பேன். மாலிக்காஃபூரை அழைத்துவர வேண்டாம் என பாண்டியனை எச்சரித்திருப்பேன். கிழக்கிந்தியக் கம்பெனியை அனுமதிக்க வேண்டாமென ஜகாங்கீரை வலியுறுத்தியிருப்பேன். மீர்காசிமை சிராஜ் உத்தல்லாவுக்கு துரோகி என உணர்த்தியிருப்பேன். $E=Mc^2$ என்கிற ஐன்ஸ்டீனின் கண்டுபிடிப்பால் அணுகுண்டு உற்பத்தியாகலாம் என அவர் காதுகளில் கிசுகிசுத்து அந்தச் சமன்பாடு அந்த நேரத்தில் வெளிவராமல் தடுத்திருப்பேன். இப்படி எத்தனையோ ஆசைகள். கால இயந்திரம் கிடைக்காமல் நமக்குக் கிடைத்தது காலாவதியான இயந்திரம் என்பதால் சரித்திரத்தின் ஒரு பக்கத்தைக்கூட மாற்றுவதற்கு இயலாமல் வெறிச்சோடி நிற்கிறேன்.

- ***'காந்தி கணக்குல' சேர்த்திடுங்க என்கிறாங்களே, அதைப்பற்றிய விவரம்?***

கே. பிரபாவதி,
மேலகிருஷ்ணன்புதூர்.

விடுதலைப் போராட்டக் காலத்தில் பல வணிக நிறுவனங்கள் மகாத்மா காந்தி போராட்டங்களை நிகழ்த்த பொதுமக்களிடம் நிதி திரட்டி அளித்தனர். வருகிற வருமானத்தில் குறிப்பிட்ட பங்கை அந்த நிதிக்காக எடுத்து வைத்தனர். அதை காந்தி

கணக்கு என்று அழைத்தனர். காந்தியைப் போலவே உடை அணிந்துகொண்டு காந்தி என்ற பெயரிலேயே செயல்பட்டு வந்த சேவை மனப்பான்மை கொண்ட வணிகர்களும் இருந்தார்கள். எவ்வளவு உயர்ந்த பெயரையும் மலினமானமாக்கி விடுவது மனித இயல்பு. இன்று கணக்குக்கு வராத நிதியை காந்தி கணக்கு என்று ஒரு சிலர் அழைத்து மகிழ்கிறார்கள்.

- ***மரணத்தை நேசிக்கும் மனிதர் உண்டா?***

தாமஸ் மனோகரன், புதுச்சேரி-10.

மரணத்தை எதிர்பார்த்து ஏக்கப்பட்ட மனிதர் ஒருவர் இருந்தார். கிரேக்கப் புனைவியலில் இயோஸ் என்கிற தேவதை. அவள் டைதோனஸ் என்கிற ட்ரோஜனை நேசிக்கிறாள். அவனைக் கடத்திக்கொண்டு போகிறாள். அவனுக்கு சாகாவரம் வேண்டும் என்று ஜீயஸ் தேவனை வேண்டுகிறாள். அது நடக்கிறது. ஆனால் மாறாத இளமையைக் கேட்க மறந்து விடுகிறாள். எனவே தொண்டு கிழமாக மாறி கைகால்களை நகர்த்த முடியாத அவன் மரணம் வந்தால் நல்லது என்று ஏங்கித் தவித்தான். சில நேரங்களில் மரணம் முடிவு மட்டுமல்ல, மருந்தாகவும் அமைகிறது.

- ***மாவீரன் நெப்போலியன், மகா அலெக்சாண்டர் இருவரில் மன வலிமை யாருக்கு அதிகம்?***

கா. இராஜசேகர், மங்களபுரம்.

மன்னனின் மகனாகப் பிறந்து மகத்தான வெற்றிகள் பெற்ற அலெக்சாண்டரைவிட சாமானிய மனிதனாகப் பிறந்து சரித்திரம் படைத்த நெப்போலியனின் மனவலிமை அதிகம். ஒரே நேரத்தில் ஐந்து கடிதங்களை டிக்டேட் செய்யும் அளவிற்கு ஆற்றல் பெற்றவன் நெப்போலியன். ஆல்ப்ஸ் மலையை கடக்க அவன் படைவீரர்கள் முரண்டு பிடித்தபோது கோவேறு கழுதையில் ஏறி முன்னே சென்று அவர்களிடம் தன்னம்பிக்கையை ஏற்படுத்தியவன்.

- **நம் நாடு சுதந்தரம் அடைய ஏராளமான தலைவர்கள் காரணமா யிருக்கும்போது காந்திக்கு மட்டும் முக்கியத்துவம் கொடுக்கும் காரணம் என்ன சார்?**

  செ. சத்தியேந்திரன், நாமக்கல்.

விடுதலைப் போராட்டத்தை மக்கள் இயக்கமாக மாற்றியவர் காந்தி. காலணா கொடுக்கிற சாமானியனும் உறுப்பினராகலாம் என்ற நிலையை ஏற்படுத்தினார். இந்தியா முழுவதும் மூன்றாம் வகுப்பு ரயில் பெட்டியில் பயணம் செய்து தொடர்ந்து மக்களைச் சந்தித்தார். தமிழகத்திற்கு மட்டும் 20 முறை வந்திருக்கிறார். பல நாட்கள் தங்கியிருக்கிறார். ராஜாராவ் 'காந்தப்புரா' புதினத்தில் கூறுவதுபோல் இந்தியாவில் ஒவ்வொரு கிராமத்திலும் ஸ்தலபுராணம் போல காந்தி புராணமும் உண்டு. காந்தி, மார்ட்டின் லூதர் கிங் போன்றவர் களுக்கும் வழிகாட்டியாக இருந்த உலகத் தலைவர்.

- **சிலர் 'விதி' மீது பழிபோடுவது எதனால்? மதி இருந்தால் விதியை வெல்லலாம் என்பதற்கு எடுத்துக்காட்டு ஒன்றைச் சொல்லுங்களேன்.**

  தா. ஜான் கிளாட்சன், கிருஷ்ணகிரி.

சத்தியவான் சாவித்திரி கதையை விதியை மதியால் வெல்வதற்கு உதாரணமாகக் கொள்ளலாம். கணவனை இழந்த சாவித்திரி எமனிடம் வரம் கேட்கிறாள். இழந்த உயிரை மட்டும் திருப்பித்தரமுடியாது என்று கறாராக எமன் சொல்லிவிடுகிறான். சாவித்திரிக்கு குழந்தை ஏதுமில்லை. அவள் என் மாமனாரின் ராஜமரபு துண்டிக்காமல் தொடர வேண்டும், அவர் ராஜ்யம் சத்தியவானின் மகன்களுக்குச் சென்றுசேர வேண்டும் என்று சாதுர்யமாகக் கேட்டு மாமனார் இழந்த ராஜ்யத்தையும் பெற்றுவிடுகிறாள், கணவனின் உயிரையும் மீட்கிறாள், குழந்தை வரத்தையும் பெறுகிறாள்.

- **கி.பி. 1600களில் ஐரோப்பிய நாடுகள் தொழிற்புரட்சி, காலனி ஆதிக்கம் செலுத்துதல், துப்பாக்கிகள், நவீன போர்க்கருவிகள், சிறந்த ராணுவக்கட்டமைப்பு, புதிய கண்டுபிடிப்புகள் என முன்னேறி இருந்தபோது நம்நாடு மட்டும் ஏன் வாள், கேடயம், ஈட்டிகளுடனே இருந்தது. மனிதகுலம் இந்த உலகத்தில் ஒரே சீராகத்தானே தோன்றி பரவியிருக்க வேண்டும். ஐரோப்பிய நாடுகள் மட்டும் அக்காலத்திலேயே அவ்வளவு முன்னேறி இருந்த போது நாம் ஏன் பின்தங்கி இருந்தோம். துருக்கியர்கள்கூட துப்பாக்கி, பீரங்கி என கண்டறிந்து நம்மை வென்று விட்டனரே?**

ராஜா, இராமேஸ்வரம்.

நாம் நம் நாடே உலகம் என தேங்கிவிட்டதாலும், வெளிஉலகில் என்ன நடக்கிறது என்பதையே அறியாமல் கிணற்றுத் தவளைகளாய்க்கிடந்ததாலும். இப்போதும் நம்சுவரொட்டிகளில் கேடயமும், வாளுமே இடம் பெறுகின்றன.

- **பண்டைய அரசர்கள் யாராவது 'கள்ளுண்ணாமையை' வலியுறுத்தி ஆட்சி நடத்தியதாக வரலாற்றில் குறிப்பு உண்டா?**

அ. சுகுமார், காட்பாடி.

மது அருந்துவதையும், மது விற்பதையும், போதை மருந்துகளையும் கடுமையாக தடைசெய்த இந்திய மன்னர் ஒருவர் இருந்தார். சூதாடுபவர்களை நகரத்தைவிட்டுத் துரத்தினார். மதுவே அனைத்து கெடுமதிக்கும் காரணம் என்று கருதிய அவர் அரண்மனையிலிருந்த அத்தனை கண்ணாடிக் குவளைகளையும் உடைத்து நொறுக்கினார். அப்போது ஓடிய மது ஓடையைப்போல காட்சியளித்தது என்று பரணி என்ற சரித்திர ஆசிரியர் குறிப்பிடுகிறார். தவறிழைத்தவர்கள் சிறைபடுத்தப் பட்டார்கள். ஆனாலும் அப்போது கள்ளச்சாராயம் காய்ச்சுபவர்கள் டெல்லி மாநகரத்தில் இருந்தனர். கடைசியில் மதுவை சில இடங்களில் மட்டும் அருந்த அவர் விதிகளைத் தளர்த்தினார். அந்த மன்னர் அலாவுதீன் கில்ஜி.

- **சமீபத்தில் ஓர் நண்பர் சொன்ன செய்தி இது. இப்போது தாஜ்மகால் இருக்கும் இடத்தில் முதலில் மும்தாஜ் புதைக்கப் படவில்லை. மும்தாஜ் இறந்தவுடன் அவரை ஒரு இடத்தில் அடக்கம் செய்துவிட்டார்கள். அதன்பின் அதை தோண்டி எடுத்து வந்து இப்போது இருக்கும் இடத்தில் அடக்கம் செய்தார்கள். தாஜ்மகால் பற்றி சில கருத்துகளும் சொன்னார். தாஜ்மகாலைப் பற்றிய வரலாற்று நிகழ்வுகளை கூற வேண்டுகிறேன். நண்பர் கூறியது சரியா?**

என். சண்முகம், திருவண்ணாமலை.

மும்தாஜ் 1631 ஆம் ஆண்டு ஜுன் 17 அன்று 14-ஆவது குழந்தையை 34 மணி நேர பிரசவ வலியோடு பிரசவித்த பிறகு இறந்துபோய்விட்டார். அவரை முதலில் பர்ஹன்பூரில் உள்ள தப்தி நதியின் கரையில் ஷாஜகான் புதைக்கச் செய்தார். பிறகு ஆறு மாதம் கழித்து இளவரசர் ஷுஜா வுடன் வீரர்கள் புடைசூழ எடுத்து வந்து 1632 -ஆம் ஆண்டு ஜனவரி 8 அன்று யமுனை நதிக் கரையில் புதைத்தார். அதை ரௌஜா - இ-முணாவரா என்றுதான் முதலில் அழைத்தார். மும்தாஜ்மஹால் என்கிற அவர் மனைவியின் பெயர் மருவி தாஜ்மஹால் என்று பெயர்பெற்றது. அந்த இடம் ராஜா மான்சிங்குக்குச் சொந்தமானது. அதை அவருடைய பேரன் ராஜா ஜெய்சிங்கிடம் வாங்கி கட்டுமானத்தை ஷாஜஹான் தொடங்கினார். அது முடிய 16 ஆண்டுகள் ஆனது. அந்தக் கட்டத்தில் ஷாஜகான்தான் உலகத்திலேயே முதல் பணக்காரர் என்று ஆபிரகாம் எராலி குறிப்பிடுகிறார்.

- **தொலைநோக்குப் பார்வை என்பது எதுவரை?**

பாரதிமுருகன்,
மணலூர்பேட்டை.

மூர்ஃபீல்டு கண் மருத்துவமனை லண்டனில் இருக்கிறது. லேசிக் என்கிற அறுவை சிகிச்சையின் மூலம் கார்ணியாவை

சரிசெய்து பார்வையை செம்மையாக்க முடியும். இதனால் கண்ணாடி அணிய வேண்டிய அவசியம் இல்லை. இம்மருத்துவமனை இவ்வறுவை சிகிச்சையின் மூலம் பார்வையை சரிசெய்வதோடு இன்னும் கூர்மையாக்க முடியுமா என்று பரிசோதனை செய்து வருகிறது. அவ்வாறு செய்வதால் இதை ராணுவ நடவடிக்கைகளுக்கு பயன்படுத்த முடியும். சாதாரண கண்களுக்குத் தெரியாத எதிரி நாட்டுக் கப்பலோ, விமானமோ இவர்களுக்குத் தெரியும் என்ற எண்ணத்தில் எக்கச்சக்க பணத்தை இந்தத் திட்டத்திற்கு செலவழித்து வருகிறது. இது தொலைநோக்குப் பார்வை. சரியாகத் திட்ட மிடாவிட்டால் தொலைநோக்குப் பார்வை பகற்கனவாகிவிடும்.

- ***முல்லைக்கு தேர்கொடுத்த பாரி மன்னன், ஔவைக்கு அதியமான் கொடுத்த நெல்லிக்கனி, புறாவுக்காக தன் சதையை அறுத்துக் கொடுத்த சிபிச்சக்கரவர்த்தி, எத்தனை இடையூறுகள் வந்தபோதிலும் கடைசிவரை பொய்கூறாத அரிச்சந்திரன், யார் எது கேட்டாலும் இல்லை என்று சொல்லாமல் வாரி வழங்கிய கர்ண மகாராஜன், குருவுக்கு வரதட்சணையாக தன்கட்டை விரலை காணிக்கையாகக் கொடுத்த ஏகலைவன் – இவர்களில் யார் மிகவும் சிறந்தவர்கள்?***

எம். செல்லையா, சாத்தூர்.

இவர்களைவிட என் இதயத்தை ஈரமாக்கியவர்கள், அண்மையில் பெய்த மழையில் சிலரைக் காப்பாற்ற தங்கள் இன்னுயிரை ஈந்த இளைஞர்கள். இந்தியா சுதந்தரம் பெற உயிரைக் கொடுத்த பகத்சிங், திருப்பூர் குமரன் போன்ற இலட்சிய இளைஞர்கள். அதைப்போலவே உலகெங்கும் எதேச்சதிகாரத்திற்கு எதிராகக் குரல்கொடுத்து மாண்டவர்கள்.

- ***கிறிஸ்து பிறப்பதற்கு முன் (கி.மு.) கிறிஸ்து பிறந்த பின்பு (கி.பி.) என்ற கால நியதி எங்கு, யாரால், எப்பொழுது, எந்த***

'கால கட்டத்தில்' நடைமுறைப்படுத்தப்பட்டு தொடர்ந்து வருகிறது? விவரமாக தெரிவிக்கவும்..

எஸ்.பி. இராஜேந்திரன்,
சேலம்.15

டயோனிஷியஸ் என்கிற ஆறாம் நூற்றாண்டைச் சார்ந்த துறவிதான் இந்த அன்னோ டொமினி என்கிற காலக்கெடுவைக் கொண்டு வந்தவர். இயேசுகிறிஸ்துவிற்கு முன்பு கி.மு. என்றும், அவருடைய பிறப்பிற்குப் பின்பு கி.பி. என்றும் கணக்கீடு முறையை அவரே கொண்டு வந்தார். இம்முறையில் ஒரு சின்ன தவறு உள்ளது. இயேசு பிறந்த ஆண்டை பூஜ்யம் என்று கணக்கிட்டிருக்க வேண்டும். அவ்வாறு செய்யப்படாததால் ஓராண்டு விடுபட்டுள்ளது. சரியாகச் சொல்ல வேண்டுமென்றால் இப்போது நடப்பது 2020 அல்ல, 2019 தான்.

- உலகில் தோன்றிய முதல் பூகம்பம் எது, எங்கு நிகழ்ந்தது?

பாரதிமுருகன், மணலூர்பேட்டை.

முதல் பூகம்பம் எங்கு தோன்றியது என்பதை அறிவது அவ்வளவு எளிதல்ல. நாம் அறிந்த முதல் பூகம்பம் எது என்று வேண்டுமானால் சொல்ல முடியும். ஏனென்றால் வரலாற்றுக்கு முன்பே நிலநடுக்கங்கள் நிலவின. ஆனால் அதன் தாக்கத்தை அறியும் கருவி சீனாவில் 2000 ஆண்டுகளுக்கு முன்பு ஸாங் ஹெங் என்பவரால் கண்டுபிடிக்கப்பட்டது. அவர் கணித வல்லுநர், கண்டுபிடிப்பாளர், கவிஞர், கவின்கலை வல்லுநர். அதோடு ஆட்சிப்பணி அதிகாரியும் கூட. அடிக்கடி சீனத்தில் பூகம்பம் நிகழும். அதை அறிய ஒரு கருவியைக் கண்டு பிடித்தார். அக்கருவியில் செம்பு பீப்பாய் ஒன்று எட்டடி விட்டத்திற்கு இருக்கும். அதில் எட்டு டிராகன் தலைகள் எட்டுத் திக்குகளிலும். அவை முகவாய்க் கட்டையில் செம்புப் பந்தோடு இருக்கும். அதற்குக் கீழ் வாயைத் திறந்தபடி எட்டு

தேரைகள். பீப்பாய்க்குள் மென்மையான அசைவுகளையும் அறியும் கருவிகள். சின்ன அதிர்வு ஏற்பட்டால் டிராகனின் வாயிலிருந்து தேரையின் வாய்க்குள் விழும் பந்தின் மூலம் எந்தத் திசையில் பூகம்பம் நிகழ்ந்தது எனக் கூற முடியும். ஒரு முறை கிழக்குப் பகுதியில் பூகம்பம் ஏற்பட்டதாக அவர் கூறினார். அதிர்வுகளை அறியாத அவருடைய விமர்சகர்கள் கேலி செய்தார்கள். சில நாட்கள் கழித்து பூகம்பச் செய்தி அரண்மனையை அடைந்தது.

- **விஞ்ஞானத்தின் மூலம் மரணத்தை முன்கூட்டியே அறிய முடியுமா?**

கோபால், மதுரை.

பாஸ்டன் பல்கலைக்கழகத்தைச் சார்ந்த விஞ்ஞானிகள் ஒருவர் நூறு ஆண்டுகள் வாழ முடியுமா என்பதை அறிய ஒரு ஃபார்முலாவைக் கண்டுபிடித்துள்ளனர். அவர்களுடைய பரிசோதனை 85 விழுக்காடு துல்லியமானது எனக் குறிப்பிடு கிறார்கள். நூற்றாண்டு கண்ட 801 நபர்களுடைய ஜீன்களை அவ்வளவு ஆண்டுகள் வாழ்ந்திடாத 914 பேருடன் ஒப்பிட்டு அப்பரிசோதனை முடிவுகளை வரையறுத்திருக்கிறார்கள். அவர்கள் மரபுக்கூறுகளே சுற்றுப்புறச் சூழலைவிட அதிகம் வாழ்நாளைத் தீர்மானிப்பதாகக் கருதுகிறார்கள். இவையெல்லாம் வளர்ந்து வருகிற விஞ்ஞானம். இவற்றை முழுமையாக ஏற்றுக்கொள்ள முடியாது. ஒருவேளை அப்படி இவர்கள் அறிவிக்கிற மனிதர் விபத்தில் இறந்துவிட்டாலோ, தற்கொலை செய்துகொண்டாலோ என்ன செய்வது?

- **மொகலாய மன்னர்களில் தங்களை வியக்க வைத்தவர் என்றால் யாரைச் சொல்வீர்கள்?**

சி. கார்த்திகேயன், சாத்தூர் - 626 203.

பாபரின் வைராக்கியம், ஹுமாயூனின் பெருந்தன்மை, ஜஹாங்கீரின் இயற்கை நேசம், ஷாஜகானின் கலையார்வம்,

ஔரங்கசீப்பின் நேர்மை என்னைக் கவர்ந்தவை. ஒட்டு மொத்தமான ஆளுமை என்று பார்த்தால் அக்பரையே முன்னிறுத்த முடியும். புத்திசாலித்தனம், மன்னிக்கும் சுபாவம், மற்ற மதங்களை நேசிக்கும் பெருந்தன்மை, கடின உழைப்பு, அறிவுஜீவிகளின்மீது அன்பு, எழுதப்படிக்கத் தெரியாவிட்டாலும் 24000 புத்தகங்களை நூலகத்தில் வைத்திருந்தமை, ராமாயணமும், மகாபாரதமும் அவற்றில் இடம் பெற்றிருந்தமை, அவற்றைப் படிக்கக் கேட்டு அறிவை வளர்த்தமை, அசாத்தியத் துணிச்சல், காட்டு மான்கள் கைகளிலிருந்து சாப்பிடும் அளவிற்குக் கருணை, யானையோடு ஒண்டிக்கு ஒண்டி மோதிய நிகழ்வு, சிறந்த நிர்வாகம், அனைவரையும் அரவணைக்கும் உள்ளம் என தலைசிறந்த சக்கரவர்த்தியாக அவர் திகழ்ந்தார். எதிரிகளின் வீரத்தையும் பாராட்டியவர் அவர். சித்தூர்க் கோட்டையைக் கைப்பற்றும்போது ஜெய்மால் என்கிற தளபதி உத்தரவுகளைப் பிறப்பிப்பதை இரவில் தீப்பந்த வெளிச்சத்தில் கண்டு தன்னுடைய சங்ராம் துப்பாக்கியில் ஒரே குண்டில் வீழ்த்தி எதிரி முகாமை சிதைத்தார். சித்தூர் விழுந்தது. ஆனாலும், வீரத்துடன் இருந்த ஜெய்மால், பத்தா சிங் ஆகியோருக்காக சிலைகளைச் செய்து துணிச்சலைக் கௌரவப்படுத்தினார் அக்பர்.

- ***நியாண்டர்தல் மனிதன் எனப்பெயர் வந்தது ஏன்?***

முருகேசன், புதுக்கோட்டை.

1857ஆம் ஆண்டு சில சுரங்கத் தொழிலாளர்கள் ஜெர்மனியில் உள்ள நியாண்டர்தல் என்கிற இடத்திற்கு அருகில் உள்ள குகையைத் தோண்டும்போது ஒரு சர்ச்சைக்குரிய மனிதப் படிமத்தைத் தோண்டியெடுத்தனர். 1859 ஆம் ஆண்டு டார்வினுடைய பரிணாம வளர்ச்சி பற்றிய நூல் வெளியானது. சில விஞ்ஞானிகள் நியாண்டர்தல் மண்டையோட்டை

புத்திசுவாதீனமற்றவனின் மண்டையோடு என நிராகரித்தனர். தாமஸ் ஹக்ஸ்லி அது மனிதனுக்கும், 'ஏப்' என்ற வகையைச் சார்ந்த குரங்குகளுக்கும் உள்ள சங்கிலியுடன் தொடர்புடையது என்றார். 1886 ஆம் ஆண்டு பெல்ஜியம், ஸ்பை போன்ற இடங்களில் குகைகளில் அதுபோன்ற எலும்புக் கூடுகள் கிடைத்தன. அது ஹக்ஸ்லியின் கூற்றை மெய்ப்பித்தன. இப்படித்தான் 'நியாண்டர்தல் மனிதன்' என்ற நம் மூதாதையரைப் பற்றிய ஞானம் நமக்கு ஏற்பட்டது.

- ***'சிக்கன் பாக்ஸ்' எனத் தட்டம்மையை ஆங்கிலத்தில் அழைக்கிறோமே, அதற்கும் கோழிக்கும் என்ன தொடர்பு?***

அண்ணாமலை, திருவாரூர்.

'சிக்கன் பாக்ஸ்' என்பது 'gican' என்ற பழைய ஆங்கிலச் சொல்லின் ஒலியியல் பரிணாமம். 'gican' என்றால் 'அரிப்பு' எனப்பொருள். தட்டம்மை வந்தால் அரிப்பதால் அந்தப்பெயர்.

- ***பரீட்சை சரி - அதென்ன அக்கினிப் பரீட்சை?***

எம்.செல்லையா, 293-ஏ,
ரயில்வே பீடர் ரோடு, சாத்தூர்.

கடுமையான சோதனைகளைச் சந்தித்து அவற்றில் வெற்றி பெற்று உண்மையின் ஆற்றலை வெளிப்படுத்துவதற்குப் பெயர் அக்கினிப்பரீட்சை. நம் இதிகாசத்தில் சீதைக்கு வைக்கப்பட்டதும் அக்கினிப் பரீட்சை. அதில் அவள் தன் களங்கமற்ற தன்மையை நிரூபித்தாள். சீதை தீயில் புகுபவளாய் அதன் அருகில் பொருந்தச் சேர்ந்தபோது, அந்தக் கொடுஞ் செயலைக் காணச் சகியாது அறமும், உயிர்களும் வாய்திறந்து புலம்பின என்கிறார் கம்பர். கிரேக்கத்தில் ஹெர்குலீஸ் சந்தித்த பன்னிரண்டு கடுமையான சோதனைகளும் அக்கினிப்பரிட்சையே. அதில் அவன் தன்னுடைய ஆற்றலை நிரூபித்தான். நம்முடைய

அவா இப்போது அரையாண்டு பரீட்சைகளையே அக்கினிப் பரீட்சையாக்கி பிள்ளைகளைப் பொசுக்கி எடுக்கிறது. நசுக்கி மகிழ்கிறது.

* அறிவாளிகள் கோழைகளாகவும், சுயநலவாதிகளாகவும் இருக்கிறார்களே?

என்.சண்முகம், திருவண்ணாமலை 606 601.

அறிவை பரிசோதிக்க நடத்தப்படுகிற எல்லா போட்டிகளிலும் கலந்துகொள்பவர்கள் தாங்கள் மட்டுமே வெற்றிபெற வேண்டும் என்கிற எண்ணத்தோடு கலந்துகொள்வார்கள். அடுத்தவர்களுக்கு வெற்றிபெறுவதற்கான ரகசியங்களை மறந்தும் பகிர்ந்தளிக்கக் கூடாது என்கிற எண்ணத்தில் அவற்றை முயற்சி செய்பவர்கள் சுயநலத்தோடுதான் இருக்கிறார்கள். அதில் வெற்றி பெறுபவர்கள் அந்த வெற்றியை எப்பாடு பட்டேனும் தக்க வைத்துக்கொள்ள வேண்டும் என்று எண்ணுபவர்கள். அதனால் அவர்கள் கோழைத்தனத்தையே கொள்கையாக்கிக் கொள்கிறார்கள். அதையும் மீறி உலகம் எதிர்த்ததையும் பொருட்படுத்தாமல் உண்மையை உரைத்த புரூனோ, கலிலியோ, கோப்பர்நிக்கஸ், டார்வின் போன்றவர்களே வரலாற்றில் வாழ்பவர்கள்.

* நாம் வாழ்ந்தோம் என்பதற்கு எந்த அடையாளத்தை விட்டுச் செல்ல வேண்டும்?

நெய்வேலி க.தியாகராசன்

திடப்பொருட்களால் ஆன அடையாளங்களைக் காலம் தின்று விடுகிறது. எல்லா அடையாளங்களுமே தற்காலிகமானவை. இலக்கியம், விஞ்ஞானம், கலை என்ற துறைகளில் ஏதேனும் ஒன்றில் சிறப்பாக பங்களித்திருப்பவர்களை மட்டுமே வரலாறு

வாழ்த்தி வணங்குகிறது. நம்மைச்சார்ந்தவர்களின் நினைவுகளை நாம் நினைக்கும் போதெல்லாம் இனிய உணர்வை ஏற்படுத்துவது சிறந்த அடையாளங்கள்.

- **நீரோ மன்னன் யாழ் வாசித்துக்கொண்டுதான் இருந்தாரா?**

குடந்தைபரிபூரணன்,
கும்பகோணம்.

கி.பி. 64 ஆம் ஆண்டு ஜுலை 18 ஆம் நாளன்று ஒரு மாபெரும் தீவிபத்து சர்க்கஸ் கூடாரத்தில் ஏற்பட்டது. தீ பற்றிய நேரத்தில் நீரோ, ஆன்டியம் என்கிற ஊரில் முகாமிட்டிருந்தான். அது 33 மைல் தொலைவிலிருந்தது. செய்தி கிடைத்ததும் தலைநகருக்கு விரைந்தான். உற்சாகத்துடன் நிவாரணப்பணிகளை மேற்கொண்டான். டாசிட்டஸ் என்கிற வரலாற்று ஆசிரியர் நீரோ ரோமுக்குத் திரும்பியதையும், நிவாரணப்பணிகளைச் சொந்தப் பணத்தில் மேற்கொண்டதையும் விவரமாக விளக்குகிறார். நீரோ தன்னுடைய அரண்மனைக் கதவுகளை அகலமாகத் திறந்து வீடற்றவர்கள் வசிக்க இடம் கொடுத்தான். புதிய நகரத்தை உருவாக்கினான். புதிய அரண்மனை வளாகத்தையும் கட்டினான். நெருப்பு உண்டான காரணம் யாருக்கும் தெரியவில்லை. விபத்தா, சதியா என்பது இன்னமும் அறியப்படாமலேயே இருக்கிறது. ஆட்சியாளர்கள் அசாத்திய கலை ஈடுபாட்டுடன் இருந்தால் அவர்கள் கவனம் சிதறும், அப்போது இதுபோன்ற இல்லாத குற்றச்சாட்டுகளும் அவர்கள் மீது ஏறிக்கொள்ளும் என்பதற்கு நீரோ சான்று.

- **இக்காலத்தில் 'முதுமை' என்பது வரமா அல்லது சாபமா? சமூகத்தில் கூட்டுக் குடும்பங்களின் சிதைவே, நாட்டில் முதியோர் இல்லங்கள் பெருகக் காரணம் என்ற வாதம் சரியா?**

ஜி.ஆர். ராகவன், கரூர்.

அதிகநாள் வாழ்வது சாத்தியங்களை அதிகப்படுத்தும். கிறிஸ்டோபர் மார்லோ 52 வயது வரை வாழ்ந்திருந்தாலோ,

ஷேக்ஸ்பியர் 29 வயதிலேயே இறந்து போயிருந்தாலோ ஆங்கில இலக்கியத்தின் போக்கு திசை திரும்பியிருக்கும் என்று சொல்வதுண்டு. பாரதியார், விவேகானந்தர், ராமானுஜர், கீட்ஸ், தாஸ்தோவஸ்கி போன்றவர்கள் அதிக நாள் வாழ்ந் திருந்தால் உலகம் இன்னும் எண்ணற்ற இனிய வரவுகளைப் பெற்றிருக்கும். ஆக்கபூர்வமான அருஞ்செயல்களைச் செய்பவர் களுக்கு முதுமை என்பது வரம். யாரெல்லாம் பழங்கதைகள் பேசி புலம்பித் தீர்க்கிறார்களோ அவர்களுக்கு அது சாபம். பால் எல்மர் மோர், நத்தானியல் உறாத்ரோனின் தனிமை என்ற புத்தகத்தில் குறிப்பிடுவதைப்போல மகன்களின்கல்லறைகளை வெறிச்சோடிப் பார்த்துக் கொண்டிருக்கும் முதுமை பயங்கர மானது. நாம் வாழ நாம் உருவாக்கியவை அழிவதைக் காண்பது கொடுமை. கூட்டுக் குடும்பங்கள் இன்றையச் சூழலில் கிராமப்புரங்களில் மட்டுமே சாத்தியம். பணி தேடிப் பறந்து விடுகிற நெருக்கடியில் இதற்கான வாய்ப்புகள் குறைந்து வருகின்றன. பெற்றோரைப் புறக்கணிக்கும் வாரிசுகளும், புதிய சூழலுக்கு அனுசரிக்க மறுத்து அடம்பிடிக்கும் பெற்றோரும் இருப்பது கூட்டுக்குடும்பத்தை எட்டாக்கனியாக ஆக்கி விடுகிறது. சில இடங்களில் மகன்கள் வெளிநாடுகளுக்குச் சென்று விடுவதாலும், வேலைக்கு ஆள் கிடைக்காததாலும், முதியோர்களுக்கான அடுக்ககங்கள் உருவாகத் தொடங்கி விட்டன. அங்கே திருடர் பயமின்றி, பணிக்கு ஆள் கிடைக்க வில்லையே என்கின்ற பதற்றமின்றி, மருத்துவ வசதிக்குக் குறைவின்றி ஒத்த வயதுள்ள நண்பர்களுடன் உறவாடும் இனிய சூழல் உருவாகிறது. எதிர்காலத்தில் இவை புறக்கணிக்கப் பட்டோரின் புகலிடமாக இல்லாமல் சுயச்சார்புடையோரின் உறைவிடமாக மாற வாய்ப்புகள் அதிகம்.

- **இந்தியாவில் ஏழைகளை ஒழிக்க முடியுமா? ஏழைகள் இல்லாத நாடு எப்படி இருக்கும்?**

எஸ். சிந்துஜா, நாகை.

ஏழைகளை ஒழிப்பது எளிது. ஏழ்மையை ஒழிப்பதுதான் கடினம். ஏழ்மை வேறு, வறுமை வேறு. வறுமை என்பது வாய்ப்புகள் இன்மைதான் என்று நோபல் பரிசு பெற்ற அமத்தியாசென் குறிப்பிடுகிறார். எல்லோருக்கும் அடிப்படைத் தேவைகளை வழங்கினால் வறுமை அகலும். அது சாத்தியம் என்றே கருதுகிறேன். கூர்மையும், நேர்மையும், சீர்மையும் கலந்த நிர்வாகம் அதை சாதித்துக் காட்டும். ஏழ்மை என்பது தொடர்புடையது. ஐந்து கோடி உள்ளவருக்கு ஐம்பது லட்சம் உள்ளவர் ஏழை. இது சமூகத்தில் இருந்துதான் தீரும். திபெத்தில் ஒரு மன்னர் எல்லோரிடமும் இருக்கும் செல்வத்தை ஓரிடத்தில் சேகரித்து சமமாகப் பிரித்துக் கொடுத்தார். அப்போதும் சில ஆண்டுகளுக்குப் பின்பு சிலர் பணக்காரர் களாகவும், பலர் ஏழைகளாகவும் இருந்தார்கள். மூன்றுமுறை இப்படிச் செய்து முயற்சியைக் கைவிட்டார். உண்மையான ஏழ்மை, உள்ளத்தில் சுயநலத்தோடும், தாராள மனப்பான்மை யின்றியும் வாழ்வதுதான்.

3. இலக்கியம்

- **ஔவையார் எழுதிய ஆத்திசூடியில் 'போர்த்தொழில் புரியேல்' என்று கூறி உள்ளார். ஆனால் அவருக்குப் பின் வந்த பாரதியார் 'போர்த் தொழில் பழகு' என்று கூறுகிறார். இதில் யார் சொல்வதை கேட்பது?**

என். சண்முகம், திருவண்ணாமலை.

போர்த்தொழிலைப் பழகுவது என்பது தேவையில்லாத இடங்களில் வம்பு வளர்ப்பதற்காக அல்ல. போர்க்குணத்தோடு அநியாயங்களையும், அக்கிரமங்களையும் தட்டிக்கேட்பதற்காக. தேவைப்படுகிறபோது முஷ்டியை உயர்த்தி சமூக விரோதங்களைக் கண்டிப்பதற்காக. பாரதியார் வாழ்ந்த காலத்தில் பாரதம் அடிமைப்பட்டிருந்தது. இலக்கியம் எழுதப் படுகிற காலத்தையும் கருத்தில்கொண்டு இலக்கைத்

தீர்மானிக்கிறது. போர்த்தொழிலைப் பழகியவர்களே போர் புரியத் தேவையில்லாத நிலையை உருவாக்குவார்கள். காந்தியடிகள் சொன்னதைப்போல அகிம்சை வீரத்தினால் விளையவேண்டுமே தவிர கோழைத்தனத்திற்கான கேடயமாக இருக்கக் கூடாது.

- அன்றையத் தமிழர்களின் அகம், புற வாழ்வின் உச்சம், இன்றையத் தமிழர் வாழ்வில் இல்லாது போனது ஏன்?

மேட்டுப்பாளையம் மனோகர், சென்னை-18.

அன்று உச்சம். இன்று எச்சம்.

- முதன் முதலில் தங்கள் எழுத்துகள் பிரசுரம் செய்யப்பட்டது எப்பொழுது? பிரசுரமான தங்கள் எழுத்துகளை பார்க்கும் போது ஏற்படும் நிறைவு எத்தகையது?

ஏ.ஜெ.பி. இன்பெண்ட் பெராரோ,
வேலூர் அரசு மருத்துவக் கல்லூரி, வேலூர்.

கல்லூரியில் படிக்கிறபோது எழுதிய கவிதை ஒன்று வார இதழில் பிரசுரமானது. அச்சில் அதைப் பார்த்தபோது ஏற்பட்ட பரவசம் அலாதியாக இருந்தது. இப்போதும் எழுத்துகளை இதழ்களில் பார்க்கும்போது மகிழ்ச்சி ஏற்படவே செய்கிறது.

- வானொலியில் செய்திகளைக் கேட்பது, தொலைக்காட்சி இணையதளங்களில் பார்ப்பது, நாளிதழ்களில் செய்திகளைப் படிப்பது, எது உங்களுக்கு ரொம்பப் பிடிக்கும்?

ரேவதிப்ரியன், ஈரோடு.

வசதியாக அமர்ந்துகொண்டு செய்தித்தாள்களை முழங்காலுக்கு மேல் விரித்து வரி விடாமல் படிப்பதில் இருக்கிற சுகம் அலாதியானது. ஒருமுறை ஒட்டுமொத்த செய்தித்தாளையும் ஒரு புரட்டு புரட்டிவிட்டு தேவையானவற்றை விரிவாக வாசிக்கும் வசதி மற்றவற்றில் இல்லை.

- ***உலகத்தையே மாற்றவல்ல சக்தி வாய்ந்த ஆயுதம் எது?***

தாராரமேஷ், புதுச்சேரி.

காகிதம்.

- ***சிறந்த முருக பக்தரான கிருபானந்தவாரியார் பற்றி?***

எம். செல்லையா, சாத்தூர்.

வாரியாருடைய உரைகளை முன்வரிசையில் அமர்ந்து பலமுறை கேட்டிருக்கிறேன். கூடுதல் ஆட்சியராக தென்னாற்காடு மாவட்டத்தில் பணியாற்றியபோது விருதாச்சலத்தில் ஒரு நிகழ்ச்சியில் அவருக்குப்பின் பங்குபெற்றிருக்கிறேன். வாரியாருடைய உபன்யாசமும், இடையிடையே மிக அழகாகப் பாடும் அவருடைய குரல் வளமும் அபரிமிதமானவை. அவருடைய வாசிப்பும், நினைவாற்றலும், எளிமையாக உயர்ந்த செய்திகளைக் கூறும் தன்மையும் வித்தியாசமானவை. தனித்தன்மை வாய்ந்த குரல் என்பதாலேயே எல்லா மிமிக்கிரி கலைஞர்களும் அவரை விடாமல் பிடித்துக்கொள்கிறார்கள்.

- ***இறையன்பு என அழகு தமிழ்ப் பெயர் சூட்டிய தங்கள் பெற்றோர் வளர்ப்பில், புதியதலைமுறை வாசகர் பெறும் படிப்பினைகள் எவையாக இருக்க முடியும்?***

வி.எஸ். கிருஷ்ணமூர்த்தி,
வரட்டணப்பள்ளி - 20.

பெற்றோர் வார்த்தைக்கும், வாழ்க்கைக்கும் இடைவெளி யில்லாமல் வாழ்ந்தால், இல்லத்தை இனிய வாசிப்பகமாக மாற்றினால் அங்கு கற்பது கற்கண்டாக இருக்கும் என்பதையே நாங்கள் உணர்ந்தோம். வற்புறுத்தாமலும், வலியுறுத்தாமலும் நம்முடைய மகிழ்ச்சிக்காக செயல்களைச் செய்தால் அதுவே கட்டுப்பாடு என்பதை உணர்ந்தோம்.

- **உங்கள் பணிக்கிடையிலும் ஏராளமான புத்தகங்களைப் படித்து உள்வாங்கிக் கொண்டிருக்கிறீர்கள். அவ்வாறு வேகமாக புத்தகங்கள் படித்து முடிக்கும் வித்தையை கற்றுத் தாருங்கள்.**

இரா. திக் விஜயகுமார், திருநெல்வேலி.

நூல்களை வாசிக்கும்போது அவற்றை அன்புடன் அணுக வேண்டும். புதையலைப்போலக் கையாள வேண்டும். புத்தகத்தை எழுதியவரோடு போர்புரியக் கூடாது. ஒருமணி நேர வாசிப்புக்குப் பிறகு நூலை மூடி வைத்துவிட்டு அதிலுள்ள கருத்துகள் குறித்து சிந்திக்க வேண்டும். முதல் முறையே எல்லாம் புரிந்துவிடும் என்று எதிர்பார்க்கக் கூடாது. பலமுறை வாசிக்க வேண்டும். வாசித்தவற்றை விவாதிக்க வேண்டும், வாய்ப்புக்கிடைக்கும்போது பயன்படுத்த வேண்டும். விழிகளால் வாசிப்பதற்கு முன்பு மனத்தால் வாசிப்பதற்குத் தயாராக வேண்டும். சின்னச்சின்ன இடைவெளிகள் விட்டு உள்ளத்தைப் புதுப்பித்துக் கொள்ள வேண்டும். இவற்றையெல்லாம் நானும்தான் செய்ய வேண்டுமென்று ஆசைப்படுகிறேன்; ஆனால் முடியவில்லை. நீங்களாவது செய்து வெற்றி பெறுங்கள்.

- **எந்த மொழிக்கு தனித்தன்மை உண்டு?**

பாரதிமுருகன், மணலூர்பேட்டை.

தனித்தன்மை இருப்பதால்தான் அது இன்னொரு மொழியாக இருக்கிறது.

- **ஆமை புகுந்த வீடும், அமீனா புகுந்த வீடும் உருப்படாது என்கிறார்களே? ஏன்?**

ஜி. சுந்தரராஜன், ஸ்ரீரங்கம், திருச்சி.

ஆமை என்பது கடலாமையையோ, நில ஆமையையோ குறிக்கவில்லை. அது சோம்பலைக் குறிக்கிறது. பாரதிதாசன் அப்படிப்பட்ட ஒரு வீட்டை 'இருண்ட வீடு' என்கிற கவிதையில் உருவகப்படுத்தியிருக்கிறார். அமீனா நுழைகிற வீடு ஏலத்திற்கு வருகிற வீடு. அதை வாங்குபவர்களும் நஷ்டமடைவார்கள் என்கிற நம்பிக்கை மக்களிடம் உள்ளது.

- ***சலிப்புத்தட்டும் தருணத்தினை எங்ஙனம் சமாளிக்கிறீர்கள்?***

'இனாம்' கேசவன், கோவில்பட்டி.

இனிய இறையன்பு பகுதியை எழுதத் தொடங்குகிறேன்.

- ***ஆமை புகுந்த வீடும், அமீனா புகுந்த வீடும் உருப்படாது என்கிறார்களே? ஏன்?***

ஜி. சுந்தரராஜன்,ஸ்ரீரங்கம், திருச்சி.

ஆமை என்பது கடலாமைமையயோ, நில ஆமைமையயோ குறிக்கவில்லை. அது சோம்பலைக் குறிக்கிறது. பாரதிதாசன் அப்படிப்பட்ட ஒருவீட்டை 'இருண்ட வீடு' என்கிற கவிதையில் உருவகப்படுத்தியிருக்கிறார். அமீனா நுழைகிற வீடு ஏலத்திற்கு வருகிற வீடு. அதை வாங்குபவர்களும் நஷ்டமடைவார்கள் என்கிற நம்பிக்கை மக்களிடம் உள்ளது.

- ***ஐயா, 'வையத் தலைமைகொள்', 'போர்த் தொழில் பழகு', 'வேடிக்கை மனிதர்கள்' போன்ற புத்தகங்களின் தலைப்பாக பாரதியின் வரிகளையே வைத்துள்ளீர்கள். ஆனாலும், உங்கள் புத்தகங்களிலும் பேச்சுகளிலும் பாரதியின் வரிகளை நீங்கள் அதிகம் குறிப்பிடுவதில்லை.***

தீனதயாளன், மு.

தெரிந்ததையெல்லாம் மேற்கோள்காட்டுவதல்ல சொற்பொழிவு: தேவையானதைப் பயன்படுத்துவதே நல்ல உரை. அடைமொழி களையும், அடுக்குமொழிகளையும் தாண்டிய மகத்தான கவிஞனின் கவிதை வரிகளை தலைப்பாக வைத்ததிலிருந்தே அத்தலைப்பாகைக் கவிஞனுக்கு நானளிக்கும் மதிப்பு உங்களுக்குத் தெரியவில்லையா?

- ***இன்றைய பல தொழில்நுட்பக் கல்லூரிகளில் தமிழ் மொழி பாடத் திட்டத்திலேயே இல்லாத காரணத்தினால், தங்கள் மொழித் திறனை வளர்க்க ஆர்வம் கொண்ட பல கல்லூரி***

மாணவர்களின் ஆசை நிராசை ஆகிவிடுகிறது. இதற்கு மாற்று வழி ஏதேனும் உண்டோ?

ஹேமஸ்ரீ

நிறைய படைப்பாளிகள் மொழியைப் பாடமாகக் கொண்டு படிக்கவில்லை. 'எட்டாவது வகுப்பன்றி வேறோர் வகுப்பை எட்டியும் பார்க்கவில்லை' என்ற கண்ணதாசனின் வரிகளை நினைந்துகொள்ளுங்கள். ஷேக்ஸ்பியர் எந்தப் பல்கலைக் கழகத்திலும் படிக்கவில்லை என்பதை உணருங்கள். படிப்பு வெறும் துடுப்பு. அதுவே படகல்ல.

- 'ஹைக்கூ கவிதைகள்' பற்றிய தங்கள் கருத்து என்ன?

ஏ.ஜெ.பி. இன்பெண்ட் பெராரோ, வேலூர்-11.

மூன்றடிகளில் உலகை அளக்கும் வாமனர்கள் அவை. மிகப் பெரிய நிதர்சனத்தை மின்னலாய் வெளிப்படுத்தும் வடிவம் பெற்றவை ஹைக்கூ கவிதைகள். அவை உணர்வின் வெளிப்பாடு. அறிவின் ஆக்கமல்ல. ஜப்பானிய ஜென் மரபோடு பின்னிப் பிணைந்தவை. எனவே அந்த மரபின் சாரத்தை உள்வாங்கும் போதுதான் அவற்றைப் புரியவும், புனையவும் முடியும். இல்லாவிட்டால் அவை வெற்று விடுகதைகளாகி விடும்.

- புத்தகம் 'படிப்பது சுகமே' என்கிறீர்கள். இங்கு வீட்டிலோ எழுதியும், படித்தும் என்ன சாதித்து விட்டீர்கள் என்று வசவுதான் விழுகிறது. எழுத்தில் சாதிக்கத் துடிக்கும் எனக்கு உங்கள் ஆலோசனை என்ன?

பா. சீமான்ஜிபாரதி, வாசுதேவநல்லூர்,
நெல்லை மாவட்டம்.

வசவுகள்தாம் நம்மை நெய்கிற நெசவுகள் என்று நினைத்துக் கொள்ளுங்கள். எழுத்தாளர்களை எதிர்க்காத வீட்டினர் சொற்பம் என்பதை பெர்னார்ட் ஷா முதல் பெக்கட் வரை பலருடைய வாழ்க்கை தெரிவிக்கிறது. எதிர்ப்பில் வளர்கிறவர்களே எழுத்தாளர்கள், நெருப்பில் மலர்கிறவர்களே படைப்பாளிகள்.

இனிய இறையன்பு

- 'கடன்பட்டார் நெஞ்சம்போல் கலங்கினான் இலங்கை வேந்தன்' என்ற வரி கம்பராமாயணத்தில் இல்லை. அப்படியானால் இவ்வரி எந்நூலில் இருந்து எடுத்தாளப்படுகிறது?

ந. இராஜேஸ்வரி, பட்டீச்சுரம்.

கடன்பட்டார் நெஞ்சம் என்ற வரி அந்தப்பாடலில் இல்லை. கடன்கொண்ட நெஞ்சம் என்றே வருகிறது. தனிப்பாடலாக எழுதப்பட்ட அதை யார் எழுதினார் என்பது தெரியவில்லை. விநோதரசமஞ்சரி என்கிற நூலில் அது தொகுக்கப் பெற்றிருக்கிறது.

இதோ அந்த முழுப்பாடல்:

"விடங்கொண்ட மீனைப் போலும் வெந்தழல் மெழுகைப்
                                                போலும்

படங்கொண்ட பந்தழல்வாய் பற்றிய தேரை போலும்
திடங்கொண்ட இராமன் பாணம் செருக்களத்துற்ற போது
கடன்கொண்ட நெஞ்சம் போல் கலங்கினான் இலங்கை
                                                வேந்தன்''

- மூடநம்பிக்கை இந்தியாவிற்கு மட்டும் சொந்தமானதா? இல்லை வேறு நாடுகளிலும் இது மாதிரி நம்பிக்கைகள் உள்ளனவா?

கே. பிரபாவதி, மேலகிருஷ்ணன்புதூர்

எல்லா நாடுகளுக்கும் சில நம்பிக்கைகள் இருக்கின்றன. பதின்மூன்றாம் எண்ணை ராசியற்ற எண்ணாகக் கருதும் அதீத பயம் சில மேலை நாடுகளில் உண்டு. கறுப்புப் பூனையை சூனியக்காரிகளின் உடைமை என்று கருதி எரித்த சம்பவங்கள் இங்கிலாந்தில் நிகழ்ந்திருக்கின்றன. சூனியக்காரிகளைப் பற்றிய கதை மன்னர் ஜேம்சுக்குப் பிடிக்கும் என்பதற்காகவே ஷேக்ஸ்பியர் மேக்பெத் எழுதினார். ஆப்பிரிக்க மக்களின் குருதியும் கறுப்பு நிறத்தில் இருக்கும் என ஆங்கிலேயர்கள் நினைத்ததாக To Sir with Love என்கிற புத்தகத்தில் ரிச்சர்ட் பிரைத்வைட் குறிப்பிடுகிறார். இதைவிட அசட்டுத்தனமான மூட நம்பிக்கை இருக்க முடியுமா? அரிஸ்டாட்டில் எவ்வளவு

பெரிய ஞானி. ஆனால் பெண்களுக்கு ஆண்களைவிட பற்கள் குறைவு என்று கருதினார். எனவே மூட நம்பிக்கைகள் நமக்கு மட்டும் சொந்தமானவை என்று ஏகபோக உரிமை கொண்டாட முடியாது.

- **சங்ககால இலக்கியங்களுக்கும், இடைக்கால காப்பிய இலக்கியங்களுக்கும் உள்ள ஒற்றுமை, வேற்றுமைகள் எவை?**

வி.எஸ். கிருஷ்ணமூர்த்தி, வரட்டணப்பள்ளி - 635 120.

சங்க இலக்கியங்கள் தமிழர்கள் எவ்வளவு செறிவாக எல்லா வற்றிலும் இருந்திருக்கிறார்கள் என்பதைத் தெளிவுபடுத்துகிறது. பேதங்களற்ற வாழ்க்கையை இயற்கையோடு இயைந்து தன்னிறைவோடு வாழ்ந்திருக்கிறார்கள் என்பது புலப்படுகிறது. மன்னரையும் கேள்வி கேட்கும் உரிமை புலவர்களுக்கு இருந்திருக்கிறது. வரிவசூலிப்பதுவரை என்ன நெறிமுறையைக் கையாளவேண்டும் என இலக்கணம் வகுக்கப்பட்டிருக்கிறது.

> "காய்நெல்லறுத்துக் கவளங் கொளினே
> மாநிறை வில்லதும் பன்னாட் காகும்
> நூறுசெய் ஆயினும் தமித்துப்புக்கு உணினே
> வாய்புகு வதனினும் கால்பெரிது கெடுக்கும்"

என்பது ஒரு புறநானூற்றுப் பாடல். சங்ககால இலக்கியங்களில் பயிர்கள் சாகுபடி முறை, களையெடுக்கும் கருவிகள், பயிர்ப் பாதுகாப்பு முறை என வாழ்க்கை சார்ந்த அனைத்தும் இடம் பெற்றிருக்கின்றன. அன்றைய தமிழகத்தின் காலக்கண்ணாடியாய் அவை விளங்குகின்றன. ஒரு காலத்தில் தமிழகத்து மக்கள் வாழ்ந்த ஒப்பற்ற நெறிகளைக் கண்டு வியக்காமல் இருக்க முடியாது. இடைக்காலக் காப்பியங்கள் ஒப்பற்றத் தலைவர் ஒருவரை மையமாக வைத்து உருவானவை. அவற்றுக்கு பிரத்தியேகமான இலக்கணங்கள் உண்டு. அதுதவிர பக்தி இலக்கியங்களும் இடைக்காலத்தில் மலர்ந்தன.

- **பேரறிஞர் அண்ணா, மூதறிஞர் ராஜாஜி, பெருந்தலைவர் காமராஜ். இவர்களிடம் தங்களைக் கவர்ந்த சிறப்பம்சங்கள் என்ன?**

ஆர். லிங்கேசன், மேலகிருஷ்ணன்புதூர்.

படிக்கிற புத்தகத்தை முடிக்க வேண்டும் என்பதற்காக அறுவைச் சிகிச்சையை தள்ளிப்போடச் சொன்ன பேரறிஞர் அண்ணாவின் அறிவு தாகம், தான் பிறந்ததற்காக தொரப்பள்ளிக்கு சிறப்புச் சலுகை தேவையில்லை, இந்தியாவில் எல்லா கிராமமும் முன்னேறுகிறபோது தொரப்பள்ளியும் முன்னேறட்டும் எனச் சொன்ன மூதறிஞர் ராஜாஜியின் பொதுநலப் பார்வை, சிறப்புச் சலுகையாகப் போடப்பட்ட குடிநீர்க் குழாயை அகற்றச் சொன்ன பெருந்தலைவர்காமராஜர்காட்டிய நேர்மை என அவர்களுடைய மகத்தான பண்புகள் மனக்கண்முன் விரிகின்றன.

- **நிறைய சொற்பொழிவுகள் கேட்கின்றேன். நல்ல விஷயங்களை கடைப்பிடிக்க வேண்டும் என்று நினைக்கிறேன். ஆனால் பின்பற்ற முடியவில்லை. இதை எப்படி மாற்றிக்கொள்வது?**

பி. சிவக்குமரன், சென்னை - 4.

ஒரு சொற்பொழிவில் ஒரே ஒரு செய்தியை மட்டும் கடைப் பிடிப்பது என்று முடிவு செய்யுங்கள். அதை நடைமுறைப் படுத்துங்கள். தினமும் காலையில் அந்த வழிமுறையின்படி வாழ்க்கையை நடத்துவதாக முடிவு செய்யுங்கள். இடைவிடாத இந்தப் பயிற்சியால் பல நல்ல செய்திகளை கிரகிக்கவும், செயல்படுத்தவும் முடியும். உங்கள் வாழ்க்கையின் பரிமாணம் மாறிப்போகும். மகத்தான மனிதர்களின் வாழ்க்கையை ஒரே ஒரு பழக்கம்தான் மாற்றியிருக்கிறது.

- **படிக்கவும், எழுதவும் பழகி பயன்படுத்துகிற தமிழ், பேச்சுப் பழக்கத்தில் (அவ்வாறு) அமையவில்லையே, ஏன்?**

வி.எஸ். கிருஷ்ணமூர்த்தி, வரட்டணப்பள்ளி - 635 120.

எல்லா மொழிகளிலும் இந்த வேறுபாடு இருந்தாலும் தமிழில் இது சற்றுத் தூக்கலாகவே இருக்கிறது. வட்டார மொழிகள் கிளைகளாகப் பிரிந்து இன்னும் பல மாற்றங்களை கையகப் படுத்தியிருக்கின்றன. நீண்ட தொன்மை கொண்ட ஒரு மொழியில் இதுபோன்ற வேறுபாடு இருப்பது இயல்பு. இது அதன் வளமை யையும், நீடித்த பெருமையையும் காட்டுவதாக இருக்கிறது.

- சமீபத்தில் தாங்கள் ரசித்த கவிதை?

அ. இராஜசேகர், கோடம்பாக்கம்.

வாழ்க்கையின் நிதர்சனத்தை உணர்த்தும் ஆத்மார்த்தியின் மின்னலைப்போன்ற குறுங்கவிதை இன்னும் இதயத்தை இறுக்கிப் பிடிக்கிறது.

இருத்தல்
யார் யாரோ இருந்தார்கள்
எனினும்
ஒருவரும் இல்லை

- சமீபத்தில் சந்தித்த வித்தியாசமான மனிதர்?

வண்ணை கணேசன், சென்னை - 110.

பொதுவாக ஓர் இதழில் தொடர் எழுதினால் அதோடு தொடர்பு முடிந்துவிடும். ஆனால் ஒரு வித்தியாசமான அனுபவம் அண்மையில் எனக்கு நிகழ்ந்தது. பாக்யா வார இதழில் என் பயணச் சுவடுகள் என்கிற தொடரை நூறு வாரங்கள் எழுதினேன். தொடர் முடிந்ததும் நன்றி தெரிவிப்பதற்காக அதன் ஆசிரியர் திரு. கே. பாக்யராஜ் அவர்கள் என்னை நேரில் வந்து இனிப்பு களோடு சந்தித்து இதயப்பூர்வமான நன்றியைத் தெரிவித்தார். நெடுந்தொடர் எழுதிய எழுத்தாளரை கௌரவித்த அவருடைய பெருந்தன்மை என்னை நெகிழச் செய்துவிட்டது.

- **அன்னப்பறவை, ஃபீனிக்ஸ் பறவை - இவைகளில் எது உண்மை? எது கற்பனைப் பறவை? உண்மைக்கான காரணமும், கற்பனை என்பதற்கான காரணமும் தருக.**

கு. முத்தரசு, வேதாரண்யம்.

ஒவ்வோர் இலக்கியத்திலும் ஒரு புனைவியல் பறவை உண்டு. தமிழில் அன்னப்பறவை. பாலை மட்டும் பிரித்து உண்ணும், நீரை உண்ணாது என்பது அதன் சிறப்பு. பாலே நீரால் ஆனது தானே. பிறகு எப்படி பிரிக்க முடியும். இந்தி இலக்கியத்தில் சாதகப்பட்சி என்கிற புனைவியல் பறவை உண்டு. அது துருவ நட்சத்திரத்திலிருந்து விழும் நீர்த்துளியை உண்டு உயிர் வாழுமாம். இது சாத்தியமா? மேற்கத்திய இலக்கியத்தில் ஃபீனிக்ஸ் என்கிற பறவை அடிக்கடி உவமையாக்கப்படுகிற பறவை. ஷேக்ஸ்பியரின் டெம்பஸ்ட் நாடகத்தில்கூட அது கையாளப்படுகிறது. எகிப்திய காலண்டர் 365 நாட்கள் கொண்டது. எனவே கால் நாள் குறைவு. 1461 ஆண்டுகள் கழித்தே விடுபட்ட நாட்கள் ஓராண்டாகக் கணக்கிடப்படும். இந்தக் காலக்கெடுவே சோத்திக் சைக்கிள் என்று குறிப்பிடுவார்கள். அதை வெகுநாள் வாழ்கிற நெருப்புப் பறவையாக உருவகித்து 1461 ஆண்டு களுக்குப் பிறகு அது சாம்பலாகிச் சாகும்போது அதிலிருந்து ஒரு புதிய பறவை உதயமாவதாகக் கற்பனை செய்தார்கள்.

- **ஆன்மிகத்தைப் பொருத்த வரை தேடல் அவசியமா? இல்லை முற்றுப்புள்ளியே போதுமா?**

ஆர்.கே. லிங்கேசன், மேலகிருஷ்ணன்புதூர்.

“வேணும் என்று தேடுகின்ற வேட்கையைத் துறந்தபின்
வேணும் என்ற அப்பொருள் விரைந்து காணல் ஆகுமே”

என்பது சிவவாக்கியர். ‘தேடுவதை நிறுத்து, தேடியது கிடைக்கும்’ என்பது ஜென் கோட்பாடு. புத்தருக்குக்கூட தேடும்போது கிடைக்கவில்லை, தேடுவதை நிறுத்திய போதுதான் மெய்ஞானம் ஏற்பட்டது.

- புத்தகங்கள் இல்லாத இல்லம்?

எல்.கே.எஸ். ஃபாரூக், திருச்சி.

புத்தகங்கள் இல்லாத இல்லம் நண்பர்கள் வாய்க்காத உள்ளம்.

- இன்றையத் தமிழர்கள் தங்களின் பிள்ளைகளுக்குத் தமிழைத் தவிர்த்து ஆங்கிலத்தைக் கற்பிக்க ஆர்வமாக இருப்பதால், தமிழ்மொழி, தமிழர்களின் எதிர்காலம்

மேட்டுப்பாளையம் மனோகர், சென்னை - 18.

தமிழ்நாட்டு தமிழர்கள் தமிழை மறந்தாலும் புலம் பெயர்ந்த தமிழர்கள் உயிரைக் கொடுத்தேனும் தமிழைக் காப்பாற்றுவார்கள்.

- ஆபிரகாம் எராலியின் 'முதல் வசந்தம் : இந்தியாவின் பொற்காலம்' என்ற நூலில் அவர் சுட்டிக்காட்டியுள்ள பொருளாதாரம் - சமூகம் பற்றிய கருத்துகளை எப்படிப் பார்க்க வேண்டும்?

அரவிந்தன், சென்னை.

ஆபிரகாம் எராலியின் இந்தப் புத்தகம் இந்தியா பேரரசுகளாக இருந்தபோது வலிமையாக இருந்ததையும் அனைத்து வகைகளிலும் செழித்து வளர்ந்ததையும் எடுத்துக்காட்டுகளுடன் விளக்குகிற இனிய புத்தகம். இந்திய துணைக் கண்டம் சிற்றரசுகளாகக் குறுகியபோது தங்களுக்குள் அடித்துக் கொள்ளுகிற அவசரத்தில் விஞ்ஞான வளர்ச்சிக்கு முனையாமல் அந்நிய ஆக்கிரமிப்புக்கு கதவுகளை அகலத் திறந்துவிட்டார்கள். இன்றும்கூட வலிமையான தலைமை தேசிய அளவில் தேவைப் படுவது பிரதேசங்களாகப் பிரிந்திருக்கும் இந்திய ஒன்றியம் சிதைவுறாமல் இருப்பதை அடிப்படையாக வைத்துத்தான். இதை அரசியலமைப்புச் சட்டம் பற்றிய அறிமுக உரையில் அண்ணல் அம்பேத்கர் தெளிவுபடுத்தினார். இந்தியாவின் பொருளாதார சமூக வளர்ச்சியைப்பற்றிக் குறிப்படும்போது எராலி திருக்குறளை மேற்கோள் காட்டி எழுதிச் செல்லுகிறார். சிற்றரசர்கள்தான் தங்களை உலகப் பேரரசர்களாக உருவகப் படுத்திக் கொண்டார்கள் என்பதை அவர் குறிப்பிடுகிறார்.

சமூக அமைப்பைப் பற்றிக் குறிப்படும்போது சாதியப் பிரிவுகள் வளர்ந்த விதம் பற்றியும் தெளிவுபடுத்துகிறார். அந்தப் புத்தகம் உணர்த்தும் ஒரு பாடம், நாம் பிரிவுகளைத்தாண்டி இணைந்தால் தான் இந்தியா வலிமையான நாடாக மாறும் என்பதைத்தான்.

- அறிவாளிகள்கூட இன்றைக்கு தற்கொலை செய்து கொள்கிறார் களே! இதுபோன்ற மனநிலைக்கு என்ன காரணம்?

கா. இராஜசேகர், மங்களபுரம்.

அறிவாளிகள் தற்கொலை செய்துகொள்வது ஆதியிலிருந்தே நடக்கிறது. உயிரை மாய்த்துக்கொள்வது உரிமையென்று அறிவாளிகள் வாதிட்ட காலங்கள் இருந்தன. தற்கொலையை நியாயப்படுத்தி எழுதப்பட்ட இலக்கியங்களும் இருக்கின்றன. நோபல் பரிசு பெற்றவர்கள் தற்கொலை செய்து கொண்டிருக் கிறார்கள். உயிரை முடித்துக்கொள்வது என்பது கண நேர முடிவு. சிலர் வெகுகாலம் மனப்பிறழ்வால் அவதிப்படுகிறார்கள், அவர் களை அடையாளம் கண்டுபிடித்து குணப்படுத்த முடியும். ஆனால், நொடியில் முடிவெடுப்பவர்களைக் காப்பாற்றுவது கடினம்.

- கம்பராமாயணத்தில் தலைமைப் பண்புகள் இருப்பதாக நீங்கள் குறிப்பிட்டிருக்கிறீர்கள். ஐரோப்பாவில் இதுபோன்ற மேலாண்மைக் கருத்துகளை ஷேக்ஸ்பியரிடமிருந்து கற்றுக்கொள்கிறார்கள். நாம் ஏன் கம்பரிடமிருந்து கற்றுக்கொள்வதில்லை?

ஜெயராமன்

தமிழை முறையாகப் படித்தவர்கள் மேலாண்மையையும் படிக்க நேர்ந்தால் தமிழ் இலக்கியங்களிலிருந்து மேலாண்மைக் கருத்துகளை ஆழ்ந்து எடுத்து அறிவிக்க முடியும். நம் தொன்று தொட்ட மரபின் கூறுகளை நவீனக் கல்வியோடு பொருத்திப் பார்ப்பது அவசியம். இலக்கியத்தில் உள்ள மேலாண்மைக் கருத்துகளை எடுத்துக்கூறும் பொருட்டே இலக்கியத்தில் மேலாண்மை என்கிற நூலை அண்மையில் நான் வெளியிட்டிருக் கிறேன். முடிந்தால் வாசித்துப்பாருங்கள்.

- நான் உங்களுடைய சில நூல்களைப் படித்ததில் நல்ல வாழ்க்கை முறைக்கு தடையாக உள்ள பல விஷயங்களை அறிந்து கொண்டேன். முக்கியமாக எதிர்மறை எண்ணங்கள். இதை நாம் எவ்வாறு கட்டுப்படுத்துவது?

பாலு, ஈரோடு,

முதலில் நன்முறை சிந்தனைகள் கொண்ட நண்பர்களோடு பழகுங்கள். நெருக்கமாகப் பழகும் ஐவரின் சராசரிதான் நீங்கள் என்பதை உணருங்கள். அடுத்ததாக ஊக்கமும், உற்சாகமும் நிரம்பி வழியும் நூல்களைப் படியுங்கள். சாதித்தவர்களின் சாதனைகள் உங்களை சோர்வடையாமல் உழைக்கத்தோன்றும். உங்கள் அறையில் நற்சிந்தனைகளை எழுதித் தொங்க விடுங்கள். அவற்றை தூங்குவதற்குமுன் ஒருமுறை வாசியுங்கள். காட்சிப் படுத்தி உங்கள் வாழ்வில் நல்ல நிகழ்வுகள் நடப்பதைப்போல கற்பனை செய்யுங்கள். தன்னம்பிக்கைத் தருகிற பழங்காலத்துத் திரைப்படப் பாடல்களைக் கேளுங்கள். உங்களை அறியாமல் நீங்கள் செய்யும் செயல்களில் சிறப்பும் செம்மையும் கூடும்

- இதிகாச காலம் என்பது சங்க காலத்துக்கு முந்தைய காலம் என்று துணிவதற்கு, சங்க இலக்கியங்களில் காணும் இதிகாச காலக் கருத்துகளே வலுவான காரணங்கள் என்பதை ஏற்கலாமா? விளக்கவும்.

வி.எஸ்.கிருஷ்ணமூர்த்தி,
வரட்டணப்பள்ளி.

இதிகாசங்கள் வாய்மொழியாக வெகுகாலம் வழங்கப்பட்டு, பின்பு ஒருவரால் தொகுக்கப்பட்டவை. அதனால்தான் ஒவ்வொரு மொழியிலும் ராமாயணம், மகாபாரதம் ஆகியவற்றின் வேறுபட்ட கிளைக்கதைகளைக் காண முடிகிறது. அனுமன் வாலால் ராவணன் முன்பு ஆசனமாகக்கிக்கொண்ட சம்பவம் வால்மீகியிலோ கம்பனிலோ இல்லை. ஆனால், தெலுங்கு ரங்கநாத ராமாயணத்தில் இடம் பெற்றுள்ளது. எனவே, இதிகாசக் கருத்துக்களைக்கொண்டு சங்க காலங்கள் பற்றிய காலக்கணிப்பை துல்லியமாகச் செய்ய முடியாது. ஒருவேளை

இனிய இறையன்பு

அவ்வாறு இருக்கலாம் என யூகிக்க வாய்ப்புண்டு. காலம் எப்படி இருந்தாலும் தமிழின் செவ்வியல் இலக்கியங்கள் அவை என்பதில் கருத்து வேறுபாடு இருக்க முடியாது.

- ***அவ்விய நெஞ்சத்தான் ஆக்கமும் செவ்வியான் கேடும் நினைக்கப் படும் பொருள் என்று திருவள்ளுவர் ஏன் கூற வேண்டும்?***

டி.சந்திரன், ஈரோடு

எங்கேயாவது பொறாமை உள்ளவர்கள் வசதியாகவும் சான்றோர்கள் துன்பத்துடனும் வாழ நேர்ந்தால் அது குறித்து ஆராய வேண்டும் என்பது இக்குறளின் பொருள். வள்ளுவர் அதற்கு அடுத்த குறளில் ஒரு விளக்கத்தைக் கொடுத்து இதை முழுமை செய்கிறார். பொறாமைப்படுபவர்கள் தொடர்ந்து வளமாக வாழ்ந்தது இல்லை என்பதுதான் அழுக்கற்று அகன்றாரும் இல்லை என்கிற அடுத்த குறள். பொறாமை உள்ளவர்கள் மின்மினிப்பூச்சியைப்போல கணநேரம் மின்னுவார்கள். அதைப் பார்ப்பவர்களும் அவர்கள் ஜொலிப்பை நிரந்தரம் என்று நினைத்துக் கொள்வார்கள். வள்ளுவரின் திருக்குறள் Organic Unity உள்ள படைப்பு.

- ***திருக்குறளில் தங்களுக்கு மிகவும் பிடித்த அதிகாரம் எது? ஏன்?***

அ. குணசேகரன், புவனகிரி.

பிடித்த அதிகாரம் அன்புடைமை. அதிகாரமற்ற அதிகாரமாக இருப்பதால்.

- ***தமிழ் இலக்கியங்களுக்கு இதுவரை நோபல் பரிசு கிடைக்க வில்லை, நோபல் பரிசு பெறுகிற அளவுக்கு தமிழ் இலக்கியங்கள் இல்லையா? அல்லது நோபல் குழு தமிழ் இலக்கியங்களை கண்டுகொள்வது இல்லையா? என்ன காரணம்?***

பா. இசக்கிமுத்து,
வெள்ளானைக்கோட்டை,
வாசுதேவநல்லூர் வழி,
நெல்லை மாவட்டம் - 627758.

விஞ்ஞானத்திற்கு சரியான அளவுகோல்கள் இருக்கின்றன. அவற்றை எளிதில் அளந்துவிட முடியும். இலக்கியத்தைப் பொருத்த வரை விருதுகளால் மட்டுமே தகுதிகள் தீர்மானிக்கப் படுவதில்லை. ஒரு சிறிய குழு சேர்ந்து முடிவு செய்வதை வைத்துத்தான் தர நிர்ணயம் செய்யப்பட வேண்டும் என்கிற அவசியமும் இல்லை. அரசியல் குறித்த நோபல் விருதுகளும் அப்படிப்பட்டவையே. வாழ்நாளெல்லாம் அமைதிக்காக பாடுபட்ட மகாத்மாகாந்திக்கு நோபல் பரிசு கிடைக்கவில்லை. மலையாள எழுத்தாளர் பாலசச்சந்திரன் சுள்ளிக்காடு டால்ஸ்டாய்க்கு கிடைக்காத நோபல் பரிசு தனக்கு கிடைத்தாலும் வாங்கப்போவதில்லை என்று எழுதியிருக்கிறார். இன்றும் அவருடைய ‘போரும் அமைதியும்’ நூல் லட்சக்கணக்கில் விற்றுக் கொண்டிருக்கிறது. சாத்தர் நோபல் பரிசை மறுத்தவர். எல்லோரும் பரிசுகளுக்காகவும் விருதுகளுக்காகவும் ஏங்கிக் கொண்டிருப்பதில்லை. அனைத்து மொழியினரும் தேடிப் படிக்க விரும்பும் தமிழ் நூல்கள் தொடர்ந்து எழுதப்பட்டுக் கொண்டுவருகின்றன. அவற்றை ஒரு சில மனிதர்கள் அங்கீகரிக்காவிட்டாலும் காலம் கட்டாயம் கௌரவப்படுத்தும்.

- ***அய்யா வணக்கம்.***

தங்களுடைய படைப்புகள் அனைத்தும் மிகவும் உபயோக முள்ளவை.

குறிப்பாக தங்களது ஏழாம் அறிவு புத்தகம் படித்தேன். மிகவும் அருமை.

புதிய தலைமுறையில் வரும் வையத்தலைமைகொள் தொடர் படித்து அதனை மாணவர்களுக்கு சொல்லி படிக்க வைத்தேன்.

தங்களிடம் சில சந்தேகங்களுக்கு விளக்கம் கேட்டு நிவர்த்தி செய்துகொள்ள ஆசைப் படுகிறேன்.

1. ***குழந்தையை வளர்ப்பதா? உருவாக்குவதா?***
2 ***குழந்தைகளை எப்படி வளர்க்க வேண்டும் கண்டித்தா? அல்லது பாசம் காட்டியா?***

3. எப்படி வளர்த்தால் அவர்களுக்கு மேல்மறையான எண்ணம் உருவாகி தன்னம்பிக்கையோடு வளர்ந்து வீட்டிற்கும், நாட்டிற்கும் சமுதாயத்திற்கும் உபயோகமாக இருப்பார்கள்.

தங்கள் பதிலை ஆவலுடன் எதிர்நோக்கும்!

அஜிதா ரெஜி (மின்னஞ்சலில்)

குழந்தைகள் பிறப்பதற்கு முன்னால் குழந்தை வளர்ப்பைப் பற்றி ஒருவர் புத்தகம் எழுதி அதற்கு குழந்தைகளை வளர்க்க பத்து கட்டளைகள் என்று தலைப்பு வைத்தாராம். குழந்தை பிறந்தபிறகு குழந்தைகளை வளர்க்க பத்து ஆலோசனைகள் என்று அதை மாற்றினாராம். குழந்தைகள் வளரத் தொடங்கிய பிறகு குழந்தைகளை வளர்க்க பத்து வேண்டுகோள்கள் என்று தலைப்பிட்டாராம். குழந்தைகளைப் பெற்றவர்கள் யாரும் குழந்தை வளர்ப்பைப் பற்றி அறிவுரை கூறுவது உசிதமல்ல. குழந்தைகள் எந்த இலக்கணத்திற்கும் உட்படாத கவிதைகள். கவிதை எழுத யாராவது கற்றுத்தர முடியுமா?

- **நீங்கள் ஏன் புனைபெயர்களில் எழுதுவதில்லை?**

அ. முரளிதரன், மதுரை-3.

பெயரே புனைப்பெயரைப்போல இருப்பதாலும், புனைப் பெயரிலோ, பூனைப்பெயரிலோ ஒளிந்துகொண்டு எழுத வேண்டிய தேவையில்லாததாலும்.

- **தவறு செய்பவர்கள் ஏதேனும் ஒரு அடையாளத்தை விட்டுச் சென்று மாட்டிக்கொள்கிறார்களே, ஏன்?**

சி. இராஜசேகர், கோடம்பாக்கம்

மனிதர்களுக்கு ஒரு செயலைச் செய்கிறபோது அதை தாம் செய்ததாக அடையாளப்படுத்திக்கொள்ள வேண்டும் என்கிற அவா ஆழ்மனத்தில் வேரூன்றி இருக்கிறது. தான் எழுதிய கவிதை, தான் உருவாக்கிய கட்டடம் என்று மற்றவர்கள் புகழ வேண்டும் என்கிற ஆவல் எல்லோரிடமும் உண்டு. குற்றம் செய்கிறபோதும் சாமர்த்தியமாக அந்தக் குற்றத்தை செய்ததை வெளிப்படுத்தும் வகையில் ஏதேனும் ஒரு ருசுவை, தடயத்தை

அவர்கள் விட்டுச்செல்கிறார்கள். இது ஆழ் மனத்தில்(Unconscious) அடையாளப்படுத்திக் கொள்ளும் ஆவலின் வெளிப்பாடு. அதன்மூலமே அவர்கள் மாட்டிக்கொள்கிறார்கள்.

- சமீபத்தில் நீங்கள் படித்து மகிழ்ந்த தமிழ்ப் புத்தகம் ஒன்றைக் கூறுங்களேன்?

என். சண்முகம், திருவண்ணாமலை.

ஜே.வி.நாதன் சிறுகதைகள் என்கிற புத்தகத்தை வாசித்து அணிந்துரையும் எழுத நேர்ந்தது. பல்வேறு விதமான வாழ்க்கை நிலைகளை பிரதிபலிக்கும் விதமாக சிறந்த சிறுகதையின் தொகுப்பு அது. அவருடைய அனுபவங்களைப் பிழிந்து ஒவ்வொரு கதையையும் உருவாக்கியிருக்கிறார். அதில் இடம்பெற்றிருக்கும் கீரிப்பட்டி வேலம்மாள் என்கிற கதை மிகவும் ரசித்த கதை. இன்னொரு கதை கிழவி. முதியோர் உதவித் தொகைக்காக அவர்களை சுரண்டுகிற பிள்ளைகள் அரசு கொடுக்கும் சலுகையைக்கூட அனுபவிக்க முடியாமல் செய்யும் அவலத்தை பேசும் கதை கிழவி. பாவண்ணன் எழுதிய கட்டுரை ஒன்றை நினைவூட்டியது. கோவிலில் பிச்சையெடுக்கும் பெண் ஒருத்தியின் மகன்கள் அவள் பிச்சையெடுத்த பணத்தை அடித்துப் பிடித்து பிடுங்கிச்செல்வதை அவர் குறிப்பிட்டிருப்பார். மனிதர்கள் எவ்வளவு கொடூரமானவர்களாக நடந்து கொள்கிறார்கள்!

- செம்மொழி என்கிற (அந்தஸ்தை) சிறப்பை தமிழ்மொழி பெற்று விட்ட பின் அதன் பெருமை எவ்வகையில் உயர்ந்து உள்ளது? இதனால் இளையதலைமுறைக்கு கிடைக்கு இருக்கும் பயன்கள் என்ன?

என். சண்முகம், 117, பைபாஸ் சாலை,

திருவண்ணாமலை.

ஏற்கெனவே உயர்ந்திருப்பதற்காக கிடைத்ததே செம்மொழித் தகுதி. இளைய தலைமுறை நம் மொழியின் பெருமையை உணர்ந்து அதைக் கற்கவும், அதில் உள்ள இலக்கியங்களை நுகரவும் தொடங்கினால் அவர்கள் வாழ்க்கை செறிவாகவும், செம்மையாகவும் அமையும்.

- ***தாங்கள் எழுதிய நூல்களிலே தங்களுக்கு மிகவும் பிடித்த நூல் எது? ஏன்? எதனால்?***

கவிக்கோலம் கிருஷ்ணமூர்த்தி,
செனாய்நகர், சென்னை-30.

முற்றிலும் பிடித்த நூலை இன்னும் எழுதாததால்தான் தொடர்ந்து எழுதிக்கொண்டிருக்கிறேன்.

- ***தமிழ் எழுத்தாளர்களிடம் உங்களுக்குப் பிடித்த 10 நூல்களைக் கேட்டால் 9 நூல்கள் வெளிநாட்டில் உள்ள யாருமே கேள்விப் படாத நூல்களைக் கூறிவிட்டு ஒப்புக்கு 1 தமிழ்நூலை கூறுவர். இது எதைக் காட்டுகிறது?***

பா. இசக்கிமுத்து,
வெள்ளானைக்கோட்டை,
நெல்லை மாவட்டம்.

ஒன்பது வெளிநாட்டு நூல்களுக்கு ஒருதமிழ்நூல் சமம் என்பதைக் காட்டுகிறது.

- ***நிறையப் புத்தகங்கள் படிக்கும் வழக்கமுள்ள எனக்கு அதைச் சரியான முறையில் ஞாபகம் வைத்துக்கொள்ள முடிவதில்லை. ஒரு தலைப்பின்கீழ் பல்வேறு செய்திகளை எப்படித் திரட்டுவது, புத்தகங்களை எப்படிப் படித்தால் மனத்தில் நிலைத்து நிற்கும். தாங்களின் மேலான ஆலோசனை தேவை.***

எஸ். முஹம்மது லத்தீப் - (மழாஹிரி),
இமாம் ஸமதிய்யா பள்ளிவாசல்,
க. மாமனந்தல் ரோடு, கள்ளக்குறிச்சி,
விழுப்புரம் மாவட்டம் 606 202.

ஞாபகத்தில் வைத்துக்கொள்ள வேண்டும் என்ற நோக்கத்தில் படிக்காதீர்கள். மகிழ்ச்சியோடு படியுங்கள். பதற்றமின்றிப் படியுங்கள். புத்தகங்களின் பக்கங்களைக் கடக்க வேண்டுமே என்ற அவசரத்தில் படிக்காதீர்கள். ரசித்துப் படியுங்கள். பிடித்த வற்றை திரும்பத்திரும்ப நேசித்துப் படியுங்கள். யாருக்கும்

உங்களை நிரூபிப்பதற்காகப் படிக்காதீர்கள். அப்போது நீங்கள் படிக்கும் செய்தி ஆழ்மனத்திற்குத் தானாகவே பயணித்து விடும். நீங்கள் விரும்புகிறபோது கணினியிலிருந்து செய்தி களைப் பட்டியலிடுவதுபோல தகவல்கள் மேல்மனத்திற்கு வந்துசேரும். வாசிப்பது பட்டாம்பூச்சிகள் மலர்களின்மீது பவனிவருவது போலஇருக்கவேண்டுமேதவிரவெட்டுக்கிளிகள் கதிர்களைக் கடித்துக் குதறுவதைப்போல நிகழக்கூடாது.

- பணம், நிம்மதி என்ற இரண்டையும் ஒன்றாகப் பெற இயலாது என்று நினைக்கிறேன். உங்கள் கருத்து என்ன?

மரு.பெ. இரமேஷ் குமார்
rameshkumar@doctor.com
வேதாரண்யம்

பணம் என்பது கெட்ட வார்த்தையல்ல. திருவள்ளுவரே செய்க பொருளை என்று செப்பியுள்ளார். ராமகிருஷ்ண பரமஹம்சர் மீது அவருக்குத் தெரியாமல் பணம் பட்டால்கூட ஒவ்வாமை வந்துவிடுமாம். வள்ளலார் மற்றவர்கள் கொடுத்த பணங்களைக் குளத்தினில், கிணற்றினில் எறிந்ததாக எழுதி யிருக்கிறார். துறந்தவர்கள் அப்படி இருக்கலாம். ஆனால் இன்று சில துறவு நிலையங்களில் அதிகப் பணம் புழங்குகிறது. நியாயமாகச் சேர்க்கப்படுகிற பணம் பட்டினியில் இருப்பவர் களின் பசியாற்றவும், பரோபகாரம் செய்யவும், இனிய இசையைக் கேட்கவும், சிறந்த நூல்களை வாசிக்கவும் உதவும் ஓர் உயரிய உபகரணம். பணத்தை ஈட்டிய பிறகு திரும்பிப் பார்த்தால் நாம் சம்பாதித்த விதம் நமக்கே திருப்தி தருவதாக இருக்க வேண்டும். யாரையும் அபகரித்து அதைச் சேர்த்திருக்கக் கூடாது. சேர்த்த பணத்தை முறையான செயல்களுக்கு மட்டுமே பயன்படுத்தியிருக்க வேண்டும். நாம் சேர்த்த பணம் நம்முடையதுமட்டுமே என்று எண்ணாமல்அடுத்தவர்களுக்கும் பயன்பட வேண்டும் என்ற எண்ணத்தில் சேர்த்திருக்க வேண்டும். உடலைக் கெடுத்துக்கொண்டு பணத்தைச் சேர்ப்பதும், பிறகு நலத்தை அடைய அதைச் செலவழிப்பதும் தவறு. பணமும், ரத்தமும், காற்றும் சுழற்சியினால்தான் சுபிட்சத்தை நிகழ்த்து

கின்றன. இப்படி சேர்க்கப்படும் பணம் ஊருணியைப்போல, பழமரத்தைப்போல, மருந்துச்செடியைப்போல நம் மனத்திற்கு மருதாணி தடவும்.

- ***கம்ப இராமாயணத்தில் தங்களுக்குள் தாக்கம் ஏற்படுத்திய வரிகள் எவை?***

கவிஞர் இரா. இரவி, மதுரை.

சமூக நுண்ணறிவு (Social intelligence) என்று இன்று மேற்கு மெச்சுவதை 'ஒரு பகல் பழகினால் உயிரையும் ஈவரால்' என்று ராமனின் இயல்பை சீதை எடுத்துச் சொல்வதிலேயே கம்பர் சூசகமாகக் கூறிவிடுகிறார். அந்த வரி எல்லோரும் லட்சிய வரியாக வரித்துக் கொள்ள வேண்டிய இயல்பை தன் முந்தானையில் முடிந்து வைத்திருக்கிறது.

வாலி ராமனிடம் சுக்ரீவன் மதுவைக் குடித்து அறிவு மாறுபடும் போது சினம் கொண்டு தன்மீது செலுத்தியதைப் போல அவன்மீது அம்பை செலுத்த வேண்டாம் என்று வரம் வேண்டும் வரிகள் கண்களில் நீரைக் கசிய வைப்பவை.

'ஓவிய உருவ நாயேன் உளது ஒன்று பெறுவது உன்பால்
பூ இயல் நறவம் மாந்தி புந்தி வேறு உற்றபோழ்தில்
தீவினை இயற்றுமேனும் எம்பிமேல் சீறி என்மேல்
ஏவிய பகழி என்னும் கூற்றினை ஏவல்' என்றான்.

- ***''பிறவிப் பெருங்கடல் நீந்துவர் நீந்தார் இறைவனடி சேராதார்'' - என்ற வள்ளுவன் கூற்றால் தாங்கள் கண்ட வாழ்வியல் தத்துவம் என்ன?***

தா. ஜான் கிளாட்சன்,
10/43, மோகன்ராவ் காலனி-1,
கிராஸ், கிருஷ்ணகிரி.

இந்தக் குறளுக்கு பல பிறப்புகளைத் தாண்டி இறவாநிலையை அடைவதைக் குறிப்பதாக சிலர் பொருள் சொல்கிறார்கள். கடலைப்போல் ஆழமானது வாழ்க்கை. அதில் பண்பு என்கின்ற

படகைக்கொண்டும், தூய்மை என்கிற துடுப்பைக் கொண்டும் பயணம் செய்கிறவர்கள் சலன அலைகள் மோதும்போது மூழ்காமல், குறுக்குவழிகள் என்னும் சுறா மீன்கள் தின்ன வரும்போது அகப்படாமல், சான்றாண்மை என்னும் கலங்கரை விளக்கத்தின் வெளிச்சத்தில் கரையைச் சென்று அடைபவர்கள். அதற்கு கடவுட் தன்மையுடன் துலங்குதல் அவசியம் என்று வள்ளுவர் வழிநடத்துகிறார். கடவுட் தன்மைக்கும் இறை நம்பிக்கைக்கும் தொடர்பு இருக்க வேண்டும் என்கிற அவசியம் இல்லை.

- ***அரசியலில் ''தெரிந்து வினையாடல் அதிகாரத்தில் உள்ள,***

அன்பறிவு தேற்றம் அவாஇன்மை இந்நான்கும்
நன்குடையான் கட்டே தெளிவு –

என்ற குறளிலும், ''தெரிந்து தெளிதல்'' அதிகாரத்தில் உள்ள,

அறம்பொருள் இன்பம் உயிரச்சம் நான்கின்
திறம்தெரிந்து தேறப் படும் –

என்ற குறளிலும் ''பொருளாசை இல்லாதவரைத் தேர்வு செய்தல்'' என்னும் கருத்துதான் வலியுறுத்தப்படுகிறதா? தாங்கள் சற்று விளக்கமாகக் கூறினால் மகிழ்ச்சி அடைவேன்.

ச. விநாயகலெட்சுமி,
35/88, பெரியதெரு,
களக்காடு, திருநெல்வேலி.

அவாயின்மை என்பது பேராசையில்லாத பண்பைக் குறிக்கும். அவா இருப்பவர்களைத் தேர்ந்தெடுத்தால் அவர்கள் நம்மிடமிருந்து ரகசியங்களைக் கற்றுக்கொண்டு நமக்குப் போட்டியாகவே தொழில் தொடங்கிவிடுவார்கள். அறம், பொருள், இன்பம் என்பது நேர்மையாகப் பொருள் ஈட்டுவதைக் குறிக்கிறது. இந்த இரண்டு குறட்பாக்களுக்கும் இடையில் எந்த முரண்பாடும் இல்லை.

- **தையல்சொல் கேளேல் தையலை உயர்வுசெய். தயவுசெய்து தெளிவுபடுத்தவும்.**

அங்கையற்கண்ணி கே.பி.எம். காஞ்சிபுரம்.

வழிபடுபவர்களை வழிமொழிவது இல்லை; உயர்த்துபவர்கள் சொல்வதை உள்வாங்குவதில்லை என்கிற முரண்தொடை கொண்ட வரிகள் இவை. கேட்பது வேறு, கவனிப்பது வேறு. கேட்பதோடு நிறுத்திவிடாமல் கவனித்து உள்வாங்குங்கள் எனச் சொல்வதாகக் கருதிக்கொண்டால் முரண்பாடு இல்லை.

- ***அனுமனை சொல்லின் செல்வன் என்று ராமன் சொல்லக் காரணம் என்ன?***

ந. இராஜேஸ்வரி, பட்டீச்சுரம்,
தஞ்சை மாவட்டம்.

ராம, லக்குவர்களிடம் வானர வேடத்தில் வராமல் அறிவு ஜீவியைப்போலத் தோன்றி அடுக்கடுக்காக சொற்களைத் தொடுத்து அவர்களுக்கு நம்பிக்கையையும், சுக்ரீவனுக்கு துணையையும் தேடிய அனுமனின் சாமர்த்தியம் அலாதியானது. சிறந்த தகவல் தொடர்பாளர் சரளமாகப் பேசுவதோடு அடுத்தவர்கள் பேசுவதையும் உற்றுக் கவனிப்பது அவசியம். அடுத்தவர்கள் சொல்வதை ஆழமாகக் கவனிப்பதும் சுக்ரீவனே 'வேண்டாம்' என்று சொன்ன பிறகும் விபீடனனைச் சேர்த்துக் கொள்ளலாம் என்று துணிவுடன் கருத்து சொன்னதும் என்று பல வகைகளில் அவருடைய சொல்வன்மை சிறப்பானது. ஒரு பணியாளர் உடல்மொழியையும், பேச்சுமொழியையும் எவ்வாறு உரிய விகிதத்தில் சேர்க்க வேண்டும் என்பதற்கு அனுமன் ஓர் உதாரணம். ராமாயணத்தில் ஓர் இடத்தில்கூட அனுமன் உணர்ச்சி நுண்ணறிவை இழந்ததாகத் தெரியவில்லை.

- ***தமிழை உயர்த்துவதாகக் கூறி சமஸ்கிருதத்தைத் தாழ்த்துவது சரியா?***

திரு. தாரா இரமேஷ், புதுச்சேரி-4.

ஒன்றைத் தாழ்த்தி இன்னொன்றை உயர்த்த முடியாது.

- **ராமாயணம், மகாபாரதம் பின்பற்ற வேண்டியது!**

பா. பொன்பாண்டி, மதுரை.

எவ்வளவு பெரிய அறிவாளியாக இருந்தாலும் அழகானவற்றை யெல்லாம் கையகப்படுத்த நினைத்தால் மகத்தான வீழ்ச்சி ஏற்படும் என்பதை ராமாயணமும், சிறந்த குணங்கள் இருந்தாலும் சூதாடுவது போன்ற ஒரேஒரு போதை இருந்தால் வனவாசம் செல்ல நேரிடும் என்பதை மகாபாரதமும் கற்றுத் தருகின்றன. விளையாட்டாக ஒருவனை அவமானப்படுத்தி னாலும் அது வினையாகிவிடும் என்பதை இரண்டும் கற்றுத் தருகின்றன. வளைந்த முதுகில் அடித்த மண் உருண்டையும், தவறி விழுந்த துரியோதனனை அந்தகன் மகன் என சொல்லி நகைத்ததும் உதாரணங்கள்.

- **தங்களின் 'போர்த்தொழில் பழகு' புத்தகத்தில் உலக வரலாற்றுச் சம்பவங்களை உவமைகளாகக் கொண்டு மிக அழகாக தமிழில் வீரமும், விவேகமும், ஊக்கமும், உத்தியும் கொடுத்து இளைய தலைமுறையினரை உற்சாகப்படுத்தியும் வழிநடத்தியும் உள்ளீர்கள். இந்நூல் ஆங்கிலத்திலும் மொழி பெயர்க்கப்பட்டால் பிற மொழி இளைய தலைமுறை யினருக்கும் வழிகாட்டியாக இருக்கும் என்று தோன்றுகிறது. இது பற்றிய தங்களின் மேலான கருத்தை வேண்டுகிறேன்.**

ப. மகேசுவரி, கோவை.

தங்கள் அன்புக்கு நன்றி. எழுதுவதோடு எழுத்தாளனின் பணி முடிவடைந்து விடுகிறது. அதை சிபாரிசு செய்வது அவருடைய வேலையல்ல. அவன் பகர்ந்ததை நுகர்வதும், பகிர்வதும், நிராகரிப்பதும் மற்றவர்களுடைய விருப்பம்.

- **ஆப்பிள், ஆரஞ்ச், காலி பிளவர் போன்றவற்றை எல்லாம் தமிழ் படுத்த முடியுமா?**

எஸ். மோகன், கோவில்பட்டி

சில பொருட்களின் பெயர்களை அப்படியே பயன்படுத்துவது தான் நல்லது. அதை தமிழ்ப்படுத்தி யாருக்கும் புரியாமல் செய்தால் அவற்றை உபயோகப்படுத்தும்போது இன்னல்கள் ஏற்படும். இட்லியையும், தோசையையும் யாராவது ஆங்கிலப் படுத்தினால் இங்கிலாந்து செல்ல நேர்கையில் நாம் அவற்றைத் தருவிக்க முடியாமல் எவ்வளவு சிரமப்படுவோம் என்பதை நினைத்துப் பாருங்கள். மொழிப்பற்று என்பது தொன்மை மிக்க நமது இலக்கியங்களைக் கற்பதும், அவற்றின் வழி நடப்பது மட்டுமே. வினைச் சொற்களை தமிழ்ப்படுத்துவது அவசியம். ஏற்கெனவே நிலைபெற்றுவிட்ட பெயர்ச்சொற்களை தமிழ்ப்படுத்தும் வேண்டாத வேலைகளைச் செய்யாமல் இருப்பதே நல்லது.

- **பாரதியாரின் கண்ணன் - என் சேவகன் பாடலில், 'ஏனடா, நீ நேற்றைக்கு இங்கு வரவில்லை' என்றால் பானையிலே தேளிருந்து பல்லாற் கடித்தது என்பார். வீட்டிலே பெண்டாட்டி மேற் பூதம் வந்ததென்பார் பாட்டியார் செத்துவிட்ட பன்னிரண்டாம் நாளென்பார் இதில் 'பெண்டாட்டி மேற் பூதம் வந்ததென்பார்' என்பதுஎங்ஙனம் முழுப்பொய் ஆகும்?**

என். எஸ். ராமகிருஷ்ணன், அண்ணனூர்.

பேய் பிடிப்பது என்பது மூட நம்பிக்கை என்ற தெளிவான பார்வை பாரதியாருக்கு இருந்தது.

- **கம்பராமாயணம் பேசப்பட்ட அளவுக்கு மகாபாரதம் தமிழில் அவ்வளவாக கொண்டாடப்படவில்லையே. ஏன்?**

பா. இசக்கிமுத்து,
வாசுதேவநல்லூர்.

இதிகாசம் என்கிற எல்லையைத் தாண்டி கம்பன் என்கிற மாபெரும்கவிஞனால் அது இலக்கிய நயத்தோடும், மூலத்தைத் தாண்டிய கவித்துவத்தோடும் எழுதப்பட்டிருப்பதுதான் தமிழகச் சூழலில் அது கொண்டாடப்படுவதற்குக் காரணம். அதே நேரத்தில் கிராமப்புரங்களில் இன்றும் திரௌபதி

அம்மனுக்குத்தான் கோயில்கள் இருக்கின்றன. அங்கெல்லாம் பாரதக் கதை தொடர் சொற்பொழிவாக நிகழ்த்தப்படுகிறது. திரௌபதியின் கோபமும் பழிவாங்கும் உணர்வும் பாதிக்கப் பட்ட மக்களுக்கு நிவாரணமாக இருக்கிறது.

- **'கவியரசு கண்ணதாசனுடன்' தங்களுடைய அனுபவம் பற்றியும், அவர் எழுதிய நூல்களில் தங்களது மனத்தினைக் கவர்ந்த நூல் எது எனவும் கூறவும்!**

இரா. நாகராஜன், திருநெல்வேலி.

கவியரசுகவிஞர்கண்ணதாசனின்மகன்காந்திகண்ணதாசனோடு பழகும் வாய்ப்பு மட்டுமே எனக்குக் கிட்டியது. கவிஞரின் திரைப்பாடல்கள் ஆழமான அனுபவப் பிழிவுகள். 'சிறகில் எனை மூடி அருமை மகள் போல வளர்த்த கதை சொல்லவா!' என்கிற வரிகளில் எத்தனை யதார்த்தம். 'எல்லையில்லாத் துயரினிலே இறைவன் வராவிடில் இல்லையவர் என்போரையே இறைவனெனத் துதிப்போம்' என்கிற வரிகளில் எத்தனை கோபம். 'நதியில் விளையாடி கொடியில் தலை சீவி நடந்த இளந்தென்றலே' என்பதில் எத்தனை கவித்துவம். 'வள்ளுவன் தன்னை உலகினுக்கே தந்து உள்ளதும் கெட்ட தமிழ்நாடு' என்ற வரிகளில் எத்தனை நகைச்சுவை. அவருடைய இயேசு காவியம் எனக்கு கல்லூரியில் பரிசாக அளிக்கப்பட்டபோது அந்த இரவே அதைப் படித்து முடித்தேன். அவர் இன்னும் பல ஆண்டுகள் உயிரோடு இருந்திருந்தால் அழியாத பல காவியங்கள் தமிழுக்குக் கிடைத்திருக்கும்.

- **தாங்கள் எழுதிய நூல்களில் உங்களுக்கு மிகவும் பிடித்த நூல் எது?**

கவிஞர் இரா. இரவி, மதுரை.

பிடித்த நூலை எழுதுவதற்கான முயற்சிகள்தான் இதுவரை எழுதிய நூல்கள்.

- கோயில் சிலைகளில் காணப்படும் யாளி புராண வரலாற்றில் இடம் பெற்றுள்ளனவா?

இரா. கல்யாணசுந்தரம், மதுரை.

தமிழ் இலக்கியத்தில் யாளி என்றும், சமஸ்கிருதத்தில் வ்யாளா என்றும் அழைக்கப்படுகிற புனைவியல் விலங்கு இந்தியக் கோயில்களில் காணப்படுகிற வியப்பூட்டும் சிற்பம். அது சிங்கம், யானை, குதிரை போன்றவற்றின் கலவை. பெரும் பாணாற்றுப் படையில் 'மழை விளையாடும் களைவலர் அடுக்கத்து அணங்கு உடை யாளி' என்று குறிப்பிடப்பட்டுள்ளது. குறிஞ்சிப் பாட்டில் அலைசெறி உழுவையும், யாளியும் உளியமும் என்கிற பாடல் இடம் பெற்றுள்ளது. யாளியின் முழங்கால் அளவிற்கு ஒரு யானை நின்றிருப்பதைப்போல சிற்பங்கள் காணப்படுகின்றன. யானையே முழங்கால் அளவு இருந்தால் அந்த யாளி எவ்வளவு பிரம்மாண்டமாக இருக்கும் என்ற மீமெய்மையியல் பார்வையில் இதைப் பார்க்க வேண்டும். அவற்றில் கவித்துவமும் உண்டு. கலைநயமும் உண்டு.

- தமிழ் என்ற சொல்லையே பயன்படுத்தாத திருவள்ளுவர் தமிழ்மொழியின் வளர்ச்சிக்கு என்ன பங்களிப்பு செய்திருக்கிறார்?

பலராமன்,
பைபாஸ் சாலை, மதுரை.

திருவள்ளுவர் தமிழ் இலக்கியப்போக்கைத் திசைதிருப்பியவர் என்று குறிப்பிடலாம். அவருடைய தாக்கம் அவருக்குப்பின் வந்த அத்தனை இலக்கியங்களிலும் இருக்கிறது. அவர் எண்ணற்ற தமிழ்ச் சொற்களையும் உருவாக்கியவர். சங்க இலக்கியங்களில் இல்லாத 17 வினைச்சொற்களை அவர் உருவாக்கினார். தற்காத்தல், வியர்த்தல், வேர்த்தல் போன்றவை அவரது பங்களிப்பு. புதிய பதங்களான ஊருணி, கட்டளைக்கல், செந்தன்மை போன்றவற்றை அவர் பயன்படுத்தினார். தமிழுக்கு நூறு சொற்களை அவர் புதிதாகப் பங்களித்தார். அவருடைய

மொத்த சொற்திறனில் 2.5 சதவிகிதம் புதிய சொற்கள். இதைப்பற்றிய நீண்ட கட்டுரை ஒன்றை பி.ஆர். சுப்பிரமணியன் என்பவர் சென்னைப் பல்கலைக்கழகத்தில் 18.09.2006 அன்று வாசித்துள்ளார். பதாகையை உயர்த்தாமல் பங்களிப்பதே மிகப்பெரிய பண்பு. அதைத் திருவள்ளுவர் தெளிவாகச் செய்தார்.

- ***லக்ஷ்மன்ரேகா என்பது கம்ப ராமாயணத்தில் இடம் பெறுகிறதா?***

ஜீவா, குடவாசல், நாகப்பட்டினம்.

வால்மீகி ராமாயணத்தில் லக்ஷ்மன்ரேகா என்பது பற்றி எந்தவித குறிப்பும் இல்லை. கம்ப ராமாயணத்திலும் இல்லை. தெலுங்கு, வங்காளம் ஆகிய மொழிகளில் எழுதப்பட்ட ராமாயணத்தில் இது குறிப்பிடப்படுகிறது. புத்தரெட்டி எழுதிய தெலுங்கு ரங்கநாத ராமாயணத்தில் இலக்குமணன் சீதையின் குடிலைச் சுற்றி ஏழு கோடுகளை வரைகிறான். அதை ராவணன் தாண்ட முற்படும்போது அவை நெருப்பைக் கக்குகின்றன. இப்போது நம்மூர் மக்கள் எறும்புக்கு அதைப் பயன்படுத்துகிறார்கள்.

- ***84 வயதான எனது முதுமையில் உடல்நலன் குன்றிய நிலையில் என் அமைதிக்கும், மனநிறைவுக்குமான நல்ல சில நூல்களைத் தேர்ந்தெடுத்து படித்துத் துய்ப்பதற்கேற்ப பரிந்துரைத்து அவை எனக்கு எந்த வகையில் பயன்படும் என்பதை விளக்கவும்?***

வி.எஸ்.கிருஷ்ணமூர்த்தி,
வரட்டணப்பள்ளி.

இந்த வயதிலும் படிக்க விரும்பும் உங்கள் ஆர்வத்திற்குத் தலைவணங்குகிறேன். புதிதாகப் படிப்பதைவிட ஏற்கெனவே நீங்கள் படித்தவற்றில் பிடித்தவற்றை எடுத்து வாசித்துப் பாருங்கள். புதிய கோணங்கள் அவற்றில் புலப்படும். திருக்குறள், திருவாசகம், தேவாரம், திருவருட்பா, பாரதியார், பாரதிதாசன், கண்ணதாசன் படைப்புகள் போன்றவை அமைதியை

ஏற்படுத்தும். மிர்தாதின் புத்தகம், மலைச்சாரல் பிரசங்கங்கள், யோபின் வாழ்க்கை, நபிகள் பெருமானின் சரிதம், கலீல் கிப்ரானின் தீர்க்கதரிசி ஆகியவை நீங்கள் தேடும் அமைதியை உங்களுக்கு அளிக்கும். வாசிப்பதோடு அவற்றை அடிக்கடி அசைபோடவும் செய்யுங்கள். இவற்றை வாசிக்க வாசிக்க மலர்கள்மீதுகூட நசுங்காமல் நடக்கவும், காற்றைக்கூட கசங்காமல் சுவாசிக்கவும், எறும்பைக்கூட மிதிபடாமல் இருக்கவும் கருணைமயமான எண்ண அதிர்வுகளை நாம் பெறுவோம். ஒவ்வொரு நொடியும் ஆனந்தமயமானதாக ஆகிவிடும்.

- ***தஞ்சை மாவட்டத்தில் பெருமளவு உள்ள கோயில்களுக்கு கருங்கற்கள் கொண்டுவர பாதை, வாகனம் இல்லாத காலத்தில் எப்படி சாத்தியமாயிற்று?***

வீரசெல்வம், பந்தநல்லூர்.

அயராத உழைப்பும், தளராத ஊக்கமும், அதிசயத்தக்க அர்ப்பணிப்பும், மண்சார்ந்த தொழில்நுட்பமும் இருந்த காரணத்தால் அவை சாத்தியமாயின. இன்று வியத்தகு தொழில்நுட்பம் இருக்கும் காலத்தில்கூட அன்று ஆறேழு ஆண்டுகளில் கட்டப்பட்ட கோயில்களை அதே அளவு அவகாசத்தில் கட்ட முடியாது என்பதுதான் உண்மை. இன்று பணத்திற்காகப் பணியாற்றுகிறோம், அன்று மனத்திற்காகப் பணியாற்றினார்கள். எல்லாப் போர்களும் முதலில் மனத்தில் தான் நிகழ்த்தப்படுகின்றன என்பதைப்போல எல்லா ஆலயங் களும் முதலில் நம் நெஞ்சத்தில்தான் வடிவமைக்கப்படுகின்றன.

- ***மனிதனை எடைபோட வள்ளுவர் காட்டும் வழி என்ன?***

தாரா ரமேஷ், புதுச்சேரி.

குணம்நாடிக் குற்றமும் நாடி அவற்றில்
மிகைநாடி மிக்க கொளல்.

- ***அரசுப்பணி, எழுத்துப்பணி-அரசு அதிகாரி இறையன்பு, எழுத்தாளர் இறையன்பு, இவற்றில் உங்களுக்கு மனநிறைவு தருவது எது?***

இரா. செல்வம், புல்வாய்க்கரை.

அரசுப்பணியிலும் என் எழுத்துப்பணி உதவியிருக்கிறது. தமிழகச் சுற்றுலாவிற்காக நான் எழுதிய பாடல் இன்னும் அத்துறை அதிகாரிகளின் அலைபேசிகளில் ஒலித்துக் கொண்டிருக்கிறது. மாமல்லபுரம் நாட்டிய விழாவிற்கு கலை இலக்கியப் பயணம் என்கிற நிகழ்ச்சியை எழுத முடிந்தது. அதைப்போலவே, இதழ்களுக்கு எழுதும்போது என் நிர்வாக அனுபவம் உதவுகிறது. 'ஆத்தங்கரையோரம்' என்கிற நாவல் அப்படிக் கனிந்ததுதான். எனவே, இவை இரண்டும் மக்கள் நலன் என்கிற உள்ளங்கையை நோக்கி நீள்கிற விரல்களாகவே வியாபித்திருக்கின்றன.

- ***துன்பத்திலும் இன்பம் தரும் விஷயம் எது?***

வண்ணை கணேசன், சென்னை-110.

துன்பவியல் காவியங்கள், நாடகங்கள்.

- ***'Don't judge a book by it's cover'*** இந்த வாசகம் பற்றிய உங்கள் கருத்து என்ன?

முகேந்திரன் முத்து.

நூலை எழுதியவர் பெயர் அட்டையில் அச்சிடப்படாத போதுதான் இந்த வாசகம் பொருந்தும்.

- ***ராமாயணத்தில் மந்தரை, மகாபாரதத்தில் சகுனி - யார் மிகவும் கெடுதலானவர்?***

எம். செல்லையா, சாத்தூர்.

தீயவர்களுக்கு ஆதரவாக இருந்தவர் சகுனி. நல்ல உள்ளத்துடன் இருந்த கைகேயியின் நெஞ்சிலே நஞ்சைப் பாய்ச்சியவள் மந்தரை. விரும்பாதவர்களைக்கூட ஒரு செய்தியை ஏற்றுக்

கொள்ள என்னென்ன செய்ய வேண்டும் என்பதற்கு அவள் ஓர் எடுத்துக்காட்டு. விற்பனைப் பிரதிநிதிகளுக்கு அவள் ஒரு முன்மாதிரி.

- **தாங்கள் படித்ததில் மிகவும் ரசித்த கவிதை ஒன்றை பகிருங்களேன்.**
 ஏ.ஜெ.பி. இன்பெண்ட் பெராரோ,
 வேலூர்.

நளவெண்பாவில் வரும் ஒரு பாடல்.

மங்கையொருத்தி மலர் கொய்வாள் வண்முகத்தைப்
பங்கயம் என்றெண்ணி படிவண்டைச் செங்கையால்
காத்தாளக் கைமலரைக் காந்தளெனப் பாய்தலுமே
வேர்த்தாளைக் காண் என்றான் வேந்து.

ஒரு பெண் பூப்பறித்துக் கொண்டிருக்கிறாள். அவள் பறிக்கும் போது பூவிலிருந்த வண்டு ஒன்று அதிலிருந்து எழுந்து பறக்கிறது. அவள் முகத்தைப் பார்த்து தாமரை என எண்ணி வட்டமிடுகிறது. அவளோ பயந்துபோய் கையால் அது துன்புறுத்தாவண்ணம் தடுக்கிறாள். அவள் கையை காந்தள் என நினைத்து அது வட்டமிடுகிறது. அவள் வேர்த்துப் போகிறாள். எவ்வளவு அழகான கற்பனை!

- **எழுத்தாளர்கள் தங்கள் படைப்புகளை பலமுறை எழுதி எழுதிப் பார்த்து செப்பனிட்டு வெளியிட்டார்கள் என ஓர் பட்டியல் 'வியர்வையின் வெகுமதி'யில் படித்தேன். எல்லோருமே அயல்நாட்டினர் – உள்நாட்டினர் அதைப்போல் இல்லையா?**
 உமாதேவி பலராமன்,
 திருவண்ணாமலை.

வெளிநாடுகளில் எழுத்தாளர்கள் அவர்கள் எழுதிய படைப்பை வேறொருவரிடம் கொடுத்து எடிட் செய்யச் சொல்வதும், பிறகு அதை அப்படியே ஏற்றுக்கொண்டு அச்சிடுவதும் சகஜமான நிகழ்வு. பல பக்கங்கள் எழுதப்பட்ட தரிசு நிலம் என்கிற டி.எஸ். எலியட்டின் கவிதையை பத்தொன்பது

பக்கங்களாக தயவு தாட்சணியம் இன்றி வெட்டிக்கொடுத்தவர் எஸ்டாபவுண்ட். அந்த காரணத்தினாலேயே அதற்கு நோபல் பரிசு கிடைத்தது. அவரை மாஸ்டர் கிராப்ஸ்ட்மேன் என்று எலியட் பாராட்டுகிறார். தமிழில் அப்படிப்பட்ட நிகழ்வுகள் சாத்தியமில்லை. என் எழுத்தில் சந்திப்பிழையைக்கூட திருத்தும் அதிகாரம் யாருக்கும் இல்லை என்கிற மனப்பான்மை இங்கே இருக்கிறது. மேலும் அடுத்தவர்கள் எடிட் செய்ய அவர்கள் ஒத்துக்கொண்டதைப்போலவும் தெரியவில்லை.

எத்தனைமுறை திருத்தி எழுதினார்கள் என்பதைப் பற்றியே குறிப்புகளைப் பெரும்பாலும் தமிழ் எழுத்தாளர்கள் எழுதுவதில்லை எல்லாவற்றிலும் தமிழ் மூக்குக்கண்ணாடியை மாட்டிக் கொண்டு மூச்சுத்திணறி மூழ்காதீர்கள்.

- இந்து மதத்தில் மட்டும் தெய்வங்கள் அதிகமாகவும், அவர்களைப் பற்றிய புனைக் கதைகள் அதிகமாகவும் இருந்தாலும் மக்கள் மனமும் அதை ஏற்றுக் கொண்டதே. இது பற்றி தங்கள் எண்ணம் என்ன?

இரா.ரெங்கசாமி, வடுகப்பட்டி,

உலகத்தில் தொடக்கத்தில் பலதெய்வ வழிபாடுகளே இருந்தன. கிரேக்கத்திலும் ரோமாபுரியிலும் நம் நாட்டில் இருப்பதைப் போலவே பல கடவுள்கள் பல்வேறு புனைவுகளுடன் வடிவமைக்கப்பட்டார்கள். யூத மதத்தின் அறிமுகத்தோடு ஒற்றைக் கடவுளை வழிபடும் முறை மேற்கில் உண்டானது. அப்போது மற்ற கடவுள்களை வழிபடுபவர்களை pagon என்று அழைத்தார்கள். இந்தியாவில் இறைமை ஒன்று என்கிற புரிதல் இருந்தாலும் பல்வேறு உருவங்களை வழிபடுவதும் தொடர்கிறது. எந்த வடிவத்தில் எந்தப் பெயரைச் சொல்லி வழிபட்டாலும் அது என்னையே வந்து அடையும் என்று இதை பின்னேற்பு செய்வதைப் போல பகவத்கீதையில் பரமாத்மா பகர்கிறார்.

- தமிழ்ப் புலவரையும், ஆங்கில நாடக ஆசிரியரையும் ஒப்பிட்டு எழுதிய 'வள்ளுவரும் ஷேக்ஸ்பியரும்' என்ற ஆய்வு நூல் எந்த மொழியில் வெளிவர இருக்கிறது?

ஜே. பிரின்ஸஸ் கோவ்டா,
பசுமலை, மதுரை.4.

ஆங்கிலத்தில். விவா பதிப்பகம் வெளியிட்டுள்ளது.

- புதுமைப்பித்தன் படைப்புகளில் நீங்கள் ஆழ்ந்து லயித்தது எது?

டி.சந்திரன், ஈரோடு

செல்லம்மா என்கிற சிறுகதை. உண்மையான காதல், ஒருவருக்கு உடம்புக்கு முடியாதபோது கணவனோ, மனைவியோ கண்களைப் போல காப்பதில் அடங்கியிருக்கிறது என்கிற உன்னதத் தத்துவம் ஓங்கி ஒலிக்கும் கதை. சுந்தரராமசாமி அதை மிகச் சிறந்த காதல் கதை என்று சிலாகிக்கிறார்.

- இடுக்கண் வருங்கால் நகுக! இது சாத்தியமா?

இராம. முத்துக்குமரனார்,
கடலூர் துறைமுகம்.

'ஹார்வர்டு பல்கலைக்கழகத்தில் என்ன கற்றுத்தரப் படவில்லை' என்கிற புத்தகம். எழுதியவர் மெக்கார்மக். ஃபோர்டு கம்பெனியில் ஏற்பட்ட பொருளாதார நெருக்கடியை எவ்வாறு ஒரு நகைச்சுவைத் துணுக்கு தளர்த்தியது என்று எழுதியிருக்கிறார். உணர்ச்சி மேலாண்மை உள்ளவர்களுக்கே இது சாத்தியம். மன அழுத்தத்தில் இருப்பவர்களுக்கு பாரத்தை இறக்கி வைக்க நகைச்சுவை உணர்வு அவசியம். இவ்வுணர்வு லிங்கன், காந்தியடிகள் போன்ற மனிதர்களுக்கு இருந்தது.

- திரௌபதியின் குழந்தைகள் பெயரைக் கூறுங்கள்.

நன்மதி, பாலக்கோடு.

திரௌபதி பாண்டவர்களுக்கு ஐந்து மகன்களைப் பெற்றுக் கொடுத்தாள். யுதிராஷ்டிரனின் மகன் பிரதிவிந்தியன், பீமனின் மகன் சத்சோமன், அர்ஜுனனின் மகன் சுருதகீர்த்தி, நகுலனின் மகன் ஷடானிகன், சகாதேவனின் மகன் சுருதசேனன். பாரதப்போர் முடிந்ததும் அஸ்வத்தாமன் ஆந்தையொன்று இரவு நேரத்தில் நூற்றுக்கணக்கான காகங்களைக் கொன்றதைப் பார்த்து பாண்டவர்களின் முகாமிற்கு இரவு சென்றான். பாண்டவர்கள் என்று எண்ணி வீரர்களைக் கொன்றான். முகாமிற்குத் தீ வைத்தான். பாண்டவர் என்று நினைத்து அவன் கொன்றவர்கள் திரௌபதியின் ஐந்து குழந்தைகளைத்தாம்.

- காலஞ்சென்ற எழுத்தாளர் ஜெயகாந்தனைப் பற்றி இரண்டு வரி கூறுங்கள்

ஜி. சுப்பிரமணியன், நாகப்பட்டினம்.

ஜெயகாந்தன் காலஞ்சென்றவர் அல்ல, நம்மைக் கடந்து சென்றவர். வாழ்நாள்வரை தன்னைக் கடந்து செல்வதையே வளர்ச்சி என்று கருதியவர். எல்லாக் காலங்களும் வாழும் படைப்புகளைத் தந்தவர்.

- சாதிக்கத் துடிக்கும் எனக்கு உதவிடும் விதமாக நீங்கள் எழுதிய சாதனை நூல்களில் ஒன்றினை 'உங்களது கையெழுத்திட்டு' அனுப்பித் தருவீர்களா?

ஆர். நாராஜாஜன், ராதாபுரம்,

உங்களுக்கு என் பத்தாயிரம் மைல் பயணம் என்ற நூலை அனுப்பி வைக்கிறேன். இக்கேள்வி பிரசுரமாவதற்குள் உங்களுக்கு கிடைத்திருக்கும் என்று நம்புகிறேன்.

- உங்கள் எழுத்துக்கள் இளையதலைமுறைக்கு வழிகாட்டியாய் உள்ளன. உங்கள் புத்தகங்கள் அனைத்துமே அரிய கருத்து சுரங்கங்கள்.. பல்விதத் தலைப்புகளில் எழுதுகின்ற நீங்கள்

"ஆன்மிகம்" பற்றி எழுதுவது இல்லை. உங்களுக்கு இறை உணர்வு உண்டா? இல்லையா? ஆன்மிகம் சம்பந்தமான படைப்புகளை எப்போது தரப்போகிறீர்கள்?

என்.சண்முகம், திருவண்ணாமலை 606 601.

'வாழ்க்கையே ஒரு வழிபாடு' என்கிற என் நூல் முழுக்க முழுக்க ஆன்மிகம் தொடர்பானது. என்னுடைய 'திருப்பாவைத்திறன்' அறிவியல் பூர்வமாக ஆண்டாளின் கருத்துகளை ஆய்வு செய்யும் நூல். ஆன்மிகம் என்பது குறித்த சுய சிந்தனைகள் அடங்கிய நூல் 'சத்சங்கம்'.

- தாங்கள் சமீபத்தில் படித்து முடித்த புத்தகத்தைப் பற்றிய விமர்சனத்தைக் கூறுங்களேன். நாங்களும் வாங்க ஏதுவாக இருக்குமல்லவா?

பாபு கிருஷ்ணராஜ், கோவை.

அண்மையில் 'என்ன சொல்கிறாய் சுடரே' என்கிற எஸ்.இராம கிருஷ்ணன் எழுதிய சிறுகதைத் தொகுப்பை வாசிக்க நேர்ந்தது. அதிகம் இனிப்பு என்கிற ஒரு சிறுகதையில் பார்வையற்ற பெண்ணொருத்தியை, அன்பின் மூலம் தன்னை ஏமாற்ற நினைத்த நிலத்தரகரின் மனத்தில் குற்ற உணர்வை ஏற்படுத்துவது அழகாகக் கூறப்பட்டிருக்கிறது. 'நமக்கு யாராவது பிடித்தவர்களாக இருந்தால் சர்க்கரை கூடப் போட்டுக் கொடுக்கனும். அப்போதுதான் நம்மளை ஞாபகம் வைச்சிக் கிட்ருப்பாங்க' என்ற வரிகள் இன்னும் ஞாபகம் இருக்கிறது. அதில் வரும் தத்துவார்த்த கதை ஒரு உருவகக்கதை. நாம் உணர்ந்தவுடன் உள்ளுக்குள் ஒலிக்கும் குரலை உதாசீனப் படுத்துகிறோம் என்பது மிக நேர்த்தியாக சித்திரிக்கப்பட்டிருக் கிறது. பல இடங்களில் நான் அடிக்கோடிட்ட புத்தகம் அது.

- மரபுக் கவிதை, புதுக் கவிதை - இவற்றில் எது தங்களைக் கவர்கிறது. ஏன்?

அ. முரளிதரன், மதுரை.

வடிவத்தைவிட உள்ளடக்கம் முக்கியம். படிமங்களைவிட தத்துவம் உன்னதம். குறியீட்டைவிட குறிக்கோள் முக்கியம். அழகியலும், ஆழமும், கவித்துவமும் கலக்கிறபோது எந்தக் கவிதையும் இனிமையானதே.

• கடந்த நூற்றாண்டில் பல லட்ச நூல்களை புத்தக உலகம் கண்டிருக்கிறது. அதனால் சமூக மாற்றம் ஏதும் நிகழ்ந் திருக்கிறதா?

மரு. பெ. இரமேஷ் குமார்,
வேதாரண்யம்.

சமூக மாற்றம் என்பது மொட்டு மலர்வதைப்போல மௌன மாகத்தான் நிகழ முடியும். அது உடனடி இடியாப்பம்போல நிகழ்வது இல்லை. தாமஸ் பெயின் என்பவர் எழுதிய 'பொதுப்புலன்' என்கிற நூலே அமெரிக்க விடுதலைக்கு அடித்தள மிட்டது. கார்ல் மார்க்சும், ஏங்கெல்சும் எழுதிய கம்யூனிஸ்ட் மேனிபெஸ்ட்டோ பொதுவுடைமையை புதுப்பிக்கச் செய்தது. டார்வினின் இயற்கைத் தேர்வுநெறி புத்தகம் அறிவியலில் புதிய எழுச்சியை ஏற்படுத்தியது. பாரதியின் பாடல்களும் தமிழக இளைஞர்களை விடுதலை வேள்வியில் குதிக்கச் செய்தது. பாரதிதாசனின் கவிதைகள் சீர்திருத்தக் கருத்துகளை இதயத்தில் விளைவித்தது. ஜெயகாந்தனின் சிறுகதைகள் சில சமூக அவலங்களை ஒழிக்க ஆதரவாய் இருந்தன. இப்படி எண்ணற்ற புத்தகங்கள் புறவாழ்க்கையையும், அகப்பார்வை யையும் தொடர்ந்து கட்டமைத்துக்கொண்டே இருக்கின்றன. இவையெல்லாம் வெளிச்சம் பரவுவதைப்போல ஆரவார மின்றி நடந்தேறும் மாற்றங்கள்.

4. நீதி

- தவறு செய்பவர்கள் தெரியாமல் செய்துவிட்டேன் மன்னித்து விடுங்கள் என்கிறார்களே? இது சரியா?

கே.எஸ். கோவர்த்தனன், சென்னை.

தெரியாமல் செய்வது தவறு. தெரிந்து செய்வது தப்பு. தப்பையே சரியாகச் செய்யாமல் மாட்டிக் கொள்வதுதான் தப்பும் தவறுமாகச் செய்வது.

- எதையும் தியாகம் செய்யவேண்டும் என்ற மனநிலை யாருக்கெல்லாம் வரும்?

கா. இராஜசேகர், மங்களபுரம்.

நாம் கொடுப்பவை மட்டுமே நமக்குச் சொந்தமானவை என்கிற புரிதல் யாருக்கு ஏற்படுகிறதோ அவர்களுக்கு இம்மனநிலை உண்டு. எதையும் எதிர்பார்க்காமல் செய்வதே தியாகம்.

வெ. இறையன்பு

- **முதன் முதலில் தங்கள் எழுத்துகள் பிரசுரம் செய்யப்பட்டது எப்பொழுது? பிரசுரமான தங்கள் எழுத்துகளை பார்க்கும் போது ஏற்படும் நிறைவு எத்தகையது?**

ஏ.ஜெ.பி. இன்பெண்ட் பெராரோ,
வேலூர் அரசு மருத்துவக் கல்லூரி, வேலூர்.

கல்லூரியில் படிக்கிறபோது எழுதிய கவிதை ஒன்று வார இதழில் பிரசுரமானது. அச்சில் அதைப் பார்த்தபோது ஏற்பட்ட பரவசம் அலாதியாக இருந்தது. இப்போதும் எழுத்துகளை இதழ்களில் பார்க்கும்போது மகிழ்ச்சி ஏற்படவே செய்கிறது.

- **உழைப்பாளர்களுக்கு தகுந்த மரியாதை ஏன் கிடைப்பதில்லை?**

தாமஸ் மனோகரன், முதலியார்பேட்டை, புதுச்சேரி .

உழைப்பாளர்கள் சிலையாகிவிட்டதால்.

- **சாலையின் நடுவில் எச்சில் துப்புவதுபோல பலரும் பயன் படுத்தும் நூலக செய்தித்தாள், புத்தகங்களில் சிலர் எச்சிலை தாராளமாக தடவுகிறார்களே, அவர்கள் மனம் புண்படாமல் அதனை நிறுத்த ஒரு வழி சொல்லுங்களேன்?**

மு.தனகோபாலன், திருவாரூர்.

துப்புக் கெட்டவர்கள் துப்பலாம் என்று சொல்லுங்கள்.

- **நீண்டநாள் நட்புகூட சில வினாடி விவாதங்களால் முறிந்து போகிறதே?**

கா.இராஜசேகர், மங்களபுரம்.

விவாதங்களால் முறிந்தால் அது நட்பல்ல.

- **புகழ், பணம் - எது போதையானது?**

வண்ணை கணேசன், சென்னை.

புகழ். ஏனென்றால் அது அருகில் இருப்பவர்களையும் தள்ளாட வைக்கிறது.

- சேமிப்பில் தலையாயது எறும்பா, தேனீயா?

    இனாம் கேசவன், கோவில்பட்டி.

    மனிதர்களிடம் அபகரித்துச் சேர்ப்பது எறும்பு. மனிதர்கள் அபகரிப்பது தேனீக்களிடம்.

- நீர்க்குமிழி போன்ற நம் வாழ்க்கையில் காதறுந்த ஊசியும் வாராது காண்கடை வழிக்கே என்பதை அனைவரும் அறிந்திருந்தும் அதிக ஆசையினால் மக்கள் செய்யும் கொடுஞ்செயல்கள் அதிகரித்துக்கொண்டே போவது ஏன்?

    வீ.ஸ்ரீராம், கோவை.

    போகும்போது எதையும் எடுத்துச்செல்ல முடியாது என்பதால் இருக்கும்போதே அனுபவித்துவிட நினைக்கிறார்கள்.

- நேர்மை, நியாயம் நிலைக்க வழியுண்டா?

    கவிக்கோலம் கிருஷ்ணமூர்த்தி, சென்னை - 30.

    நேர்மையும் நியாயமும் தற்காலிகமாகப் பெறுகிற பின்னடைவு களைக் கண்டு சோர்ந்துவிடக் கூடாது. எதிர்ப்புகள் அவற்றை இன்னும் ஆழமாக நிலைபெறச் செய்கிற நங்கூரங்கள் என உணர வேண்டும்.

- இன்பம், துன்பம் - இவற்றிற்கு எல்லையே கிடையாதா?

    வண்ணை கணேசன், சென்னை - 110.

    இன்பத்தின் எல்லையே துன்பம்.

- மனத்தில் உண்மையும் உற்சாகமும் எப்போதும் இருந்தால் வயதானால்கூட இளமையாக இருக்கலாம் என்பது உண்மையா?

    மு. மதிவாணன், அரூர்.

    இளமை என்பது வயதல்ல, அது மனநிலை. வளர மறுக் கிறவர்களே வயோதிகம் அடைகிறார்கள்.

- ***நேர்மையான உழைப்புக்கு அங்கீகாரம் தாமதமாகக் கிடைக்கிறதே?***

த. சிவாஜி மூக்கையா, தர்காஸ்.

நேர்மையான உழைப்பு ஈசல் இறகுகள்போல் இல்லாமல் வெண் புறாக்களின் வீரிய சிறகுகள்போல் இருப்பதால் வளர நேரம் பிடிக்கிறது.

- ***கடிகாரத்தை அடிக்கடி பார்த்துக்கொண்டு பணிசெய்வது நல்ல விசயமா?***

த. சிவாஜி மூக்கையா, தர்காஸ்.

கடிகாரத் தொழிற்சாலையில் வேலை செய்பவர்களுக்கு மட்டும் அது நல்ல விசயம்.

- ***கருவறை – கல்லறை – என்ன வித்தியாசம்?***

பாரதிமுருகன், மணலூர்பேட்டை.

இரண்டிலும் இருட்டு இருக்கிறது. கருவறை இருட்டு உருவாக்கு கிறது, கல்லறை இருட்டு எருவாக்குகிறது.

- ***பயம், பதட்டத்தைப் போக்க என்னவழி?***

பாரதிமுருகன், மணலூர்பேட்டை.

நேரத்தைச் சரியாக வரையறை செய்து, சோம்பலைத் தவிர்த்து முறையாகச் செயல்பட்டால் பதற்றம் குறையும். வருகிற நிகழ்வை காட்சிப்படுத்தி மனத்தைப் பழக்கினால் பயம் விலகும். யார் நேர்மையாகவும், உண்மையாகவும் இருக்கிறார்களோ அவர்கள் அதிகம் பயப்பட வேண்டிய அவசியம் இல்லை.

- ***ஆசை, பேராசை, நிராசை, நப்பாசை .... பொருள் வேறுபாடு?***

'இனாம்' கேசவன், கோவில்பட்டி.

நியாயமானது ஆசை; அதீதமானது பேராசை. நடக்காமல் போவது நிராசை; நடக்க வாய்ப்பே இல்லாத ஒன்று நடந்தால் நடக்கட்டுமே என நினைப்பது நப்பாசை.

* புத்தக அறிவைவிட அனுபவ அறிவு வாழ்க்கையில் உடனே உயர்வை அளிக்கிறதே?

மேட்டுப்பாளையம் மனோகர், சென்னை - 18.

புத்தக அறிவு வீடு போல, அனுபவ அறிவு சட்டைப்பையில் இருக்கும் பணம் போல. தேநீர் குடிக்க வீட்டை விற்க முடியாது.

* தலைக்கனம் வராமல் தவிர்ப்பது எப்படி?

கா. இராஜசேகர், மங்களபுரம்.

மகத்தான மனிதர்களின் வரலாற்றை வாசித்தால் அவர்கள் முன்பு நாம் மடுகூட அல்ல, மண்துகள்என்பதை உணர்வோம். அப்போது நாம் பெருமைப்பட ஏதுமில்லை என்பதை அறிவோம்.

* மரியாதை நிமித்தமான சந்திப்பு என்று கூறுகிறார்களே, அப்படி என்றால் என்ன?

த. சிவாஜி மூக்கையா, தர்காஸ்.

நம்மிடம் மரியாதை இல்லையோ என்று நினைப்பவர்களை சமாதானப்படுத்த நிகழ்வதால் அதற்கு அந்தப் பெயர்.

* Survival of the fittest இந்தக் கூற்றுக்கு ஏற்ப மனித குண நலன்களில் எதையெல்லாம் மாற்றிக் கொள்ளலாம்? எதை யெல்லாம் மாற்றிக் கொள்ளக்கூடாது?

பிரபாகரன், ஆண்டாபுரம், நாமக்கல் மாவட்டம்.

உடல்ரீதியான தேவைகளைக் குறைத்து சூழலுக்குத் தகுதி யாக்கிக் கொண்டு உய்வடையலாம்.

உணர்வுரீதியானவற்றையே உதிர்க்க நேரிடின் சூழலையே மாற்றிக்கொண்டு மெய்ப்பிக்கலாம்.

* எனக்கு இப்போது 52 வயது. திருமணம் செய்துகொள்ள வில்லை. என்னுடன் பிறந்தவர்கள் 7 பேர். எல்லோருக்கும் திருமணமாகி குடும்பம் இருக்கிறது. தாய், தந்தைதான் எனக்கு தெய்வங்கள். இதில் எனது தந்தை கடந்த மாதம் தனது 83வது வயதில் இறந்துவிட்டார். அவரின் பிரிவை என்னால் தாங்கிக்

கொள்ள முடியவில்லை. 78 வயதான வயதான தாயாரும் இதே துயரில்தான் உள்ளார். எங்களின் துயர் குறைய தங்களின் மேலான ஆலோசனை தேவை.

கா. இராஜசேகர், மங்களபுரம், நாமக்கல் மாவட்டம்.

தினமும் நான்கு செய்திகளை நினைவுபடுத்திக்கொள்ள வேண்டும். ஒன்று நமக்கு ஒவ்வொரு நாளும் வயதாகிறது. இரண்டாவது நம் உடல் நோய்வாய்ப்படக்கூடியது. மூன்றாவது நாம் மரணம் அடைய வேண்டியவர்கள். நான்காவது நம்மைச் சார்ந்த மனிதர்களும், பொருட்களும் என்றேனும் ஒருநாள் நம்மைவிட்டுப் பிரியும் சாத்தியக்கூறுகள் அதிகம். இவற்றை நினைத்து தியானித்தால் எல்லா சோகங்களிலிருந்தும், பயங்களிலிருந்தும் விடுபடலாம்.

- ***உண்மை என்றால் என்ன? எல்லா உண்மைகளையும் நேசிக்க முடியுமா?***

வீ. இராஜ்குமார், ஜாம்புவானோடை.

விளக்கத்திற்கும் வியாக்யானத்திற்கும் அப்பாற்பட்டது உண்மை. விளக்க முற்படுகிறபோதே அது நீர்த்துப்போய் விடும். எல்லா உண்மைகளையும் நேசிக்க மெய்ஞானம் பெற்றவர்களால்தான் முடியும். 24 மணி நேரம் உண்மையை மட்டுமே பேசுவது என மக்கள் முடிவெடுத்துவிட்டால் எல்லா உறவுகளும் அறுந்துவிடும் என சிக்மன்ட் ஃப்ராய்டு சொன்ன வாசகம் உண்மையானது. நம் உறவுகள் பொய்களால் முட்டுக்கொடுத்து நீடித்துக்கொண்டிருக்கின்றன.

- ***சிறுவன் 'ஹித்தேந்திரனின்' பெற்றோர் உலகிற்கு கூறிய பாடம் என்ன?***

அ. குணசேகரன், புவனகிரி.

மரணத்திலும் மகத்தான சாதனை புரிய முடியும் என்கிற பாடம்.

- ***ஒழுங்கு, ஒழுக்கமாவது எப்படி?***

அ.சுகுமார், காட்பாடி

முயற்சியோடு மேற்கொள்வது ஒழுங்கு. அதுவே ஆழ்மனத்தில் ஐக்கியமாகிவிடுவது ஒழுக்கம்.

- **இதிகாசங்களும், நீதி நூல்களும் வாழ்வியல் கருத்துக்களை உணர்த்தினாலும், அதை நம் வாழ்வில் பொருத்திப் பார்த்து நடைமுறைப்படுத்த ஒரு பயிற்சி வேண்டுமல்லவா, அதை எப்படிப் பெறுவது?**

மல்லிகா அன்பழகன், சென்னை

அவற்றைப் பொருத்திப் பார்த்து நயத்தகு நாகரிகத்துடன் வாழ்ந்து வருகிற மகத்தான மனிதர்களை உற்றுக் கவனியுங்கள், அவர்களை உதாரணமாகக் கொள்ளுங்கள். அதுவே பயிற்சி.

- **மனிதன் வாழ்கிறானா? இயங்குகிறானா?**

வே. செந்தில் ஆறுமுகம், ஆரல்வாய்மொழி.

இயங்குவதால் வாழ்கிறான்.

- **எவரேனும் பிறரைப்பற்றி கோள்மூட்டினால் செவிசாய்ப்பீர்களா?**

எஸ்.ஏ. கேசவன், கோவில்பட்டி, தூத்துக்குடி.

நான் கோள்களை நம்புவதில்லை.

- **கோபத்தைக் கட்டுப்படுத்தி பொறுமையையும், அன்பையும் வெளிப்படுத்த என்ன செய்ய வேண்டும்?**

மு. அனுஷியா, தெங்கம்புதூர்.

யார் மீது கோபம் உண்டானாலும் அந்த இடத்தைவிட்டு அகன்றுவிட வேண்டும். அது தடித்த சொற்களை உபயோகப் படுத்தாமல் நம்மைக் காப்பாற்றும். சிறிது நேரம் தள்ளிப் போட்ட பிறகு அடுத்தபக்கத்து நியாயங்களும் புரியத்தொடங்கும். அப்போது அன்பு வெளிப்படும். நாம் பெரும்பாலும் நம்மை விட பலவீனமானவர்கள் மீதுதானே கோபப்படுகிறோம்.

வெ. இறையன்பு

- "ஏழைச்சொல் அம்பலம் ஏறாது, பணம் பத்தும் செய்யும், பணம் பந்தியிலே குணம் குப்பையிலே" இதுபோன்ற பழமொழிகள் பணத்திற்கு முக்கியம் கொடுத்து உள்ளன, அப்போ பணம்தான் வாழ்க்கையா?

எஸ். அசோகன், கும்பகோணம்

பழமொழிகள் சில நேரங்களில் யதார்த்தத்தைச் சொல்கின்றன. லட்சியத்தைச் சுட்டுவதில்லை.

- கெட்டாலும் மேன்மக்கள் மேன்மக்களே இந்த சொலவடைக்கு என்ன சார் அர்த்தம்?

தாரா ரமேஷ், புதுச்சேரி

மேன்மை உள்ளவர்கள் செல்வம் போனபிறகும் தரம் தாழ மாட்டார்கள், பண்புடன் நடந்துகொள்வார்கள், பழிவாங்க மாட்டார்கள். மன்னிக்கும் மனநிலையோடு திகழ்வார்கள் என்பதை அந்தச் சொற்கள் உணர்த்துகின்றன.

- அதிகம் உணர்ச்சிவசப்படக் கூடியவர்கள் தங்களைக் கட்டுப்படுத்திக்கொள்வது எப்படி?

கா.இராஜேந்திரன், மங்களபுரம்

வெற்றி வருகிறபோது அதிக மகிழ்ச்சி அடைவதைக் குறைத்துக்கொண்டால் துன்பம் வருகிறபோது அதிகம் தொய்வுற மாட்டோம். படிப்படியாக உணர்ச்சிவசப்படுவது குறைந்துபோகும்.

- மக்கள் உடல் நலனுக்குக் கொடுக்கும் முக்கியத்துவத்தை, மனநலனுக்குக் (Mental Health) கொடுப்பதில்லைதானே?

மேட்டுப்பாளையம் மனோகர், சென்னை.18

உடல்நலனில் ஏற்படும் பிரச்சினை உடனடியாக வெளியே தெரிவதைப்போல மனநலனில் ஏற்படும் ஒடுக்கல் வெளியே தெரிவது இல்லை. அதை மற்றவர்கள் கண்டுபிடித்து மனநல மருத்துவரிடம் அழைத்துச் செல்ல வேண்டும். நம்மூரில் மனநல மருத்துவரிடம் செல்பவர்கள் புத்திசுவாதீனமற்றவர்கள்

என்பதைப் போன்ற தவறான கருத்து நீடிப்பதால் இதைத் தவிர்க்கவே பலரும் விரும்புகிறார்கள். மனநலன் நிகழ்வுகளால் மட்டுமல்ல, சில நேரங்களில் மரபுக்கூறுகளாலும் தீர்மானிக்கப் படுகிறது என்கிற உண்மை புரியாததால் இந்தப் பார்வை.

- **இளைஞர்கள் சிலரிடம் இரக்க மனப்பான்மை மறைந்து போய்விடுகிறதே! ஏன்?**

கீதா முருகானந்தம், பாபநாசம்,
தஞ்சை மாவட்டம்.

இளைஞர்கள் இரக்கத்தை இழக்கவில்லை என்பதற்கு அண்மையில் வந்த அரக்க மழையின்போது அவர்கள் காட்டிய இரக்க குணமே சாட்சி. இளைஞர்கள் நம்பிக்கைக்குரியவர்களாகவே இருக்கிறார்கள். சின்னச் சின்ன சக்திகளாக சிதறிப் போயிருக்கிற அவர்கள் ஒன்று சேர்ந்தால் அணுக்களை இணைப்பதைப்போல அபார ஆற்றல் பறக்கும்.

- **மதிப்பு மிக்க எதுவும் நம் அருகில் இருக்கும்போது அதன் அருமை நமக்குத் தெரியாமல் போவது ஏன்?**

மு. மதிவாணன், அரூர்.

அருகில் இருப்பதால்தான் அருமையை அறியாமல் போகிறோம். இருக்கும்போதே அருமையை உணர்வதே முதிர்ச்சி. இழந்து விடுவோம் என்கிற எச்சரிக்கையோடு காப்பாற்றுவதே ஞானம். இழந்தபின்பு வருந்தாமல், இருந்தபோது கிடைத்த இனிமையை நினைந்துகொள்வதே பக்குவம்.

- **'களவும் கற்று மற'... என்பதற்கு உண்மையான அர்த்தம் என்ன?**

அ. சுகுமார், கல்புதூர், காட்பாடி.

எல்லா பழமொழிகளுக்கும் பொருளைக் கண்டுபிடிக்க வேண்டிய அவசியம் இல்லை. அவற்றைக் கடைப்பிடிக்க வேண்டிய தேவையும் இல்லை. கற்பனைக்குக்கூட களவின் பக்கம் தலைவைத்துப் படுக்காமல் இருப்பதே நல்லது.

எப்படி எல்லாம் களவு நிகழ்கிறது என்பதை அறிவது நம் பொருளைக் காபந்து செய்ய வேண்டும் என்பதற்காகவே.

வெ. இறையன்பு

- **ஒருவரின் 'மதிப்பு' எதில் அடங்கியுள்ளது?**

ரேவதிப்ரியன், ஈரோடு.

மற்றவர்கள் நம்மை மதிக்கும் அளவிற்கு நமக்கு யோக்யதை இருக்கிறதா எனச் சிந்தித்துப் பார்த்து அதற்குத் தகுதி இருக்குமே யானால் அதுவே மதிப்பு.

- **பொதுவாக 'வேடதாரிகளை' எப்படிக் கண்டறிவது**

அ. சுகுமார்,
30, ராஜலிங்க நகர் 4-வது தெரு,
கல்புதூர், காட்பாடி 632 007

உதடுகள் பாசாங்கு செய்தாலும் உடல் மொழியால் ஒருவரை இனம் கண்டு கொள்ளலாம். அதற்குப் பயிற்சியும் தேர்ச்சியும் அவசியம். வாய் புகழ்ந்தாலும் கண்கள் கபடத்தைக் காட்டிக் கொடுத்துவிடும். ஒருவருடைய புன்னகை உண்மையானதா போலியானதா என்பதை அவர்கள் முகக் குறிப்புகளை வைத்துத் தெரிந்துகொள்ள முடியும். பொறாமை கண்களின் வழியாக பீய்ச்சியடிக்கப்படுகிறது என்று பேக்கன் குறிப்பிடு கிறார். ஒருவர் கை குலுக்குவதை வைத்தே அவர் நம்பக மானவரா என்பதை அறிந்துகொள்ளலாம். அழுத்தமாகக் கை குலுக்குபவர்கள் திடமான எண்ணம் கொண்டவர்கள். கழுவுகிற நீரில் நழுவுகிற மீனாய் சிலர் கைகுலுக்குவார்கள். உள்ளங்கையை வைத்தே உள்ளங்களைப் படிக்க முடியும். புருவ அசைவுகளை வைத்து எதிராளி எப்படிப்பட்டவர் என்பதை நாம் அறியலாம். அமர்ந்திருக்கும் விதத்தை வைத்து பேசுகிற தொனியை வைத்து மதிப்பட்டு விடலாம். வாய்மொழி பாதியில் வந்தது. உடல்மொழி ஆதியில் இருந்தது. எனவே சந்தேகம் எழுகிறபோதெல்லாம் ஒருவர் பேசுவதை அவர் உடல்மொழியைக் கொண்டு உரசிப்பார்த்துக் கொள்ளுங்கள். உண்மை தெரியும். எப்போதும் உண்மையாக சிரிப்பவர் தலாய் லாமா ஒருவரே என்று உடலசைவு மொழிகளை ஆய்வு செய்த

பால் எல்க்மேன் குறிப்படுகிறார். அலுவலகங்களில் சிலர் சிந்துகிற சிரிப்புகளிலும் சிவப்பு நாடா கட்டப்பட்டிருப்பதைப் பார்க்கலாம்.

- **தாங்கள் செய்த சாதனையாக எதைக் கருதுகிறீர்கள்?**

கருணாகரன், கடலூர்.

ஒரு புலி மானை வேட்டையாடினால் அது சாதனையல்ல. ஒரு சிங்கம் வரிக்குதிரையை வீழ்த்தினால் அது சாதனையல்ல. ஒரு யானை முயலை நசுக்கினால் அது பாராட்டுக்குரியதல்ல. எங்கேயாவது ஒரு மான் புலியை குத்திக் கொல்லுமேயானால் அதுவே சாதனையாகக் கருதப்படும். சக்திக்கு மீறி செய்வதுதான் சாதனை. அப்படி இதுவரை நான் என் சக்திக்கு மீறிய எந்த செயலையும் செய்துவிடவில்லை. நாம் எப்போது ஒன்றை சாதனை என்று சொல்லுகிறோமோ அப்போது அது நம் சக்திக்கு மீறியது என்பதை ஒப்புக் கொண்டவர்களாக ஆகி விடுவோம்.

- **என் வயது 18. என் அம்மா வயது 48. நானும் அம்மாவும் உங்களது புத்தகங்களையும், தொலைக்காட்சிகளையும் பார்ப்போம். ரொம்பப் பிடிக்கும். கடந்த ஜனவரி மாதம் அம்மாவிடம் பேசிவிட்டு இரண்டு பேரும் தூங்கச் சென்றோம். காலையில் நான் கண் விழித்தேன். அம்மா உயிர் பிரிந்தது. உடம்புக்கும் ஏதும் பண்ணவில்லை, சார். என்னால் மீண்டுவர முடியவில்லை. எதிலும் கவனம் செலுத்த முடியவில்லை. நொந்துவிட்டேன். சாதிக்க வேண்டும். உதவி செய்ய வேண்டும். அம்மாவுடைய லட்சியம் என்ன செய்ய வேண்டும் ஏதும் தெரியாமல் அம்மா நினைவில் நாட்களை கழித்துக் கொண்டிருக்கிறேன். சாதிக்க வேண்டும். வழிகாட்டுங்கள் சார்.**

முகமது ஜாவித்,
jjavithmkr@gmail.com

தொடர்புடையவர்களைத் தவிர மற்ற எல்லோரும் துக்கத்திலிருந்து மீண்டு வந்துவிட முடியும் என்று ஷேக்ஸ்பியர் குறிப்பிடுகிறார். அம்மாவை இழந்தவர்களுக்கு யாராலும் ஆறுதல் சொல்ல முடியாது. உங்கள் கவனத்தை வேறு ஒரு

பொழுதாக்கத்தில் திருப்ப முயற்சி செய்யுங்கள். நல்ல நண்பர்களுடன் மனம்விட்டுப் பேசுங்கள். அதற்குப் பின்பும் துக்கம் தொண்டையை அடைத்தால் நீங்கள் மனத்தொய்வில் மாட்டிக்கொண்டிருக்கிறீர்கள் என்று பொருள். இதற்குச் சரியான தீர்வு ஒரு மனநல மருத்துவரை அணுகி ஆலோசனை பெறுவது மட்டுமே. இதை அப்படியே விட்டுவிட்டால் உங்கள் ஆற்றலை அடியோடு உறிஞ்சிவிடும். சென்னைப் பக்கம் வருகிறபோது என் அலுவலகத்திற்கு நேரில் வாருங்கள். இதுகுறித்து விரிவாக பேசுவோம்.

- ***உடல் உழைப்பாளிகளைவிட மூளை உழைப்பாளர்களுக்கு ஏன் அதிக சம்பளம் வழங்கப்படுகிறது?***

வை. வீரசேகர், ஜாம்புவானோடை.

உடல் உழைப்பைக் குறைப்பதற்கு இயந்திரங்கள் வந்து விட்டன. மனித மூளையை இட்டு நிரப்ப எந்தக் காலத்திலும் எந்த இயந்திரத்தாலும் முடியாது. இப்போது சின்னச்சின்ன உடல் உழைப்பைக்கூட சிந்துவதற்கு ஆட்கள் அதிகம் இல்லாததால் கணினியில் உழைப்பவர்களைவிட அன்றாட வேலைகளைச் செய்பவர்களுக்கு அதிக ஊதியம் கொடுக்கும் நிலை மாநகரங்களில் ஏற்பட்டிருக்கிறது. பொறியியல் படித்தவர்கள் எட்டாயிரம் ரூபாய்க்கு வேலை செய்கிறார்கள். பொரி கடலை தயாரிப்பவர்கள் பத்தாயிரம் ரூபாய் பணம் பெறுகிறார்கள்.

- ***ஒருவரை பாதிக்காத தோல்வி எது?***

வண்ணை கணேசன்,
சென்னை - 110.

பெற்ற குழந்தையிடம் தோற்றுப்போவது.

- ***ஆணின் வெற்றிக்குப் பின்னால் இருப்பவள் தாயா இல்லை தாரமா?***

எஸ். உதயகுமார்,
நாட்டரசன்கோட்டை.

அப்பா, அம்மா வளர்க்காத அனாதைகளும் வென்றிருக் கிறார்கள். திருமணம் செய்யாத கட்டை பிரம்மச்சாரிகளும் சாதித்திருக்கிறார்கள். வெற்றி கிடைத்துவிட்டால் அதைச் சொந்தம்கொண்டாட ஆயிரம்பேர்காத்திருக்கிறார்கள். தோல்வி எப்போதும் தன்னந்தனியாகத் தடுமாறுகிறது.

- ஒருவருடைய தகுதியை ஆய்வு செய்வது நிர்வாகத்தில் அவசியமா?

சு. ஆறுமுகம், கழுகுமலை

ஒரு பணியைச் செய்வதற்கு தகுதி உடையவர்களா என்று தீர்மானிப்பதற்கும், சேர்ந்த பிறகு பதவி உயர்வுக்குப் பொருத்தமானவர்களா என்று முடிவு செய்வதற்கும் தகுதியையும், செயல்பாட்டையும் மதிப்பீடு செய்வது அவசியம். பெரும்பாலான நேரங்களில் சொந்த விருப்பு, வெறுப்பின் பெயரிலேயே பல இடங்களில் இவை முடிவு செய்யப்படுகின்றன என்பது வேதனையான நடைமுறை.

- பெண்களின் மிகச் சிறந்த ஆயுதம் எது?

எல்.மோகனசுந்தரி, கிருஷ்ணகிரி.

பொறுமை. பெண்களின் பாதம் படப்படத்தான் பூமிக்கே பொறுமைக் குணம் போதிக்கப்பட்டது.

- சிந்தனைக்குணவாகும் தங்கள் கூர்மையானதும், கருத்துச் செறிவானதுமான பதில்கள் ஆழங்கால் பட்ட படிப்பனுபவத்தால் மட்டுமே வாய்த்த பேறு என்பது எனது கருத்து. இஃது சரியா? விளக்குங்கள்.

வி.எஸ். கிருஷ்ணமூர்த்தி,
வரட்டணபள்ளி.

மரவட்டைக்கு அத்தனை கால்கள் இருப்பது தெரியாமல் இருப்பதால்தான் எந்தக் காலை முதலில் வைப்பது என்ற குழப்பம் ஏற்படாமல் ஊர்ந்து செல்கிறது. அதைப்போலவே மூலத்தை ஆராயாமல் முளைக்கின்றன பதில்கள். அதிகம் யோசித்தால் கருத்தடையைப்போல கருத்துத் தடை ஏற்படும்.

- ***ஒவ்வொரு மனிதருக்கும் பெயருக்குப் பதிலாக எண்களை சூட்டியிருந்தால் எப்படி இருக்கும்?***

வி. பெரியசாமி, 3/317, தேரூர்,
அரியலூர் மாவட்டம்.

நண்பர்கள் கிடைக்கமாட்டார்கள், நம்பர்கள்தான் கிடைக்கும்.

- ***இன்றைய இளைஞர்கள் அறிவை நம்புவது நல்லதா? அதிர்ஷ்டத்தை நம்புவது நல்லதா?***

முத்தையாதாசன்,
கோடம்பாக்கம், சென்னை-24.

அதிர்ஷ்டம் என்பது திறமை வாய்ப்பைச் சந்திக்கும் தருணம். அறிவைக் கூர்மையாக்கிக் கொண்டு எப்போதும் தயாராக இருப்பவர்களே வாய்ப்பு வரும்போது சட்டெனப் பாய்ந்து அதைக் கெட்டியாகப் படித்துக்கொள்வார்கள்.

- ***கிருஷ்ணனுக்கும், சகுனிக்கும் மகாபாரதப்போரில் வித்தியாசம் இருக்கிறதா?***

சி. கார்த்திகேயன்,
65/4, பட்டையன்செட்டி தெரு,
சாத்தூர்.

இருவருமே உத்திசாலிகள். ஆனால் கிருஷ்ணர் புத்திசாலியும் கூட. அதனால் அவர் தர்மம் வெல்லவேண்டும் என்று வியூகங்களை வகுத்தார். போரின் நெறிமுறை அபிமன்யுவின் நேர்வில் முதலில் மீறப்பட்டது கௌரவர்களால். அதைத் தொடர்ந்தே மற்ற அத்துமீறல்கள் நிகழ்ந்தன. எந்தப் போரும் களத்தில் நிகழ்த்தப்படுவதற்குமுன் மனத்தில் நிகழ்த்தப்பட வேண்டும் என்பதற்கு கிருஷ்ணர் அத்தாட்சி.

- ***அதிகாரங்கள் அபத்தமாக முடிவது எப்போது?***

இரா. ரெங்கசாமி, வடுகப்பட்டி.

அதிகாரம் 'அதி' காரம் ஆகும்போது.

● **தளர்வில்லாத ஊக்கம் பெற ஒரு கதை சொல்லுங்க சார்.**

பா. அண்ணாமலை,

14, 8-வது தெரு, நெசவாளர் காலனி,

அருப்புக்கோட்டை - 626 101.

வெற்றியைத் தாண்டி மனித நேயத்துடன் இருப்பதுதான் உண்மையான புகழைப் பெற்றுத்தரும் என்பதற்கு நடந்த சம்பவம் ஒன்றைச் சுட்டிக்காட்ட விரும்புகிறேன்.

லீமைக்ஸ் என்கிற கனடாவைச் சேர்ந்த படகோட்டும் வீரர். அவருடைய ஒரே கனவு ஒலிம்பிக்கில் தங்கம் வெல்ல வேண்டும் என்பது. 1988-ஆம் ஆண்டு சியோல் ஒலிம்பிக்கிஸில் அவர் கலந்துகொள்ளும் வாய்ப்பு ஏற்பட்டது. ரேசில் அவர் இரண்டாவது இடத்திலிருக்கும்போது திடீரென தட்பவெப்பம் மாறியது. படகைச் செலுத்த முடியாமல் வீரர்கள் தடுமாறினர். எப்படியோ தனக்குப் பதக்கம் கிடைத்துவிடும் என்று லீமெக்ஸ் நினைத்தார். அப்போது தொலைவில் கலங்கிய நீரில் இரண்டு படகு வீரர்கள் மூழ்குகிற படகைப் பிடித்துக்கொண்டு உயிருக்காகப் போராடுவதைப் பார்த்தார். அவர்கள் பெயர் ஜோசப் சான், ஸியூ ஷா ஹெர் அவர்கள் இருவரும் வேறொரு படகுப்போட்டிக்காக வந்திருந்த சிங்கப்பூரைச் சார்ந்தவர்கள். கட்டுப்பாட்டைப் படகு இழக்க உயிருக்காக அல்லாடிக் கொண்டிருந்தனர். அந்த நேரத்தில் என்ன செய்ய வேண்டும் என்பதை லீமெக்ஸ் முடிவு செய்தார். பந்தயக் களத்தை விட்டுவிட்டு அவர்களைநோக்கி படகைச் செலுத்தினார். அவர்கள் இருவரையும் தன் படகில் ஏற்றிக்கொண்டு மீட்பு படை வரும்வரை காத்திருந்தார். அவர்கள் இருவரும் மருத்துவ சிகிச்சைக்கு அனுப்பப்பட்டனர். மீண்டும் பந்தயத்தைத் தொடர்ந்தார். இரண்டாமிடத்தில் இருந்த அவர் 22ம் இடத்தைப் பெற்றார். அவருடைய ஒலிம்பிக் கனவு கலைந்தது. ஆனால் சிறந்த விளையாட்டு வீரர் என்பதற்காக பியரி டா கூபர்டின் பதக்கம் அவருக்குக் கிடைத்தது.

பதக்கத்தைத் தாண்டி பணிபுரிந்தவர்கள் இருக்கிறார்கள் என்பதே ஊக்கம்கொள்ள ஒரே வழி.

- **ஒரு நாள் என் தங்கை என்னிடம் மிகவும் கோபமாகப் பேசியபொழுது, 'கோபம் இருக்கிற இடத்துலதான் குணம் இருக்கும்' என்ற வாய்மொழி எனக்கு ஞாபகம் வந்தது. இது பொன்மொழியா என்று எனக்குத் தெரியலை, சார். ஆனாலும், இதைப்பற்றி ஒரு ஐந்து நிமிடமாவது உங்களைப் போல் பேசவேண்டும் என்று யோசித்துப் பார்த்தேன். ஒருவார்த்தை கூட பேசவரவில்லை. நீங்களே சொல்லுங்கள் சார், 'கோபம் இருக்கிற இடத்துல தான் குணம் இருக்கும், என்பது சரிதானா?'**

ச. விநாயகலெட்சுமி, த.பெ. ரா. சங்கர்,
35/88, பெரிய தெரு, களக்காடு,
திருநெல்வேலி மாவட்டம் - 627 501

குணம் இருப்பவர்களிடம் அவர்களைச் சார்ந்தவர்கள் மீது அக்கறையோடு கோபம் வெளிப்படும். அது வருத்துவதற்காக அல்ல, திருத்துவதற்காக. தண்டிப்பதற்காக அல்ல, கண்டிப்பதற்காக. ஆனால் அந்தக் கோபம் மின்னலைப் போல சுவடு தெரியாமல் உடனடியாக மறைந்து போகும். உண்மையாக இருப்பவர்களிடம் வெளிப்படும் கோபம் நியாயமானதாக இருப்பதோடு, அவர்கள் பாசாங்கு செய்பவர்கள் அல்லர் என்பதையும் புலப்படுத்தும். கோபப்படுகிறபோது குழந்தைகள் அழகாக இருப்பதற்குக் காரணம் அவர்கள் இருமையைக் (duality) கடந்து கோபமாகவே மாறிவிடுவதால். உண்மையான கோபம் போலியானசிரிப்பைவிட மேன்மையானது. கோபத்தைப் பற்றி ஐந்து நிமிடம் கட்டாயம் பேச முயற்சி செய்யுங்கள். ஆனால் கோபமாக இருக்கும்போது அதைச்செய்துவிடாதீர்கள்.

- **தங்களுடைய லாவோ ட்சு பற்றிய விளக்கத்திற்கு நன்றி! எல்லாமே செயல் விளைவு தத்துவத்தின் அடிப்படையில் இயங்குகிறது. இதனை கேயாஸ் தியரியும் உறுதிபடுத்துகிறது. எனில் எண்ணங்கள் அடிப்படையில் வாழ்க்கை எவ்விதம்**

மாறுபடுகிறது. உயர்திரு. அப்துல் கலாம் அவர்களின் "The real happiness in your life depends upon the quality of your thoughts" **என்பதை எவ்விதம் ஏற்கிறீர்கள்?**

ப. சந்தானம்,
அரசு பெண்கள் மேல்நிலைப் பள்ளி,
சோலையார்பேட்டை,
வேலூர் மாவட்டம் - 635 851.

நம்முடைய நீண்ட கால மகிழ்ச்சி 90 சதவிகிதம் நம் மூளை வெளி உலகத் தகவல்களை எப்படிப் பக்குவப்படுத்துகிறது என்பதைப் பொருத்தே அமைகிறது.

ஒருவருடைய நேர்மறையான மனநிலையை அதிகரித்தால், அவர்கள் மூளை 'மகிழ்ச்சி அனுகூலம்' என்ற ஒன்றை அடையும். அப்படிப்பட்ட மனநிலையில் நாம் 31 சதவிகிதம் அதிக உற்பத்தித் திறனுடனும், 37 சதவிகிதம் கூடுதல் விற்பனைத் திறனுடனும், மருத்துவர் 19 விழுக்காடு விரைவுடனும் பணியாற்ற முடியும்.

21 நாட்கள் தொடர்ந்து தினமும் காலையில் நாம் ஏற்கெனவே பெற்றிருப்பதற்காக நன்றி செலுத்த வேண்டிய மூன்று குறித்து எழுதினால், நம் வாழ்வின் திக்கே மாறிப்போகும் என்கின்றனர் ஷான் ஆங்க்கர்.

- **முயற்சிக்கும், பயிற்சிக்கும் என்ன வித்தியாசம்?**

மு. சடகோபன், சேரன்மகாதேவி,
திருநெல்வேலி.

பயிற்சியே முயற்சியின் முதல்படி.

- **உண்மை-நேர்மை, நியாயம்-தர்மம், அன்பு-பண்பு இவைகளைத் தேட வேண்டியிருக்கிறதே, ஏனிந்த நிலை?**

தா. ஜான்கிளாட்சன், கிருஷ்ணகிரி.

நீங்கள் குறிப்பிடும் பண்புகள் நிறைந்தவர்கள் நிறையப்பேர் இருக்கிறார்கள். ஆனால் அவர்கள் விளம்பரம் இல்லாமல் அமைதியாக இருப்பதால் அதிகம் பேருக்குத் தெரிவதில்லை.

பொய்கள் கச்சை கட்டிக்கொண்டு கதகளி நடனம் ஆடுகிற போது அமைதியாய் பணியாற்றுபவர்கள் மீது உலகத்தின் கவனம் விழுவதில்லை. அவ்வளவுதான்.

- வெளி நாட்டினர் பயணம் செய்யும் நமது நெடுஞ்சாலைகளில் இருபுறங்களிலும் சிதறிக்கிடக்கும் குப்பைகளைக் காணும் போது எனது மனம் வலிக்கிறது. என்னால் எதுவும் செய்ய முடியவில்லையே என்று வேதனைப்படுகிறேன். தனி மனிதனாக எதுவும் செய்ய முடியவில்லையே என்று வேதனைப்படுகிறேன். தனி மனிதனாக இந்நிலை மாற நான் என்ன செய்ய வேண்டும்?

சு. உதயகுமார் (உதவி பேராசிரியர்),
பருத்திக்காடு, சேலம்.

எந்த இயக்கமும் ஒருவரால் தொடங்கப்படுவதில்லை. உன்னதமான நோக்கத்தை ஒருவர் உயர்த்திப் பிடித்தால் அவரோடு இணைந்துகொள்கிற இரண்டாம் நபரே இயக்கம் உருவாகக் காரணமாக இருக்கிறார். எனவே விழுந்துகிடக்கும் குப்பைகளை முதலாவதாக நீங்கள் பொறுக்கத் தொடங்குங்கள். நீங்கள் எடுக்க ஆரம்பித்ததும் உங்களோடு சேர்ந்து பொறுக்க இன்னொருவரையும் தயாராக வைத்திருங்கள். அப்போது ஒரு கூட்டமே உங்களோடு இணைந்துகொள்ளும். எந்த நதியும் தொடங்குகிற இடத்தில் வாய்க்காலைப்போலவே வாய்த் திருக்கும். குப்பைகளைப் பொருத்த வரை பொறுக்கு பவர்களல்ல, கண்ட இடத்தில் போடுபவர்களே பொறுக்கிகள்.

- காரியம் நடக்க வேண்டுமானால் காலைக்கூட பிடிக்கலாம் என்கிறார்களே! காலைப் பிடித்தால் காரியம் நடந்துவிடுமா?

கா. இராஜசேகர், மங்களபுரம்.

காலைப்பிடித்து காரியம் சாதிப்பது அயோக்கியத்தனம். தமிழில் கால் என்றால் காற்று என்கிற பொருளும் உண்டு. காற்றை உபயோகித்து பாய்மரக் கப்பல் மூலம் கடற்பயணம் செய்வதை அப்படிக் குறிப்பிட்டார்களோ தெரியவில்லை.

- ***இயற்கையான சேமிப்பு, கட்டாய சேமிப்பு. எதற்கு சக்தி அதிகம்?***

சி. கார்த்திகேயன், சாத்தூர்.

எந்தப் பழக்கமும் கட்டாயத்திலிருந்து தொடங்கித்தான் கட்டுப்பாடாக மாறுகிறது.

- ***'குழந்தையும், தெய்வமும் கொண்டாடும் இடத்தில்' என்று கூறுகிறார்கள்; தெய்வத்தைக் கொண்டாடலாம் சரி; குழந்தையை எப்படிக் கொண்டாடுவது?***

வெ. லட்சுமிநாராயணன், வடலூர்.

நேசிக்கிற இடத்தில் குழந்தைகள் மகிழ்ச்சியோடு செல்கிறார்கள். ஒருவர் தூக்குகிறபோதே அவர்கள் அதிர்வலைகளை வைத்து அறிந்துகொள்ளும் திறன் குழந்தைகளுக்கு உண்டு. பயந்து பூசிக்காமல் நயந்து நேசிப்பவர்களையே தெய்வமும் தேர்ந் தெடுக்கும் என்பது, வழிபாடு அன்பினால் நிகழ வேண்டும் என்பதை வலியுறுத்துகிறது.

- ***ஒருவருக்கு வணக்கம் சொல்லும்போதும் கையைக் கூப்பு கிறோம், கடவுளை வணங்கும்போதும் கையைக் கூப்புகிறோம். இரண்டிற்கும் என்ன வேறுபாடு?***

அ. முரளிதரன், மதுரை-3.

எதிரே இருப்பவரிடம் உள்ள தெய்வீகத்தன்மையை வணங்கு வதற்காக கைகூப்புகிறோம்.

- ***பாவம் - புண்ணியம் - சொர்க்கம் - நரகம் இவைகளில் உங்களுக்கு நம்பிக்கை உண்டா?***

என். சண்முகம்,
117, பைபாஸ் சாலை,
திருவண்ணாமலை.

நல்வினை என்பதே புண்ணியம். தீவினை பாவம். சொர்க்கத்தை நாம்தான் தீர்மானிக்கிறோம். நம் மனநிலையே நாம் இருப்பது நரகமா, சொர்க்கமா என்பதை முடிவு செய்கிறது. சிலரைக் கொண்டுபோய் சொர்க்கத்தில் விட்டால்கூட அதை நரகமாக்கும் வரை அவர்கள் ஓய மாட்டார்கள்.

* **துன்பம் வந்தால் ஆறுதல் தேடுவது எப்படி?**

 கா. திருமாவளவன், திருவெண்ணெய்நல்லூர்.

 இன்பத்தை இன்பமாக நினைக்காதவன் துன்பத்தால் துயருறுவதில்லை என்கிற வள்ளுவன் நெறியே வழிகாட்டி. வெற்றிபெறுகிறபோது அதிகமாகத் துள்ளாதவன் தோல்வி யுறுகிறபோதும் துவண்டு போவதில்லை.

* **சிக்கனம், கஞ்சத்தனம் என்ன வேறுபாடு?**

 த. சிவாஜி மூக்கையா, தர்காஸ்.

 ஒரு குவளை நீரில் முகம் அலம்புவது சிக்கனம். அதில் குளித்து துணிகளைத் துவைப்பது கஞ்சத்தனம்.

* **திருக்குறளில் எல்லாவற்றிற்கும் குறள் இருக்கிறது என்கிறார் களே எய்ட்சு-க்கு குறள் இருக்கிறதா?**

 சம்பத், திருவாரூர்.

 அன்பு இல்லாத உறவு மனத்திலும் உடலிலும் நோய்களை வரவழைக்கும் மோசமான செயல். பணத்திற்காக மட்டும் நிகழும் உடலுறவு சவத்தோடு நடத்தும் சாந்தி முகூர்த்தம் என்று திருவள்ளுவர் குறிப்பிடுவது அவ்வழியில் செல்பவர்களின் கன்னத்தின் மீது அறைவதைப் போன்ற திருக்குறள்.

 பொருட்பெண்டிர் பொய்ம்மை முயக்கம் இருட்டறையில்
 ஏதில் பிணந்தழீஇ யற்று.

* **பிடிவாதம் - உறுதியான நிலைப்பாடு. தயவு செய்து எனக்கு விளக்கவும்.**

 இப்ராகிம், (IBM)

 தவறு எனத் தெரிந்தும் அதை விடாமல் இருப்பது பிடிவாதம். உயர்ந்த நோக்கத்திலிருந்து மயிரிழையும் விலகாமல் இருப்பது வைராக்கியம். வைரம் எடுக்கவும் வைராக்கியம் வேண்டும்; வயிற்றைக் குறைக்கவும் வைராக்கியம் வேண்டும்.

- 'ஐயம் இட்டு உண்' என்ற ஔவைப் பிராட்டியார் தான் 'ஏற்பது இகழ்ச்சி' என்றார். இது முரண்பாடல்லவா? அல்லது உண்மைப் பொருள் என்ன?

  இராம. முத்துக்குமரனார்,
  கடலூர் துறைமுகம் - 607 003.

  முதலாவது வாசகம் நாம் பேண வேண்டிய பெருந்தன்மையைச் சுட்டுகிறது. அடுத்த வாசகம் நாம் காட்ட வேண்டிய கண்ணியத்தைக் குறிக்கிறது. நாம் சுயமாக சம்பாதிக்கும் சக்தியிருக்கிறபோது ஒருவரிடமிருந்து கை நீட்டி வாங்குவது இகழ்ந்தது என்பதை ஏற்பது இகழ்ச்சி குறிப்பிடுகிறது. எந்தச் செயலும் ஆற்ற முடியாதவர்களுக்கு உணவளித்துவிட்டு உண்பது சிறந்தது என்பதை ஐயமிட்டு உண் என்கிற வாசகம் உணர்த்துகிறது. அது மனிதர்களுக்கு மட்டுமல்ல, விலங்குகளுக்கும் அளித்துவிட்டு உணவருந்துவதை உள்ளடக்கியது.

- எது தார்மீக கோபம்?

  ஆர்.கே. லிங்கேசன்,
  மேலகிருஷ்ணன்புதூர்.

  நியாயமான காரணத்திற்காக சரியான அடர்த்தியில் சரியான நேரத்தில் சரியான பரிமாணத்தில் சரியான மனிதர்மீது ஏற்படுகிற கோபம் தார்மீகக் கொபம். அது இன்று குறைந்து வருவதால்தான் அக்கிரமங்கள் அதிகரித்து வருகின்றன.

- அறிவாளி, முட்டாள் - யாருடைய கேள்விக்கு பதில் சொல்வது கஷ்டம்?

  வண்ணை கணேசன், சென்னை - 110.

  அறிவாளியின் கேள்விக்கு பதில் சொல்வது மகிழ்ச்சி. முட்டாளின் கேள்விகளுக்கு பதில் சொல்லாமல் இருப்பதே நல்லது.

- அறிவு - ஞானம் என்ன வேறுபாடு?

  ஆர்.கே. லிங்கேசன், மேலகிருஷ்ணன்புதூர்.

  அறிவதால் வருவது அறிவு. அதை வாழ்வோடு தொடர்புப்படுத்தி புரிந்துகொள்வதால் உண்டாவது ஞானம். அறிந்தது

மறக்கலாம். ஞானத்தை நினைவு வைத்துக்கொள்ள வேண்டிய அவசியம் இல்லை. அறிவு பொய்யைப்போல; பராமரிக்க வேண்டும். ஞானம் உண்மையைப்போல; எப்போதும் ஒரே மாதிரி இருக்கும்.

- 'கோபம்' அடக்க வேண்டிய ஒன்று என்கிறோம். ஆனால் மருத்துவம் கோபத்தை அடக்கக் கூடாது என்கிறதே?

சி. கார்த்திகேயன்,
சாத்தூர் - 626 203.

கோபம் அடக்க வேண்டிய ஒன்றல்ல. கடக்க வேண்டியது. அடக்கினால் அது உள்ளுக்குள்ளேயே புகைந்து உடலை உருக்கிவிடும் அல்லது அடுத்தவர்மீது அனாவசியமாகப் பாயும். திசைதிருப்பப்பட்ட கோபம் தீயைவிட ஆபத்தானது. தேவையற்ற கோபத்தை கொஞ்சம் தள்ளிப்போட்டால் கடந்து விடுவோம். அது உடலில் ஒடுக்கல் விழாமல் செய்வதோடு, உள்ளம் ஊனமாகாமலும் காப்பாற்றும்.

- தாயன்பு - இறையன்பு ஒப்பிடுங்களேன்?

குலசை நஜ்முதீன், காயல்பட்டினம்.

கண்ணுக்குத் தெரிகிற இறையன்பு தாயன்பு. கடிதத்தில் தெரிகிற தாயன்பு 'இனிய இறையன்பு'.

- ஒரு செயலுக்கு அடிமையாகிவிட்டால் அதிலிருந்து எப்படி மீண்டுவருவது?

ஏ. டில்லிகணேஷ்,
சென்னை-600 004.

செய்கிற செயலில் இருந்து வெறுமனே மீண்டுவர நினைத்தால் அது தப்பிப்பது ஆகிவிடும். தப்பித்தல் விடுதலையாகாது. நாம் செய்கிற தேவையற்ற செயல் எவ்வளவு வியர்த்தமானது என்பதைப் புரிந்துகொள்ள வேண்டும். அப்போது சருகு மரத்திலிருந்து உதிர்ந்து விழுவதைப்போல அப்பழக்கம் நம்மிடமிருந்து நிரந்தரமாக நீங்கும்.

- ***புத்திமான் பலமானவான் என்பது ... எந்த அளவு உண்மை?***

எஸ்.ஏ. கேசவன் ஆசிரியர்,
தூத்துக்குடி.

கைகளால் சண்டை போட்ட மனித இனம் கணினியால் போர்புரியும் நிலை ஏற்பட்டிருக்கும் அளவு உண்மை.

- ***கஷ்டப்பட்டு பிள்ளைகளை தற்போது பெற்றோர் எப்படியாவது படிக்க வைத்துவிடுகிறார்கள். ஆனால் பெற்றோரைவிட அதிகம் சம்பாதிக்கிறோம் என்று பிள்ளைகள் கருதுகிறார்களே!***

கார்த்திகேயன், சாத்தூர்.

கிளைகள் வேர்களைவிட உயரமாக இருப்பதாக நினைத்து காற்றில் கர்வமாக தலையசைப்பது இயல்புதானே.

- ***வீட்டில் விளக்கு ஏற்றும்போது, 2 அல்லது ஐந்து திரி ஏற்றினால் +ve எனர்ஜி என்றும் 1,3, 4 திரிகள் ஏற்றினால் -ve எனர்ஜி உண்டாகிறது என விஞ்ஞானப்பூர்வமாக நிர்ணயிக்கப்பட்டுள்ள தாமே. அதுபற்றி உங்கள் கருத்து என்ன?***

சுந்தரம், சிதலமலை,
தேனி மாவட்டம்.

இவையெல்லாம் நெறிப்படுத்துகிற ஊகங்கள். நம்பிக்கை வலுவாக இருந்தால், மனத்திலும் தெளிவு பிறப்பதுண்டு. மற்றபடி பற்ற வைப்பதால் மகிழ்ச்சி அடைபவர்கள் எல்லா இடங்களிலும் இருக்கிறார்கள்.

- ***திறமையுள்ளவர்கள் தோல்வி அடைவதும், வெற்றி பெற்றிருப் பவர்கள் திறமையற்று இருப்பதும் ஏன்?***

மேட்டுப்பாளையம் மனோகர்,
சென்னை - 18.

வெற்றி என்பது திறமையால் மட்டும் வருவது இல்லை. அடி வருடுவதாலும், குயுக்தியாலும், தந்திரங்களாலும் பெறப்படுகிற

வெற்றிகளே அதிகம். வெற்றி பெற்றவர்கள் நிகழ்காலத்தின் தலைப்புச் செய்தியாக இருக்கிறார்கள். திறமையுள்ளவர்கள் அவர்கள் பங்களிப்பால் எதிர்காலத்தின் தலையெழுத்தாக இருக்கிறார்கள்.

- **வலது கை செய்யும் உதவி இடது கைக்குக்கூட தெரியக்கூடாது என்கிறது பகவத்கீதை, ஆனால் . . . ?**

சி. கார்த்திகேயன், சாத்தூர்.

வலது கை செய்வது இடது கைக்குத் தெரியக் கூடாது எனச் சொல்வது பகவத் கீதையல்ல, பைபிள். மத்தேயுவின் புதிய ஏற்பாட்டில் இடம்பெறும் பொன்னான வரிகள் இவை. இடது கை தன்முனைப்பையும், வலது கை ஈகை குணத்தையும் சுட்டுகின்றன. நாம் செய்கிற நல்லவற்றை விளம்பரப்படுத்திக் கொள்ளக் கூடாது என்பதுதான் இதன் பொருள். கொடுப்பதற்கு முன்பு கூட்டத்தைக் கூட்டுவது இன்றைய நடப்பு.

- **துன்பம் வரும் நேரத்தில் உண்மையிலேயே சிரிக்க முடியுமா?**

மு. மதிவாணன், அரூர்.

துன்பம் வராமல் இருக்க சிலரைப் பார்த்து சிரித்து வைப்பது நல்லது.

- **வாய்ப்புக்காகக் காத்திருக்கலாமா?**

தாமஸ் மனோகரன், புதுச்சேரி.

காத்திருந்தால் காலம் போய்விடும். நாம்தான் நமக்கான வாய்ப்புகளை உருவாக்க வேண்டும். வாயைத் திறந்தால்தான் வாய்ப்பு வரும் என்பதால் வாய்ப்பிலேயே 'வாய்' இருக்கிறது.

- **மனித வாழ்க்கை எப்போது மகத்துவம் பெறுகிறது?**

த. சூரியதாஸ், புதுக்கோட்டை மாவட்டம்.

தனக்கென முயலாத போது.

- எதற்கெடுத்தாலும் அந்தக் காலத்திலே என்று ஆரம்பிப்பவர்களிடமிருந்து தப்பிப்பது எப்படி?

  மு.மதிவாணன், அரூர்.

அந்தக் காலத்தில் இப்படி யாரும் பேசியதில்லை,

- எதை மூடி மறைக்க முடியாது?

  பாரதிமுருகன், மணலூர்பேட்டை.

மூடியை.

- மௌன விரதம் இருப்பது நல்லதா?

  மு.மதிவாணன், அரூர்.

நம்மைவிட நம்மைச்சுற்றியிருப்பவர்களுக்கு மிகவும் நல்லது.

- *32 கூரிய பற்களுக்கு நடுவில் தனித்து அச்சமின்றி வாசம் செய்யும் நாக்கு குறித்து?*

  ச.ஆ.கேசவன், கோவில்பட்டி.

தேவையற்றதைப் பேசுவது நாக்கு. ஆனால் தட்டப்படுபவை பற்கள். எனவே, பயப்பட வேண்டியவை பற்கள்தானே தவிர நாக்கு அல்ல.

- *எது பெருந்தவறு?*

  எம்.எஸ். மயில், திருநெல்வேலி.

செய்த தவறை ஒத்துக்கொள்ளாமல் இருப்பது பெருந்தவறு.

- *ஒழுக்கம் நிறைந்த வாழ்க்கையின் சிறப்புகள் என்னென்ன?*

  தாமஸ் மனோகரன்,
  புதுச்சேரி.

எந்த நேரமும் பயமில்லாமல் வாழ முடிவதுதான் அதன் சிறப்பு.

- *செவி உணவு, வயிற்று உணவு - இதில் பசியாற்றும் நிரந்தர உணவு எது?*

  கா. இராஜசேகர், மங்களபுரம்.

வெ. இறையன்பு

செரிமானம் செய்ததும் பயன்படுவது செவிக்குணவு. செரிமானம் ஆனதும் அடுத்த வேளைக்கு எதிர்பார்க்க வைப்பது வயிற்று உணவு.

- **மனவருத்தம், மன அழுத்தம் - என்ன வேறுபாடு?**

த. சிவாஜி மூக்கையா, தர்காஸ்.

குறிப்பிட்ட காரணத்திற்காக ஏற்படுவது மனவருத்தம். காரணமின்றி ஏற்படுவது மன அழுத்தம்.

- **வாழ்வில் தோல்வி அடையாத மனிதன் இருக்கின்றானா?**

பொன் எத்திராசன்,
திருக்கழுக்குன்றம்.

நிறையப்பேர் இருக்கிறார்கள். ஆனால் அவர்கள் எந்த வெற்றியையும் அடைந்ததாகத் தெரியவில்லை.

- **தைரியத்துக்கும், முட்டாள்தனத்துக்கும் ஒரு மெல்லிய கோடு இருக்கிறதா?**

தாராரமேஷ், முதலியார்பேட்டை,
புதுச்சேரி-4.

தைரியம் என்பது பயமின்மை அல்ல. விளைவுகளை சிந்தித்து எதிர்பார்த்து விளக்கின் வெளிச்சத்திற்கு அடியே இருக்கும் இருளைப்போல பயமும் இடுப்பில் தொற்றிக்கொண்டிருக்க உண்டாவது தைரியம். பயமின்மை என்பது விளைவுகளைப் பற்றி சிந்திக்காமல் முரட்டுத்தனமாக ஈடுபடுவது. பயமின்மையால் குதிக்கும் நிகழ்வுகள் முட்டாள்தனமாக முடிந்து விடலாம். அஞ்சுவது அஞ்சாமை பேதமை என்றார் திருவள்ளுவர். பயத்தைக் கக்கத்தில் வைத்துக்கொண்டு பாய்வதே துணிவு. அப்போது எதிர்பார்க்காத நிகழ்வுகள் வந்தால் அறிவின் கூர்மையால் சமாளிக்கவும், தேவைப்படுகிறபோது பதுங்கிப் பாயவும் நாம் தயாராக இருப்போம்.

இனிய இறையன்பு

- அழித்தழித்துத் தன்னை அழித்துக்கொள்ளும் ரப்பர் அறிவுறுத்துவது?

  இனாம். கேசவன்,
  கோவில்பட்டி-2.

  அடுத்தவர்களை அழிக்க நினைப்பவர்கள் தாமும் அழிந்து போவார்கள் என்பதை அறிவுறுத்துகிறது.

- மனிதனுக்கு அறிவு, செல்வம், வீரம். இதில் எது முக்கிய பங்கு வைக்கிறது?

  பொன் எத்திராசன், திருக்கழுக்குன்றம்.

  யாருக்கு எது இல்லையோ, அது அவர்களுக்கு முக்கியம்.

- சுமைதாங்கிக் கல்லில் உட்கார்ந்த அனுபவம் உண்டா?

  பாரதிமுருகன், மணலூர்பேட்டை.

  யாருக்கும் இதுவரை சுமையாக இருந்ததில்லை, கல் உட்பட.

- கிடைத்த வெற்றியை நிலைநிறுத்திக்கொள்ள என்ன செய்ய வேண்டும்?

  த. சூரியதா, புதுக்கோட்டை மாவட்டம்.

  நாம் பெற்ற வெற்றி நம் தனிப்பட்ட திறமைக்குக் கிடைத்த வெற்றி என்று எண்ணி இறுமாந்திருக்கக் கூடாது. நம்மோடு உழைத்த அனைவருக்கும் நன்றி தெரிவிக்க வேண்டும். பெற்ற வெற்றிக்கான காரணங்களை அமைதியாக அமர்ந்து ஆராய வேண்டும். எந்தெந்த இடங்களில் இன்னும் செம்மையாகச் செய்திருக்கலாம் என்று நம் திட்டங்களை இன்னும் கூர்மைப் படுத்த வேண்டும். ஏற்கெனவே பெற்ற வெற்றியை திடப் படுத்தி அது கைநழுவிப் போகாமலிருக்க ஆயத்தங்கள் செய்ய வேண்டும். உடனடியாக அடுத்த முயற்சியில் இறங்காமல் நிதானமாகக் களமிறங்க வேண்டும். வெற்றியைப்போல் தோல்வி தருவது எதுவும் இல்லை என்கிற உண்மையை உணர வேண்டும்.

வெ. இறையன்பு

- கோபத்தில் கூட பலவகை உண்டு என்கிறார்களே, உண்மையா?

வண்ணை கணேசன்,
சென்னை - 110.

உண்மைதான். குஞ்சைக்கொத்துகிற கோழியின் கோபத்திற்கும், கழுகை விரட்டுகின்ற கோழியின் கோபத்திற்கும் வித்தியாசம் உண்டு. செல்லமான கோபம் திருத்தும் கோபம், வருத்தும் கோபம், எரிக்கும் கோபம், மறுக்கும் கோபம், பொய்க் கோபம், வைராக்கியக் கோபம், பாசக் கோபம், பங்காளிக் கோபம், மோசக் கோபம், முன்கோபம், தார்மீகக் கோபம், சமூகக் கோபம், போட்டிக் கோபம், பொறாமைக் கோபம், கையாலாகாக் கோபம் என்று விதவிதமான கோபங்கள் உண்டு. கோபப்படும்போது அதைக் கொஞ்ச நேரம் உற்றுநோக்கத் தெரிந்தால் அதிலிருந்து விடுபட முடியும்.

- கோபத்தில் கூட பலவகை உண்டு என்கிறார்களே, உண்மையா?

வண்ணை கணேசன்,
சென்னை - 110.

உண்மைதான். குஞ்சைக்கொத்துகிற கோழியின் கோபத்திற்கும், கழுகை விரட்டுகின்ற கோழியின் கோபத்திற்கும் வித்தியாசம் உண்டு. செல்லமான கோபம் திருத்தும் கோபம், வருத்தும் கோபம், எரிக்கும் கோபம், மறுக்கும் கோபம், பொய்க் கோபம், வைராக்கியக் கோபம், பாசக் கோபம், பங்காளிக் கோபம், மோசக் கோபம், முன்கோபம், தார்மீகக் கோபம், சமூகக் கோபம், போட்டிக் கோபம், பொறாமைக் கோபம், கையாலாகாக் கோபம் என்று விதவிதமான கோபங்கள் உண்டு. கோபப்படும்போது அதைக் கொஞ்ச நேரம் உற்றுநோக்கத் தெரிந்தால் அதிலிருந்து விடுபட முடியும்.

- வாழ்க்கை சில நாட்கள் சந்தோசமாகவும், சில நாட்கள் கனத்த மனத்தோடும் வாழ்வதுபோல் தெரிகிறது. அனைவர் வாழ்வும் அப்படித்தானா? ஒரே மாதிரி வாழ என்ன வழி?

நம். திரு. இரமேஷ், அரியலூர்.

ஒரே நாளில் ஒன்றரை மணி நேரத்திற்கு ஒருமுறை மகிழ்ச்சியும், வருத்தமும் மாறி மாறி வரும் என மனவியல் குறிப்பிடுகிறது. வருத்தமேற்படும்போது யாருக்காவது உதவி செய்யுங்கள். மனநிலை மாறும். உற்சாகம் ஊற்றெடுக்கும்.

- ***உங்களால் சகித்துக்கொள்ள முடியாத விஷயம் எது?***

ராஜசிம்மன், கிருஷ்ணகிரி.

துரோகம்

- ***உண்மையாய் உழைப்பவர்கள் எல்லோரும் முன்னேறி விடுவதில்லையே ...?***

எம். சம்பத், வேலாயுதம்பாளையம்,
கரூர் மாவட்டம்.

உழைப்போடு உத்தியும் சேரவேண்டும். வியர்வையோடு புத்தியும் இணைய வேண்டும்.

- ***இப்பொழுது இளைஞர்களிடம் மனத்தில் நிலைநாட்ட வேண்டிய சிந்தனை எது?***

எம். கீதா, தஞ்சை மாவட்டம்.

பணம் மட்டுமே வாழ்க்கையல்ல என்பதை.

- ***வாழ்க்கையில் திட்டமிடலின் பங்களிப்பு எப்படி?***

கே. பிரபாவதி, மேலகிருஷ்ணன்புதூர்.

அதிகம் திட்டமிடுபவர்கள் அசந்து போவார்கள். வாழ்க்கை எந்தத் திட்டத்திற்கும் கட்டுப்படுவதில்லை. நொடிக்கு நொடி வாழ்வதே உத்தமம். சிலர் சம்பாதிப்பதற்கு முன்பே உயில் எழுதி விடுகிறார்கள்.

- ***கையெழுத்துக்கும், தலையெழுத்துக்கும் ஏதேனும் தொடர்பு உண்டா?***

கா. இராஜசேகர், மங்களபுரம்.

நம் மூளையில் எழுத்து எப்படிப் பதிகிறதோ அப்படித்தான் எழுதும்போது தாளில் வெளிப்படுகிறது. கைக்கும் எழுத்துக்கும் சம்பந்தம் இல்லை. அதனால்தான் வலது கையில் அடிபட்டு இடது கையில் எழுத ஆரம்பித்தாலும் நாளடைவில் வலது கையில் எழுதியதைப் போலவே கையெழுத்து உருமாற்றம் பெறுகிறது. காலில் எழுதத் தொடங்கினாலும் கையில் எழுதியதைப் போலவே வடிவம் பெறுகிறது. எனவே, தலையில் எழுத்துப் பதிகிற மாதிரிதான் கைகளில் அது பிரசவம் ஆகிறது.

- **வேகமாகப் பேசுவதற்கு என்ன வைத்தியம், சிலர் வேகமாக பேசும்போது, அவர் பேசுவது புரியவில்லை. இதற்கு கூழாங்கல்லை வாயில் போட்டு அடக்கலாமா?**

ஜி. .குப்புசாமி, சங்கராபுரம்.

சிலர் பேசுவதைப் பார்க்கும்போது சிமென்டை வைத்து அடைக்கலாம் என்றுகூடத்தான் தோன்றுகிறது. ஆனால், அப்படிச் செய்தால் வன்முறையாகிவிடும்.

- **இன்றையக் குழந்தைகளிடம் அளவுக்கு மீறி கல்வி உள்ளிட்ட பன்முகத் திறன்களை நாம் திணிப்பது நல்ல விளைவுகளைத் தருமா?**

எம். சம்பத், கரூர் மாவட்டம்.

ஒருபோதும் நல்ல விளைவுகளைத் தராது. மாறாக சலிப்பையும், அலுப்பையும், வெறுப்பையும் சமவிகிதத்தில் விதைத்து விடும். அபரிமிதமான ஆற்றலை அடைந்தவர்கள் யாருமே அடுத்தவர்கள் திணித்து அந்த உயரத்தை அடையவில்லை.

- **மனிதனின் தடுமாற்றத்தைப் போக்கிட ஒருவழி சொல்லுங்களேன்?**

பாரதி முருகன், மணலூர்பேட்டை.

தூய உள்ளமும், உறுதியான செயல்பாடுகளும், இனிய பழக்கங்களும், தொடர்ந்த உழைப்பும் இருக்கிற மனிதன் நங்கூரம் போல திடமாக இருக்கிறான். எந்த சலனமும் அவனைத் தடுமாற வைப்பதில்லை.

- தாமரை இலைத் தண்ணீர்! இது எப்படி? எதனால் இப்படி?

  இராம முத்துக்குமரனார்,
  கடலூர் துறைமுகம்.

  ஒன்றில் இருந்தும் அதுவாக இல்லாமல் இருப்பதே தாமரை இலைத் தண்ணீர். ஞானிகள் இவ்வுலகத்தில் இருந்தாலும் இவ்வுலகத்தின் மீது பற்றற்று இருப்பதே தாமரை இலைத் தண்ணீராக இருப்பதற்கு உதாரணம்.

- கள்ளம் கபடமில்லா வாழ்க்கை எவ்வாறு இருக்கும்?

  எம். சம்பத், முல்லைநகர், வேலாயுதம்பாளையம்,

  சுவாரசியமற்று இருக்கும்.

- மன்னனாகும் விதியையும் வென்று துறவறம் மேற்கொண்ட இளங்கோவடிகள். ஊழ்வினை வலியது என்று வலியுறுத்தும் வண்ணம், சிலப்பதிகாரக் காவியம் படைத்தது, முரண் பாடல்லவா?

  இராம முத்துக்குமரனார், கடலூர் துறைமுகம்.

  ஊழ்வினை என்பது சென்ற பிறவியில் செய்தவை என்று பொருளல்ல. இந்தப் பிறவியிலேயே முன்பகுதியில் செய்வதும் ஊழ்வினைதான். நம்மைமீறி நடப்பது மட்டும் விதியல்ல, நாம் மீறி நடப்பதால் ஏற்படுவதும் விதிதான். விதிகளை மீறும்போதுதான் விதி விளையாடத் தொடங்குகிறது.

- 'பாத்திரம் அறிந்து பிச்சையிடு' என்பது பழமொழி. நாம் அன்னதானம் செய்யும்போதும் இதைக் கடைப்பிடிக்க வேண்டுமா?

  என்.சண்முகம், திருவண்ணாமலை 606 601.

  பாத்திரத்தோடு உணவளிப்பதே உயர்ந்த பண்பாடு.

- நேர்மை, திறமை - இரண்டில் எதில் உறுதியாக இருக்க வேண்டும்?

  தாமஸ் மனோகரன், புதுச்சேரி.4

  நேர்மை சராயைப் போன்றது. திறமை சட்டையைப் போன்றது.

வெ. இறையன்பு

- தேடல் எப்போது சுகமாகிறது?

  எஸ்.அர்ஷத் ஃபயாஸ், குடியாத்தம்

  உண்மையையும், உயர்ந்ததையும் தேடும்போது அம்முயற்சியே சுகமாகிவிடுகிறது.

- தாங்கள் விரும்புவது ஆடம்பரத்தையா, எளிமையையா? எதற்காக?

  கீதா முருகானந்தம், திருவைகாவூர்.

  அடுத்தவர்களுக்காக வலிந்து கையாளப்படும் எளிமையும் ஒருவித ஆடம்பரமே. மற்றவர்களுக்காக மாற்றிக்கொள்ளாமல் இயல்பாக இருப்பதையே எப்போதும் விரும்புகிறேன்.

- மனிதன் எதற்கு அடிமையாகக் கூடாது என நினைக்கிறீர்கள்?

  கீதா முருகானந்தம், திருவைகாவூர்.

  எதற்கும்.

- தாழ்வு மனப்பான்மையை உடனடியாக விரட்ட என்ன வழி?

  கா. இராஜசேகர், மங்களபுரம் அஞ்சல், நாமக்கல் மாவட்டம்.

  ஆல்ஃப்ரட் அட்லர் என்பவர்தான் இந்தப் பதத்தை உருவாக்கியவர். சின்னக் குழந்தைகள் பெரியவர்களோடு ஒப்பிட்டு எப்போதும் தாழ்வு மனப்பான்மையைத் தரித்துக் கொள்வது இயல்பு. வளர்ந்த பிறகு நம்மை மற்றவர்களோடு ஒப்பிடும்போதும், நாம் நினைத்தவற்றை அடைய முடியாமல் போகிறபோதும் தாழ்வு மனப்பான்மை அடைவது இயல்பு. நாம் தனித்துவம் கொண்டவர்கள் என்கிற உணர்வுதான் இந்த மனப்பான்மையிலிருந்து விடுபட உதவும். நம்மை அப்படியே அடுத்தவர்கள் ஏற்றுக் கொள்வதைவிட நாம் முதலில் ஏற்றுக் கொள்வது மிகவும் முக்கியம். நிறைவேற்ற முடியாத இலக்குகளை வைத்துக் கொண்டு நிம்மதி குலைவதைவிட நுனிக்கொம்பில் ஏறாமல் இருப்பது முக்கியம்.

- ***மனிதநேயம் என்றால் என்ன?***

தாமஸ்மனோகரன், புதுச்சேரி - 4.

அடுத்தவர்கள் வலியை தன்நோயாகக் கருதுவதே மனிதநேயம்.

- ***பாராட்டுதலால் மனிதன் பக்குவப்படுகிறானா? இல்லை பாதை மாறுகிறானா?***

பெயர் வெளியிட விரும்பாத வாசகர்.

பாராட்டு பன்னீராக இருந்தால் உள்ளத்தில் மணம் வீசும். மழையாக மாறினால் சளி மட்டுமல்ல, சனியும் பிடிக்க வாய்ப்பு உண்டு.

- ***பெரும் பணக்காரார்கள் பலரும் கஞ்சனாக இருப்பது ஏன்?***

தாமஸ்மனோகரன், புதுச்சேரி-4.

நான் படித்த ஒரு துணுக்குச் செய்தி. ஒருவரிடம் நூறு ஆண்டுகள் ஆன ஊறுகாய் பாட்டில் ஒன்று இருந்ததாம். அதைக் கேள்விப்பட்ட ஒருவர், ''எனக்குக் கொஞ்சம் கொடுங்கள், நான் அதைத் தின்றுதான்பார்க்கிறேனே!'' என்றாராம். அதற்கு அவர், ''இப்படி கேட்டவர்களுக்கெல்லாம் கொடுத்திருந்தால் நூறு ஆண்டுகளாக அந்த ஊறுகாய் இருக்க முடியுமா?'' என்று பதில் சொன்னாராம். கஞ்சர்களாக இருப்பதால்தான் அவர்கள் பணக்காரர்களாக இருக்கிறார்கள். மனக்காரர்கள் ஒருபோதும் பணக்காரர்களாக முடியாது.

5. கலை

- முதல் ஓவியம் உலகில் யாரால் உருவாக்கப்பட்டது?

பாரதி முருகன், மணலூர்பேட்டை

கானகத்தில் வாழ்ந்த மனிதர்கள் பாறைகளில் தகவல்களைத் தீட்டிய ஓவியமே முதல் ஓவியம். அவையே பின்பு ஓவிய எழுத்துக்களாக உருமாறின.

- ஊர்தோறும் பழமைக் கோயில்களைக் கட்டக் காரணம் என்ன?

ஏ.வி.செல்லமுத்து, ஆரிய பாளையம், சேலம்.

பழமைக் கோயில்களாகக் அவை கட்டப்படவில்லை. கட்டும் போது புதிதாக இருந்தன. பராமரிக்காதவை பழையவை போலக் காட்சியளிக்கின்றன. இவை வழிபாட்டிற்காக மட்டும் கட்டப்படவில்லை. கல்விச் சாலைகளாகவும், நீதிமன்றங்

களாகவும், தானியக் கிடங்குகளாகவும், பேரிடர் முகாம் களாகவும், ஆவணக் காப்பகங்களாகவும், மழைநீர் சேகரிப்பு மையங்களாகவும், உழைப்புக்கு உணவுத் திட்டங்களின் குறியீடுகளாகவும் இருந்தன. காலந்தோறும் கலையைப் பதிவு செய்யும் இடங்களாகவும் இருந்தன. ஆடு மாடுகள் வளர்ப்பதை ஊக்குவிக்கும் திட்டங்களையும், விலை விவரத்தைப் பதிவு செய்யும் சாசனங்களையும் அவை கொண்டிருந்தன. அங்கு இசை வளர்ந்தது, நடனம் செழித்தது, சிற்பம் சிறந்தது, ஓவியம் ஓங்கியது, பண்பாடு பாதுகாக்கப்பட்டது.

- சினிமா நட்சத்திரம், வானத்து நட்சத்திரம் – என்ன வித்தியாசம்?

  எம். செல்லையா, சாத்தூர்

  இரண்டும் ஜொலித்தாலும் அருகில் வருகிற திரை நட்சத்திரங்கள் அதிகமாக மக்களிடையே ஜொலிக்கிறார்கள்.

- மிமிக்ரி பிடிக்குமா? ஒரே நபரால் பல பிரபலங்களின் குரலைப் போல கொஞ்சம்கூடப் பிழையில்லாமல் எப்படிப் பேச முடிகிறது?

  மு. மதிவாணன், அரூர்.

  அடுத்தவர்களின் குரலில் ஏற்படும் ஏற்ற இறக்கங்களை கிரகித்துக்கொண்டு அதற்கேற்றவாறு நம்முடைய குரலை மாற்றிப் பேசுவது ஒரு கலை. இது உற்றுக் கவனிப்பதாலும், பயிற்சியாலும் வருகிறது. யாரையும் புண்படுத்தாமல் செய்தால் சிரிப்பை வரவழைக்கின்ற நுட்பங்கள் கொண்டது மிமிக்கிரி. எனக்கும் ஓரளவு செய்ய வரும்.

- ஐ.ஏ.எஸ். அதிகாரி இறையன்பு ஆகிய தங்கள் பெயரில் நடித்த சமுத்திரக்கனி தங்களைச் சந்திக்க ஆவலோடு இருக்கிறேன் என்கிறாரே, அவர் முயன்றால் தாங்கள் அப்பாய்ன்மென்ட் கொடுப்பீர்களா?

  ஆர்.கே. லிங்கேசன், மேலகிருஷ்ணன்புதூர்.

யார் வேண்டுமானால் என்னை எப்போது வேண்டுமானால் சந்திக்கலாம் என என் கதவுகளை அகலமாகத் திறந்து வைத்திருப்பவன் நான். அவரைப் போன்ற சமூக அக்கறை உள்ளவர்களைச் சந்திப்பதில் எனக்கும் விருப்பம். தேசிய விருதைப் பெற்றிருக்கிற அவருக்கு என் மனமார்ந்த பாராட்டுகள். 'உங்கள் மீது தூவப்படும் முதல் மலரிதழ் இது. பூங்கொத்துகள் காத்திருக்கின்றன' என்று கூற விரும்புகின்றேன்.

- ***முதன் முதலில் மனிதன் தன் மகிழ்ச்சியை வெளிப்படுத்தியது நடனத்திலா? பாடுவதிலா?***

தாமஸ்மனோகரன், புதுச்சேரி - 4.

வேட்டையாடுகிறபோது இரை கிடைக்கும்போது ஏற்படும் மகிழ்ச்சியில் தொடங்கியது நடனம். வேளாண்மையில் ஈடுபட்டபோது உடல்வலி தெரியாமல் இருக்க உதயமானது பாடல். எனவே நடனம் பாடலுக்கு மூத்த சகோதரி.

- ***'கர்ணக்கொடூரம்' எனும் சொல்லின் அர்த்தமென்ன?***

கீர்த்திநாதன், குளித்தலை.

கர்ணம் என்றால் காது என்று பொருள். காதில் கேட்க முடியாத அளவிற்கு கொடூரமாகப் பாடுவதை குறிப்பதாகத்தான் முதலில் இது கையாளப்பட்டது.

- ***சார்லி சாப்ளின் நகைச்சுவையில் நீங்கள் வியந்து பார்க்கும் விஷயம் என்ன?***

பாரதிமுருகன், மணலூர்பேட்டை.

மனிதநேயம் கொண்ட, புண்படுத்தாத, பண்படுத்துகிற நகைச்சுவை. சர்வாதிகாரி ஹிட்லரை நக்கல் அடித்த துணிச்சலும், பொதுவுடைமை சித்தாந்தத்தை முன்மொழிந்த கோட்பாட்டு ஆழமும் வியக்க வைப்பவை. சாப்ளின் படங்கள் மகத்தான பாடங்கள்.

- ***கே.பி. சுந்தராம்பாளின் பாடல்களில் மிகவும் படித்தது?***

எம். செல்லையா, சாத்தூர்.

வாழ்க்கை எனும் ஓடம் வழங்குகின்ற பாடம்.

- ***இன்றையத் தமிழகத்தில் இயல், இசை, நாடகம் எந்த நிலையில் உள்ளது?***

மேட்டுப்பாளையம் மனோகர்,
சென்னை - 18.

இயலில் அறம் பாடுதலும், இசையில் ஜால்ராவும், நாடகத்தில் தனக்குத்தானே பேசிக்கொள்வதும் அதிகமாகி இருக்கின்றன.

- ***நான் உங்களை நேரில் சந்தித்துப் பேச விரும்புகிறேன். வாய்ப்பு தருவீர்களேயானால் மிக மகிழ்ச்சியடைவேன் அய்யா.***

வேலுநாயக்கர்,
திருவண்ணாமலை.

நீங்க நல்லவரா? கெட்டவரா?

- ***திரைப்படத்தில் நடிப்பதற்கு தங்களுக்கு வாய்ப்புகள் வந்ததா?***

சு. ஆறுமுகத்தமிழன், கழுகுமலை.

பல படங்களில் பிள்ளையார் வேடத்தில் நடிக்கக் கூப்பிட்டார்கள்.

- ***தோல்விகளால் துவளாமல் இருப்பது எப்படி?***

எஸ். சிவகுமார், பெரம்பலூர்.

எடுத்தவுடன் வெற்றி கிடைக்கும் என்று எதிர்பார்க்கக் கூடாது. உலகப் புகழ்பெற்ற பிகாசோவின் ஓவியங்களை அவர் தீட்ட ஆரம்பித்தபோது வாங்க ஆளில்லை. எனவே, அவற்றில் சிலவற்றை எரித்து அவர் குளிர்காய்ந்தார். ஆனால் 1973 ஆம் ஆண்டு அவர் இறக்கும்போது 1876 ஓவியங்கள், 1355 சிற்பங்கள், 2880 செராமிக் பொம்மைகள், பதினோராயிரத்திற்கும் மேற்பட்ட கோட்டோவியங்கள், 27000 லித்தோகிராப் ஆகியவற்றை விட்டுச் சென்றார். அவற்றின் மதிப்பு 25 கோடி டாலர். எனவே வைராக்கியத்தை வளர்த்துக் கொண்டால் கடல் கணுக்கால் அளவு, இமயம் இடுப்பளவு.

- **நம் பெயரைச் சொல்லும்போது, இனிஷியலோடு சொல்ல வேண்டுமா?**

சாலைசேகர் சசி,

பெயரை மட்டும் சொன்னால் போதும். ஒருவேளை உங்கள் முதலெழுத்தால் மட்டுமே நீங்கள் அறியப்படுபவராகவோ, அல்லது இன்னும் இரண்டு மூன்று பேர் அதே பெயரோடு இருந்தாலோ உங்கள் முதலெழுத்தோடு முன்மொழியுங்கள். மகாபாரதத்தில் சந்தனுவுக்கு இரண்டு புத்திரர்கள். சித்ராங்கதன், விசித்திர வீரியன். இருவரில் விசித்திர வீரியன் சீக்கிரமே செத்துப்போனான். சித்ராங்கதன் என்ற பெயரில் இன்னொரு மன்னன். அவன் செய்த கெட்டதெல்லாம் இவனுக்கு வந்தது; இவன் செய்த நல்லதெல்லாம் அவனுக்குப் போனது. பொறுத்துப் பொறுத்துப் பார்த்து அவன் மீது படையெடுத்த சந்தனுவின் மகன் போரில் செத்துப்போனான். தன் வம்சம் நாடாள வேண்டும் என ஆசைப்பட்டு பீஷ்மரை பிரம்மச்சாரியாக்கிய சத்தியவதியின் கனவு அதோடு போனது; குருவம்சம் அத்துடன் முடிந்துபோனது. பேர்குழம்பினால் போர்கூட வரலாம்.

எனவே நாம் பெயரைச் சொல்லும்போது நாம் பெயர் மட்டு மல்ல என்பதைப் புரிந்து கொண்டும், அது வெறும் குறியீடு என்பதையும் உணர்ந்து சொன்னால் மேன்மையடையலாம். 'பெயரில் என்ன இருக்கிறது' என்ற ஷேக்ஸ்பியரின் பல பாத்திரங்களின் பல பெயர்கள் அவர்கள் குணாதிசயத்தின் படியே படைக்கப்பட்டிருக்கின்றன.

- ***"மாதவிப் பெண்மயிலாள் தோகை விரித்தாள்" என்ற பழைய பாடலில் மாதவிங்ற பெண்மயில் போன்றவள் தோகை விரித்தாள்னு சொல்றாங்க . . . ஆனா பெண்மயிலுக்குத் தான் தோகை இல்லையே... அப்புறம் எப்படி தோகை விரித்தாள்னு சொல்ல முடியும்?***

சுபா பிரதா, ஈரோடு.

'குயில்போலப் பாடினாள்' என்பதும் தவறுதான். பறவைகளில் ஆண்களே பாடுகின்றன. அவையே பெண் பறவைகளைப்

பாடி ஈர்க்க முயல்கின்றன. ஆண் மயில்களுக்குத் தோகை பெண் மயில்களைக் கவர்ந்திழுப்பதற்காக. ஆனால் அவையே எளிதில் நரிகளும், நாய்களும் வேட்டையாட உதவிவிடு கின்றன. அழகு ஆபத்தானது என்பதை தோகை உணர்த்துவதால் பாடலாசிரியர் அப்படி எழுதியிருக்கக் கூடும். இலக்கியத்தை உயிரியல் உண்மைகளைக் கொண்டு உரசக் கூடாது. அழகியல் பார்வையோடு ரசிக்க வேண்டும்.

- 'ஆத்தங்கரை ஓரம்' எனும் தங்களுடைய நாவல், சொந்த அனுபவத்தின் மூலமாக உருவானது. நம்மைச் சுற்றி கதைகள் ஒளிந்து கிடக்கின்றனவா?

ஏ,ஜெ.பி. இன்பெண்ட் பெராரோ,
வேலூர் அரசு மருத்துவக் கல்லூரி, வேலூர்.

கதைகள் அப்பட்டமாக நிறைந்திருக்கின்றன. கூர்ந்து நோக்கும் திறனும், ஆழ்ந்து யோசிக்கும் பொறுமையும், அழகியலோடு வெளிப்படுத்தும் உணர்வும் இருந்தால் அவை சிறுகதை களாகவும், புதினங்களாகவும் வாசிப்பதற்கு வலம் வரும்.

- மாற்றுத் திறனாளிகளில் (உலக அளவில்) உங்கள் மனம் கவர்ந்தவர்கள் யார், யார்?

க. இராசசேகர்,
விருத்தாசலம் வட்டம்,
கடலூர் மாவட்டம்.

பரிதாபத்தை எதிர்பார்க்காமல் சொந்தக் காலில் நின்று உழைத்துப் பிழைக்கிற அனைத்து மாற்றுத் திறனாளிகளுமே மனத்தைக் கவர்ந்தவர்கள்தாம். அண்மையில் புதுடெல்லியில் ஒரு கருத்தரங்கத்தில் என்னோடு அரங்கத்தில் பேசிய அருணிமா சின்ஹா என்பவர் அநியாயத்திற்கு எதிராகப் போராடி ஒரு காலை இழந்த நிலையில் எவரெஸ்ட் ஏறிய தன் அனுபவத்தைப் பகிர்ந்தார். அரங்கமே அதிர்ந்து அவரைப் பாராட்டியது. பொறிகளில் குறைபாடுகள் இருந்தும் புலன்களை வெற்றிகரமாக நுகர்ந்தவர் ஹெலன் கெல்லர். பார்வையின்றியும், பேச்சுத்திறன் இன்றியும், காதுகள் பழுதடைந்த நிலையிலும்

இருந்த அவர் வானொலியில் தன் கைகளை வைத்து ஒலிக்கிற இசை நரம்பு வாத்தியமா அல்லது முழவு வாத்தியமா என்று சொல்லும் ஆற்றல் பெற்றவர். அவர் தாம் உணர்ந்த வாசனைகள், சுவை, தொடு உணர்வு, உணர்ச்சிகள் போன்றவற்றைப்பற்றி விரிவாக எழுதியவர். அசாத்திய உள்ளுணர்வை வளர்த்துக் கொண்டு புலன்களின் எல்லையைக் கடந்தவர்.

- ***ஊஞ்சலில் பெண்கள் ஆடுவதற்கும், ஆண்கள் ஆடுவதற்கும் என்ன வித்தியாசம்?***

பாரதிமுருகன், மணலூர்பேட்டை.

பெண்கள் மகிழ்ச்சிக்காக ஆடுகிறார்கள். ஆண்கள் மற்றவர் களுக்காக ஆடுகிறார்கள். ஊஞ்சலுக்கும், ஊசலுக்கும் ஒரு மெய் மட்டுமே வித்தியாசம். மெய்மறந்து ஆடினால் மெய் பறக்க வாய்ப்பு உண்டு.

- ***கிளி பேசும் என்கிறார்கள். அது பேச எப்படி கற்றுக் கொள்கிறது?***

பாரதிமுருகன், மணலூர்பேட்டை.

கிளி மட்டுமல்ல, இன்னும் சில பறவைகளும் மிமிக்ரி செய்யும் ஆற்றல் உடையவை. வனத்தில் இருக்கும் அவை வேறுசில பறவைகளைப்போல குரல் கொடுத்து கேளிக்கை செய்வது உண்டு. மனிதர்கள் வளர்க்கும் கிளிகள் பேச ஆரம்பித்து விட்டால் மற்ற பறவைகள் அவற்றிடம் வருவதில்லை. நம் மொழி சேர்ப்பதைவிட பிரிப்பது அதிகம்.

- ***கல்விக்கும், வாழ்க்கைக்கும் என்ன வேறுபாடு?***

இராமலிங்கம்.

பாமாவிஜயம் படத்தில் இயக்குநர் பாலச்சந்தர் கைவண்ணத்தில் நடிகர் பாலையா பேசும் வசனம் ஒன்று.

வாழ்க்கை பரீட்சை நடத்திய பின்பு பாடம் புகட்டுகிறது;

ஆசிரியர் பாடம் நடத்திய பிறகு பரீட்சை வைக்கிறார்

அடுத்தவருடைய வாழ்க்கை நமக்குக் கல்வி. நம்முடைய வாழ்க்கையை அடுத்தவர்களுக்குப் பாடமாக்காமல் வாழ்வதே சிறந்த பண்பு. மாணவர்கள் வாசிக்கும் பாடப்புத்தகமாக வாழ்வை மாற்றுபவர்களே மகான்கள்.

- **மனிதன் எப்போது மாமனிதனாகிறான்? மாமனிதன் எப்போது மனிதனாகிறான்?**

தா. ஜான் கிளாட்சன், கிருஷ்ணகிரி.

நாம் ஒன்றுமில்லை என்பதை உணருகிறபோது மனிதனுடன் மா சேர்ந்துகொள்கிறது. நானே எல்லாம் என நினைக்கும் போது மாமனிதனிடம் மா கழன்றுவிடுகிறது. என்னைத் தவிர யாருமில்லை என எண்ணும்போது மாமனிதனிடம் மனிதன் கழன்று கொள்கிறது.

- **லவ் பண்ணுவது சரியா, தப்பா?**

சுபாஷ்,
subashsekaran2015@gmail.com

காதல் என்பதை ஓர் ஆணின் பெயரைச் சொன்னால் பெண்ணுக்கோ, பெண்ணின் பெயரைச் சொன்னால் ஆணுக்கோ ஏற்படுகிற நரம்புகளைக் கிளுகிளுப் பூட்டுகிற உணர்வின் அடிப்படையில் இந்தக் கேள்வியை நீங்கள் கேட்டிருக்கிறீர்கள் என்று எண்ணுகிறேன். காதல் என்பது ஒருவர் தன் சுயத்தை விரிவுபடுத்துகிற முயற்சி. படிப்படியாக உலகம் முழுமைக்கும் தன்னை விரிவாக்கிக் கொள்ளுகிற பயிற்சி. நாம் உளப் பூர்வமாக ஒருவரை நேசிக்கும்போது நம் தன்முனைப்பின் எல்லைகள் உருகி பிரபஞ்சத்தின் பிரஜையாகிறோம். அப்போது இனம் புரியாத ஒரு மயக்கத்தில் நாம் பார்க்கிற மரங்களும், மலர்களும், மலைகளும், மனிதர்களும் தித்திக்கத் தொடங்கு கிறார்கள். எல்லாவற்றோடும் இனம் புரியாத ஓர் இணைப்பு ஏற்படுகிறது. முதலில் உடலைச் சார்ந்து தொடங்கும் இந்த உணர்ச்சி உடலை உதிர்ப்பதில் முடிய வேண்டும். ஆனால் இன்று பல இடங்களில் அது உடலோடு ஒதுங்கிவிடுகிறது. ஒருவரை

யொருவர் சார்ந்து இருப்பதை அன்பாகக் கருதிக்கொள்கிறோம். அவன் இல்லாவிட்டால் நான் இல்லை என்று அடுக்குமொழி வசனம் பேசுவதைப் பார்க்கிறோம். இது கையகப்படுத்துகிற மனப்பான்மை. இந்த மனநிலை காதலுக்கு எதிரானது. இப்படி இருப்பவர்கள் பெற்றோரின் அன்பு பூரணமாகக் கிடைக்கப்பெறாதவர்கள். குழந்தைத்தனத்திலேயே இன்னும் இருப்பவர்கள். இப்படிப்பட்ட காதல் உறவுகளை கட்டுமானம் செய்யாமல் கட்டாந்தரையாக்கிவிடுகிறது. உண்மையான காதல் அடுத்தவரின் வளர்ச்சிக்காக அர்ப்பணிக்கக் கூடியது. தன்னையும் தியாகம் செய்ய தயாராக இருப்பது. ஒருவருக் கொருவர் சொற்களால் சொறிந்துகொள்ள வேண்டிய தேவை யில்லாமல் மனத்தால் புரிய வைக்கின்ற மறுமலர்ச்சி அதில் ஏற்படும். இந்தப்பக்குவம் அடைந்தவர்கள் தம் பொறுப்பு களை தாம் ஆற்ற முடியும் என்கின்ற தகுதி பெற்றிருந்தால் தாராளமாக காதலிக்கலாம். காதலும், மரணமும் வர வேண்டிய விதத்தில் வர வேண்டிய வயதில் வந்தால் நல்லது.

- ***சமயோசித புத்தியை வளர்க்க என்ன செய்ய வேண்டும்?***

குருபிரசாத்,

gurugovind1996@gmail.com

ஒரு நிகழ்வில் நம்மை முழுமையாக நிறைத்துக்கொள்ளும் போது மூளையில் உள்ள சில நியூரான்கள் தீபோலச் செயல்பட்டு நிலைமைக்குத் தக்கவாறு எதிர்வினை புரியச் செய்யும். எந்தச் சூழலிலும் நம்பிக்கையை இழக்காமல் இருந்தால், துணிவுடன் எதிர்கொண்டால் சமயோசித புத்தி கூடும். முழுமையான விழிப்புணர்வு இருப்பவர்கள் சட்டென பதில் சொல்லவும், விரைவாக எதிர்வினை புரியவும் கற்றுக்கொள்வார்கள். மூளையை கட்டுப்பாட்டுடன் வைத்திருக்க நாம் செய்யும் பயிற்சிகள் இதற்கு உதவும். ஒருமுறை சர்ச்சில் நீங்கள் உங்கள் கேள்விளை அனுப்பலாம் என்று சொன்னார்.

ஒரு துண்டு காகிதத்தைப் பிரித்துப் பார்த்தால் அதில் 'முட்டாள்' என்று எழுதியிருந்தார்கள். உடனே சர்ச்சில் சிரித்துக்கொண்டே 'யாரோ கேள்வியை எழுதாமல் பெயரை மட்டும் அனுப்பியிருக்கிறார்கள்' என்று சொன்னார். இதுதான் சமயோசித புத்தி.

- **நான் நல்லா எழுதுவேன். இப்போது கூட ஒரு கவிதை புத்தகம் எழுதியிருக்கிறேன். என்னோட நோக்கம் மிகப் பெரிய எழுத்தாளராகவும், கவிஞராகவும் வரணும் என்பது. என்னுடைய ஒரு பேனாவின் தாகம் என்கிற புத்தகத்திற்கு முன்னுரை எழுதி தரமுடியுமா?**

கொளஞ்சியப்பன்.
valluvabharathi.writer@gmail.com

அனுப்பி வையுங்கள். படித்துவிட்டு அவசியம் தருகிறேன்.

- **கால்பந்து போட்டிகளில் கலவரம் ஏற்படுவது ஏன்?**

அ. முரளிதரன், மதுரை-3.

தவறாக உதைப்பதால்.

- **சினிமாவில் தலை காட்டலாமே சார்? சினிமா பிடிக்காதா?**

ஜி. குப்புசாமி, சங்கராபுரம்.

தலைகாட்டலாம்தான். ஆனால் அந்த சினிமா தலைகாட்ட முடியுமா என்பதுதான் சந்தேகம்.

- **புத்திசாலித்தனம் எவருக்கு அதிகம் தேவை? கேள்வி கேட்பவர்களுக்கா அல்லது பதில் சொல்பவர்களுக்கா - சுவையான சம்பவங்களை கூறுங்களேன்.**

இராம. முத்துக்குமரனார்,
கடலூர் துறைமுகம்.

கேட்பவர்களுக்கே அதிகம் தேவை. சிறந்த பதிலை வெளிக் கொண்டு வருபவை சிறந்த கேள்விகளே. இன்று அதற்குச் சரியான விடை கிடைக்காவிட்டாலும் என்றாவது கிடைத்தால் மானுடம் தழைக்க அது உதவும்.

- **தமிழ்த் திரைப்படங்களின் தற்காலப் போக்கு தங்களுக்குத் திருப்தியளிக்கிறதா? ஒரு பாடல் அல்லது பல பாடல்கள் இளஞ்சமூகத்தை தேற்றவோ, கெடுக்கவோ கூடிய வல்லமை படைத்தவையா? ஒரு பாடல் (திரைப்படப்பாடல் அல்ல) தொடர்பாக சமீபத்தில் எழுந்துள்ள சர்ச்சை பற்றிய தங்களின் கருத்து என்ன?**

கீதாஞ்சலி, சென்னை.

ஒரு நல்ல பாடலுக்கு ஆழ்மனத்தில் பதிந்து நம்முடைய செயல்பாடுகளைவடிவமைக்கும் ஆற்றல் உண்டு. இசையோடு இதயத்தில் ஊடுருவும் சொற்கள் எப்போதும் நினைவில் இருக்கும். 'மாபெரும் சபைதனில் நீ நடந்தால் உனக்கு மாலைகள் விழ வேண்டும்' என்கிற பாடல் எத்தனையோ இளம் நெஞ்சங்களை சாதிக்கத் தூண்டியிருக்கிறது. சோர்ந் திருக்கும்போது தத்துவப் பாடல்களும், முன்னேறத் துடிக்கும் போது தன்னம்பிக்கைப் பாடல்களும், இயற்கை குறித்த இனிய பாடல்களும் நம் எண்ண ஓட்டத்தை மாற்றக் கூடியவையாக இருந்திருக்கின்றன. இப்போதும் அதுபோன்ற பாடல்களைக் கேட்கும்போது முதன்முதலில் அவற்றைக் கேட்ட சூழல் நினைவுக்கு வருகிறது. இன்றிருக்கும் மின்னணு ஊடகங்களில் எதுவும் விரைவாக பரவக்கூடிய வசதி உள்ளது. மலரை எறிந்தால் அது பூங்கொத்தாக மடியில் வந்து விழும். மண்ணை எறிந்தால் அது பாறாங்கல்லாகத் தலையை நசுக்கும். அதுதான் நீங்கள் குறிப்பிடும் நேர்வில் ஏற்பட்டுள்ளது. இன்றும் தரமான திரைப்படங்கள் விருதுபெறும் தகுதியோடு வந்துகொண்டிருக்கின்றன. தனிப்பட்ட முறையில் வாழ்க்கை எப்படியிருந்தாலும் திரையில் மிகச்சிறந்த பண்பாட்டையும் நாகரிகத்தையும் வாழ்வியல் நெறியையும் காட்டுவதே கலையின் நோக்கம் என்கிற உன்னத வெளிப்பாடு அன்று திரைப்படங்களுக்கு இருந்தது. இருப்பதைக் காண்பிப்பது அல்ல திரைப்படம். இருக்கவேண்டியதை உணர்த்துவது

என்ற நிலை இன்றைய திரைப்படங்களில் மாறிவருகிறது. உறவுகளை நீர்த்துப்போகச் செய்யும் சில நிகழ்வுகளையும் பெற்ற தந்தையை ஒருமையில் அழைக்கும் வசனங்களையும் பார்க்கிற சிறுவர்கள் இப்படிப் பேசினால் தப்பு இல்லை என்று எண்ணிக் கொள்ளக்கூடும். காட்சி ஊடகங்களுக்கு எழுத்து ஊடகங்களை விட அதிகப் பொறுப்பு இருக்கிறது. காரணம் அதன் பன்மடங்குத் தாக்கம். இலக்கியம் மட்டுமல்ல, எந்த ஒரு படைப்பும் மானுடத்தை மேன்மைப்படுத்துவதாக இருக்கவேண்டும்.

- **கூடுவிட்டு கூடு பாய்வது சாத்தியமா?**

எம். செல்லையா, சாத்தூர்.

குருவிகளுக்கும், படைப்பாளிகளுக்கும் சாத்தியம்தான்.

- **தியானம் என்பது எதைக் குறிக்கிறது? அதை எவ்வாறு முழுமையாக செய்வது?**

சிந்துஜா, கொந்தகை

ஏதேனும் ஒன்றில் கவனத்தைத் திணிப்பதே தியானம் என்று கருதுகிற ஒரு பள்ளி உண்டு. ஒரு மந்திரத்தைத் தொடர்ந்து சொல்லி மனத்தை ஒருமுகப்படுத்துவது தியானம் என்பாரும் உண்டு. மனத்தை மௌனப்படுத்துவதே தியானம் என்பது ஜென் கூறும் வழிமுறை. மௌனம் என்பது சப்தங்களற்ற நிலை அல்ல. அது சொற்களற்ற நிலை. எண்ணங்களற்ற நிலை. ஜே.கிருஷ்ணமூர்த்தியைப் பொருத்த வரை சிந்தனைகளற்ற நிலையே தியானம். அதை அடைய விருப்பு, வெறுப்பின்றி எண்ணங்களைக் கவனிப்பது அவசியம். மனத்தை அமைதிப்படுத்தும்போது அது சாத்தியமாகிறது. இறைநம்பிக்கைக்கும் அப்பாற்பட்டது தியானம் என்பதை அன்றே நிறுவியவர் புத்தர். ஹெர்பர்ட் பென்ஸன் என்பவர் தியானமுறை குறித்து விரிவாக ஆய்வு செய்தார். மதத்தைத் தாண்டி அதை அணுக முடியும் என்று நிரூபித்தார். உடல் முழுவதுமாக இளைப்பாற

அது உதவும் என்று பரிந்துரைத்தார். இதயத்துடிப்பை சீராக்கவும், ரத்த ஓட்டத்தை நேராக்கவும், விழிப்புணர்வை அதிகப்படுத்தவும் தியானம் உதவும். நீங்களே இதைக் கற்றுக்கொள்ள முடியும். உதவி தேவைப்பட்டால் முறையான பயிற்சியாளர் ஒருவரிடம் அதைக் கற்றுக் கொள்ளுங்கள்.

- ***அறிஞர் அண்ணாவின் ஆங்கிலப் பேச்சைக் கேட்டிருக்கிறீர்களா?***

கே.ஏ.என். சிவம்,
பெங்களூரு.

ஒலிப்பேழையில் பதிந்த ஓரிரண்டு சொற்பொழிவுகளைக் கேட்டிருக்கிறேன். Anna Speaks at the Rajya Sabha - (1962-66) என்ற பெயரில் வெளிவந்த அவருடைய ராஜ்ய சபா உரைகளைப் படித்திருக்கிறேன். பாரதியைப் பற்றிய அவருடைய ஆங்கிலச் சொற்பொழிவையும் வாசித்து மகிழ்ந்திருக்கிறேன். அண்ணாவின் உரையைக் கேட்க பண்டித நேருவே ராஜ்ய சபாவிற்கு வருவார் என்றெல்லாம் சிலர் எழுதியதைப் படிக்க நேர்ந்ததுண்டு. ஆனால் நேரு அவருடைய உரையை ஒருபோதும் கேட்டதில்லை என்பதை அண்ணா எழுதிய கைதி எண் 6342 நூலில் நான் படித்திருக்கிறேன்.

- ***தாயின் பாசம், தந்தையின் பாசம், குருவின் பாசம் இந்த மூன்றில் எது உயர்ந்தது? ஏன்?***

விருதை க. இராசசேகர்,
விருத்தாசலம் வட்டம்.

தாயின் பாசம் கங்காரு குட்டியை சுமப்பதைப்போல. தந்தையின் பாசம் பூனை தன்னுடைய குட்டியை வாயால் வலிக்காமல் கவ்வுவதுபோல, குருவின் பாசம் குட்டி வலியச் சென்று தாய்க் குரங்கின்மீது ஒட்டிக்கொள்வதைப்போல.

- ***திரைப்படங்கள் பார்ப்பது உண்டா?***

எம். செல்லையா,
ஏழாயிரம்பண்ணை, சாத்தூர்

படம் பார்ப்பதுண்டு, ஆனால் படம் காட்டுவது இல்லை.

- நீங்கள் ஆஸ்திகரா, அல்லது நாஸ்திகரா, அல்லது இரண்டும் கலந்த கலவையா?

ஜி.ஆர். ராகவன், கரூர்.

இறைவன் பெயர்ச்சொல் அல்ல, வினைச்சொல் என்கிற பக்மின்ஸ்டர்ஃபுல்லரின் பொன்மொழியை நேசிப்பவன் நான்.

- தினந்தோறும் நாட்குறிப்பு எழுதுவது நல்ல பழக்கமா? பயனற்ற வேலையா?

ஏ.ஜெ.பி. இன்பெண்ட் பெராரோ, வேலூர்-11.

உண்மையை மட்டும் எழுதினால் நல்லது. அப்படி எழுதியபின் மற்றவர்கள் வாசிக்காதபடி ஒளித்து வைத்தல் இன்னும் நல்லது.

- நானும் என் நண்பனும் திரைப்படம் ஒன்றிற்குச் சென்றிருந்தோம். எனக்கும் சேர்ந்து அவர் டிக்கெட் எடுத்திருந்தார். படம் குப்பை. வெளியே வந்த நான் படம் படு அபத்தம் என்று பகிரங்கமாக சொன்னேன். ஆனால் அவரோ நன்றாக இருக்கிறது என்று சொன்னார். ஏன் இந்த முரண்பாடு, இதற்கு மனவியல்ரீதியான காரணம் உண்டா?

ரகுராமன், வந்தவாசி, திருவண்ணாமலை

உங்கள் நண்பர் அவர் பணத்தைப்போட்டு உங்களைப் படத்திற்கு அழைத்துச் சென்றிருக்கிறார். நீங்களோ இலவசமாக அதைப் பார்க்கச் சென்றிருக்கிறீர்கள். படத்திற்கு முதலீடு செய்த அவர் நன்றாக இல்லாவிட்டாலும், நன்றாக இருந்தது என்று சொல்லி சமாதானம் அடைவதுதான் மனரீதியாக அவருக்கு ஆறுதல் அளிக்கும் நிகழ்வு. அவருக்கும் அது நன்றாக இல்லை என்பது தெரியும். ஆனால் அதில் ஓரளவிற்கு நன்றாக இருந்த சில காட்சிகளை நினைவுபடுத்தி நன்றாக இருந்ததாக அவர் திருப்திப்பட்டுக்கொள்வதைத் தவிர வேறு வழியில்லை. இதற்கு Cognitive Dissonance என்று பெயர். விருப்பப்பட்டுத் திருமணம் செய்துகொண்ட பலர் மணவாழ்க்கை மகிழ்ச்சியாக இருப்பதாகச் சொல்வது இந்த அடிப்படையில்தான்.

- ***விழிப்புணர்வுடன் இருத்தல் என்றால் என்ன? அதை அடைய உள்ள பயிற்சி முறைகள் யாவை?***

ஈ.சுவாமிநாதன்,
பாரதிபுரம், குரோம்பேட்டை.

எந்தச்செயலைச் செய்தாலும் அதை முழுமையாகச் செய்வது விழிப்புணர்வு. 'ஐந்து பேரறிவும் கண்களே கொள்ள' என்கிற பெரிய புராணப் பாடல் விழிப்புணர்வைப் பற்றி வெளிப் படுத்துகிறது. விழிப்புணர்வு என்பது கண்களோடு மட்டும் தொடர்புடையதல்ல. பாடலைக் கேட்கும்போது இசையாகவும், பந்தை உதைக்கும்போது உடலே காலாகவும், உணவை உண்ணும் போது நாமே நாவாகவும் மாறி விடுவதுதான் விழிப்புணர்வுக்கான இலக்கணம். நம் சிந்தனைகளைக் கவனித்தல் ஒரு வழிமுறை. அவ்வாறு கவனிக்கும்போது திடீரென சிந்தனை தடம் மாறி வேறு எங்கோ பாயும். ஆனால், மறுபடியும் தொடங்கிய இடத்திற்கே சிந்தனையைக் கொண்டு வருவதற்கு முயற்சி செய்ய வேண்டும். சின்னக் குழந்தைகள் கண்ணாமூச்சி விளையாடுவதும், கால்பந்து போன்ற விளையாட்டுகளில் ஈடுபடுவதும் விழிப்புணர்வைக் கூர்மைப்படுத்தும்.

- ***காதலுக்கு உணவு இசை!*** (If Music be the Food of Love) ***என்றார் ஷேக்ஸ்பியர், இசையின் உச்சம் தெய்வீகம் என்பது நம்மவரின் நம்பிக்கை இசையைப் பற்றிய உங்களின் எண்ணம்?***

மேட்டுப்பாளையம் மனோகர்,
சென்னை-18.

'பன்னிரண்டாம் இரவு' நாடகத்தில் வருகிற வரிகளைமேற்கோள் காட்டுகிறீர்கள். 'இன்னிசை வீணையில் இசைந்தோன் காண்க' என்று மாணிக்கவாசகரும், 'பண்ணவன்காண் பண்ணவற்றின் திறலானான்காண்' என்று அப்பரும் இசையை தெய்வீகத்தோடு தொடர்புபடுத்திப் பாடுகிறார்கள். இசை தாலாட்டாக வருகிற போது உறங்க வைக்கிறது. பாராட்டாக வருகிறபோது மயங்க வைக்கிறது. பரணியாக வருகிறபோது எழ வைக்கிறது.

அறமாக வருகிறபோது விழ வைக்கிறது. நதியின் சலசலப் பாகவும், காற்றின் கிசுகிசுப்பாகவும், வண்டின் ரீங்காரமாகவும், வண்ணத்துப்பூச்சிகளின் படபடப்பாகவும், வானம்பாடியின் பாடலாகவும், இருத்தல் முழுவதும் இசைமயமாகவே இருக்கிறது. நமக்குள் இருக்கும் வீணையையும் நம் உள்ளத்தில் இருக்கும் புல்லாங்குழலையும் நம் ஆன்மாவுக்குள் நிரம்பிக் கிடக்கும் இசையையும் வெளியே கொண்டுவருகிறபோது நாம் செய்கிற செயல்களில் எல்லாம் நிறைவு தென்படத் தொடங்கு கிறது. நமக்குள் இருக்கும் இசையை வெளியே கொண்டு வரவே வெளியே மிதக்கும் இசை பயன்பட வேண்டும்.

- **தாங்கள் திரைப்படங்கள் பார்ப்பதுண்டா? அப்படிப் பார்த்ததில் தாங்கள் வியந்து பார்த்த திரைப்படங்கள் பற்றி?**

த.சிவாஜி மூக்கையா,
தர்காஸ்(கிஷ்கிந்தா)

பார்ப்பதுண்டு. சில நேரங்களில் சிலிர்த்து மகிழ்வதுண்டு. பல நேரங்களில் இவற்றையெல்லாம் எதை நம்பி எடுத்தார்கள் என்று வியப்பதுண்டு.

- **வானொலியை இளம் வயதில் கேட்டதுண்டா? அதன் பயன் பற்றி நிறைய கூறுங்கள் அய்யா?**

கீதா முருகானந்தம், திருவைகாவூர்,
தஞ்சை மாவட்டம்.

வானொலியால் வளர்ந்தவர்கள் நாங்கள். 'நீங்கள் கேட்டவை' நிகழ்ச்சிக்காக ஒற்றைக் கொக்காய் தவம் இருந்தவர்கள். விரும்பிய பாடல் ஒலிபரப்பானால் மகிழ்ச்சியில் மூழ்கியவர்கள். ஒலி நாடா வந்தபிறகு எந்தப் பாடலையும் கேட்கலாம் என்ற நிலை ஏற்பட்டது. இருந்தாலும் வானொலியில் கேட்பது மரம் மடியில் கனியை உதிர்ப்பதைப்போல மகிழ்ச்சிகரமானது. வானொலி கவனிப்பதை ஆழப்படுத்தும். கண்களை மூடிக் கொண்டு பிடித்த இசையையோ, விரும்பிய ஒலிச்சித்திரத்தையோ கேட்கும்போது நம் கவனம் செம்மைப்படும். பார்ப்பதைக்

காட்டிலும் கேட்பது ஆழ்மனத்திற்கு செய்திகளை அதிகம் எடுத்துச்செல்லும். மேல்மனம் பொய்க்கும்போது ஆழ்மனமே ஆபத்பாந்தவன். அதிகம் பார்த்தால் கண்கள் வலிக்கும், எவ்வளவு கேட்டாலும் காதுகள் வலிப்பதில்லை. இன்றும் இரவு நேரங்களில் ஊர்தியை ஓட்டுபவர்களுக்கும், இயந்திரங் களை இயக்குபவர்களுக்கும் பண்பலை நிகழ்ச்சிகளே பக்கத்திலிருந்து வியர்வையை ஒற்றி எடுக்கும் கண்ணுக்குத் தெரியாத கைக்குட்டைகள்.

- **தஞ்சை மாவட்டத்தில் பெருமளவு உள்ள கோயில்களுக்கு கருங்கற்கள் கொண்டுவர பாதை, வாகனம் இல்லாத காலத்தில் எப்படி சாத்தியமாயிற்று?**

வீரசெல்வம், பந்தநல்லூர்.

அயராத உழைப்பும், தளராத ஊக்கமும், அதிசயத்தக்க அர்ப்பணிப்பும், மண்சார்ந்த தொழில்நுட்பமும் இருந்த காரணத்தால் அவை சாத்தியமாயின. இன்று வியத்தகு தொழில்நுட்பம் இருக்கும் காலத்தில்கூட அன்று ஆறேழு ஆண்டுகளில் கட்டப்பட்ட கோயில்களை அதே அளவு அவகாசத்தில் கட்ட முடியாது என்பதுதான் உண்மை. இன்று பணத்திற்காகப் பணியாற்றுகிறோம், அன்று மனத்திற்காகப் பணியாற்றினார்கள். எல்லாப் போர்களும் முதலில் மனத்தில் தான் நிகழ்த்தப்படுகின்றன என்பதைப்போல எல்லா ஆலயங் களும் முதலில் நம் நெஞ்சத்தில்தான் வடிவமைக்கப்படுகின்றன.

- **நான் என்ற எண்ணம் எப்பொழுது நாம் என்ற எண்ணமாக மாறும்?**

அ.ரெக்ஸ் அரவிந்த், முகையூர்.

மனிதன் அதிக பலம் வாய்ந்தவனாக இல்லாவிட்டாலும் பல்கிப் பெருகியதற்கு அவனுடைய ஒருங்கிணைந்த செயல் பாடே காரணம். கூட்டமாக இயங்கியபோதே வலிமையான

விலங்குகளையும் அவனால் வெற்றிகொள்ள முடிந்தது. சுயநலமற்று இருப்பதே மிகச் சிறந்த சுயநலம் என்கிற நியதிக்கு அவன் தள்ளப்பட்டான். ஹிலாரி எவரெஸ்டை ஏறி முடித்ததும் டென்சிங்கை நிற்கவைத்துத்தான் புகைப்படத்தை எடுத்தார். அனைவரையும் அணைத்துச்செல்லும்போதுதான் ஒவ்வொருவரும் உளப்பூர்வமாக உழைப்பார்கள் என்கிற உண்மை புரிந்தால் நான் நாமாகும், நம் அணி உலகுக்கு நாமமாகும் (நாமம் என்றால் பெயர். வேறு நாமம் அல்ல).

- ஃபீனிக்ஸ் பறவை என்று ஒன்று கிடையாது, அது வெறும் கற்பனைப் பறவை எனசமீபத்தில் ஒரு பிரமுகர் கூறியுள்ளாரே?

ஆர்.கே.லிங்கேசன்,
மேலகிருஷ்ணன்புதூர்.

அந்தப் பிரமுகர் வேறு யாருமில்லை, நான்தான். சில இதழ்களுக்கு முன் இதைப்பற்றிய கேள்விக்கு பதில் அளித்திருக்கிறேன்.

- எஸ்.எஸ்.எல்.சி படித்த காலத்தில் நீங்கள் படிப்பில் சுட்டியா? சுமாரா?

எஸ். அர்ஷத் ஃபயாஸ்.

மட்டி.

- நீதிபதி கையில் சுத்தியல் தேவைதானா?

ச.ஆ.கேசவன், கோவில்பட்டி.

நிஜ நீதிமன்றங்களில் நீதிபதிகளின் கைகளில் சுத்தியலும் இல்லை, அதை வைத்துக்கொண்டு அவர்கள் மேஜையைத் தட்டுவதும் இல்லை. இவை திரைப்படப் புனைவுகள். இவற்றைப்பற்றி நீதிநாயகம் சந்த்ரு ஆர்டர்-ஆர்டர் என்கிற புத்தகத்தில் தெளிவுபடுத்தியிருக்கிறார்.

- ரேடியோவின் சிறப்பு இன்றைய புதிய வரவுகளில் கிடைப்பதில்லையே?

ரேவதிப்ரியன், ஈரோடு.

வெ. இறையன்பு

வானொலியில் நாம் விரும்புகிற பாடல் ஒலிபரப்பாகும்போது கிடைக்கும் மகிழ்ச்சி மரத்தடியில் அமர்ந்திருக்கும்போது மடியில் விழுகிற கனியைப்போல ருசிக்கும். இப்போது எல்லா நேரங்களிலும் ஒலிபரப்பாகும் பாடல்களும் திரைச் சுருக்கங்களும் மரத்தில் ஏறிப் பறித்த கனிகளைப்போல சுவாரசியம் இல்லாத விளைவுகள். சுவையும் சுவாரசியமும் எதிர்பார்ப்பில்தான் அடங்கியிருக்கிறது. உலர்ந்த திராட்சையை கை நிறைய அள்ளித் தின்பதற்கும், சேமியா பாயாசத்தில் மிதந்துவரும் திரராட்சையைத் ருசிப்பதற்கும் இடையே இருக்கும் வித்தியாசம்தான் மற்ற ஊடகங்களுக்கும் வானொலிக்கும் இடையே இருக்கும் வேறுபாடு.

- ***மனிதனுக்குள் மிருகம் இருப்பதாகச் சொல்கிறார்களே! எப்போதெல்லாம் மிருகம் வெளியே வருகிறது? நமக்குள் இருக்கும் மிருகங்களை விரட்ட என்ன வழி?***

கா. இராஜசேகர், மங்களபுரம்.

நம்முடைய மரபுக்கூறுக்கும், சிம்பன்சியின் மரபுக்கூறுக்கும் 98.4 சதவிகிதம் ஒற்றுமை இருக்கிறது. எனவே பரிணாம வளர்ச்சியின்படி நமக்குள் இருக்கும் மிருக குணம் நீடிக்கவே செய்யும். நம்முடைய நாகரிகமும், பண்பாடும் அந்த மிருகம் வெளியே எட்டிப் பார்க்காமல் நடராஜர் கால்களுக்கு அடியில் இருக்கும் முயலகனைப்போல அழுத்தி வைக்கின்றன. யாராவது நம்மைக் கொஞ்சம் காயப்படுத்தினால் அந்த மிருகம் வெளியே வந்துவிடுகிறது. முழுவதுமாக விரட்ட முடியாது. விரட்ட முடிகிறவர்கள் ஞானிகளாகிவிடுவார்கள். மிரட்டி வைப்பவர்கள் சான்றோர்களாகி விடுவார்கள்.

- ***அன்றைய நாட்டை ஆண்ட மன்னர்கள் சிலரது புகழ் இன்றளவும் நிலைத்திருக்கக் காரணம்?***

ரேவதிப்ரியன்,
ஈரோடு

அதிரடி நடவடிக்கைகளால் அல்ல; ஆக்கப்பூர்வமான செயல் பாடுகளால் அவர்கள் நினைக்கப்படுகிறார்கள். நடத்திய போர்களால் அல்ல; கட்டிய அணைகளால், காப்பாற்றிய இலக்கியங்களால், போற்றிய கலைகளால், உருவாக்கிய ஆலயங்களால், நிகழ்த்திய நில அளவை முறைகளால், ஆவணப்படுத்திய கல்வெட்டுகளால், பொறித்த செப்பேடு களால், பங்களிப்பு செய்த பல்கலைக் கழகங்களால் அவர்கள் புகழ் நீடித்து நிற்கிறது.

- மறைந்த மெல்லிசை மன்னர் எம்.எஸ்.வி.யின் பாடல்களைக் கேட்டு மெய்மறந்து இன்புற்ற அனுபவம் உண்டா?

ஆர்.கே. லிங்கேசன், மேலகிருஷ்ணன்புதூர்.

பாகப்பிரிவினையில் வரும் 'தாழையாம் பூமுடித்த' பாடலுக்கு குறைந்த இசைக்கருவிகளோடு இசையமைத்த அவரது நேர்த்தியைக்கண்மூடி ரசித்திருக்கிறேன். அதிகக்கருவிகளோடு அமைந்த 'எங்கே நிம்மதி' பாடலையும் கேட்டு மகிழ்ந் திருக்கிறேன். 'நெஞ்சம் மறப்பதில்லை' பாடலில் இசை நம்மைக் கைபிடித்து காட்டு பங்களாவிற்கு அழைத்துச் செல்லும் காட்சியைக் கண்டு வியந்திருக்கிறேன். தன்முனைப் பற்ற அந்தக் கலைஞன் எதிர்ப்படுகிற அத்தனை இளைய இசையமைப்பாளர்களையும் கைகுலுக்கி அவர்கள் இசைக்காக பாராட்டுவதைப் பார்த்திருக்கிறேன். அவருக்கு இசை மட்டுமே தெரியும். பாடலே அவரது உலகம். இசைபட வாழ்ந்ததால் யாரையும் வசைமொழி சொல்லி வையாத மாமனிதர் அவர்.

- சமூகத்தில் நடிகர் - நடிகைகளுக்கு இருக்கும் மதிப்பும், மரியாதையும் எழுத்தாளர்களுக்குக் கிடைப்பதில்லையே. என்ன காரணம்..?

ஜி. கோகுலகிருஷ்ணன், திருவாரூர்.

எல்லா இடங்களிலும் நடிப்பவர்களுக்கு அதிக மரியாதை இருக்கவே செய்கிறது. ஆனால் அது நிரந்தரமாக நீடிப்பதில்லை.

காலமெல்லாம் வாழ சாப்ளின்போல, கலைவாணர்போல படைப்புத் திறனும் இருக்க வேண்டும். இவர்கள் எழுத்தாளர் களாகவும் இருந்ததால் எப்போதும் போற்றப்படுவார்கள். எழுத்தாளர் மறைந்த பிறகும் எழுத்துகள் நிற்கும். அவர்கள் தாக்கமும் நீடிக்கும். திருக்குறள் இல்லாத தமிழ்நாட்டை நினைத்துப் பார்க்க முடியுமா, ஷேக்ஸ்பியர் இல்லாத ஆங்கிலத்தை எண்ணிப்பார்க்க இயலுமா?

- ***இன்றைய நிலையில் தன்னம்பிக்கை ஊட்டும் நூல்கள் - ஆன்மிகப் புத்தகங்கள் அதிகம் விற்பனையாகின்றன. கதைப் புத்தகங்கள் - நாவல்கள் - விற்பனை குறைந்துவிட்டன - என ஒரு புத்தக விற்பனையாளர் கூறினார். இது சமுதாய வளர்ச்சிக்கு நல்லதா? பயன் மிக்கதா?***

என். சண்முகம், திருவண்ணாமலை - 606 601.

படைப்பாக்க நூல்கள் ஏற்படுத்தும் தாக்கமே மறைமுக மாகவும் ஆழ்மனத்தில் மாற்றங்களை ஏற்படுத்தக்கூடிய தாகவும் இருக்கும். அவை மௌனமாக சவ்வூடு பரவுவதைப் போல நம்மிடம் பல்வேறு விரும்பத்தக்க வெளிப்பாடுகளை ஏற்படுத்தும். நம் கற்பனைத் திறனையும், மொழி வளத்தையும் அவை மேம்படுத்தும். ஆயிரம் பக்கங்களில் கூறப்படும் அறிவுரையைவிட ஒரே ஒரு கதாபாத்திரம் செய்யும் ரசவாதம் மகத்தானது.

- ***நீராரும் கடலுடுத்த.. என்ற மனோன்மணியம் சுந்தரம் பிள்ளையின் பாடல் ஆங்கில எழுத்தாளர் லார்ட் லிட்டன் எழுதிய ரகசியவழி நூலின் தழுவலாமே?***

இரா. கல்யாண சுந்தரம், மதுரை

நாடகம் தழுவல். ஆனால் பாடல் கவிஞருடைய மாபெரும் பங்களிப்பு.

- ***மீசை என்பது மனிதனுக்கு வீரத்தின் அடையாளமா?***

பாரதி முருகன்,
மணலூர்பேட்டை

உலகக் குத்துச்சண்டைப் போட்டியில் முடிசூடா மன்னனாக இருந்த முகமது அலி மீசை வைத்திருக்கவில்லை.

- **இன்று நகைச்சுவையாகப் பேசும் பழக்கம் குறைந்துவிட்டதே?**

மு. குமரன்,
போச்சம்பள்ளி,

'ஒரு காலத்தில் மக்கள் மகிழ்ச்சியாக வாழ்ந்தார்கள். எனவே சோகத் திரைப்படங்களைப் பார்த்து ரசித்தார்கள். இப்போது சிரிக்க அதிக வாய்ப்பில்லாததால்தான் மக்களால் நகைச்சுவை சேனல்கள் அதிகம் பார்க்கப்படுகின்றன' என்று வனத்துறையில் தலைமைப் பொறுப்பில் இருந்த திரு. பாலநாதன் குறிப்பிடுவது உண்டு. தன்னையே நகைச்சுவைக்கு உட்படுத்துபவர்கள்தான் சிரிக்கச் சிரிக்கப் பேச முடியும் என்று ஜே. கிருஷ்ணமூர்த்தி நகைச்சுவை உணர்வு பற்றி ஒருமுறை குறிப்பிட்டிருக்கிறார். இப்போது மக்களிடம் நகைச்சுவை உணர்வு அதிகரித்து வருகிறது என்பதற்கு அண்மைக்காலங்களில் மின்னல் வேகத்தில் சமூக வலைத் தளங்களில் பறக்கும் சங்கதிகளே சான்று.

6. கல்வி

- 'ஊருடன் ஒத்துவாழ்' என்ற பழமொழியின் அர்த்தம் என்ன? தீயவர்கள் அதிகமாக உள்ளனர், அவர்களுடன் ஒத்து வாழ முடியுமா?

மீனாட்சி சுந்தரம், நெய்வேலி.

ஓர் ஊரில் தர்பூசணிப் பழம் ஒன்று தப்புச் செடியாய்க் காய்த்தது. அந்த ஊர் மக்களுக்கு அது பரிச்சயமில்லை. அதன் அருகில் செல்லவே பயந்தனர். அந்த வழியாகச் சென்ற ஒருவரை இதுபற்றி விசாரிக்க அழைத்தனர். அவருக்கோ தர்பூசணிப் பழங்களைப் பற்றி நன்றாகத் தெரியும். அவர் அதன் அருகில் சென்று அப்பழத்தை கத்தியால் அறுத்தார். சிவப்பாக இருந்த அதன் உட்பகுதியை ருசித்து உண்டார். மக்கள் தெளிவடைவார்கள் என நினைத்து அதை மேற்கொண்டார். அவர்களோ இவன் ராட்சசனோ என்று நினைத்து கல்லால் அடித்துக் கொன்று

இனிய இறையன்பு

விட்டார்கள். அதே வழியாக வந்த இன்னொருவர் இதைப் பார்த்து அந்தச் செடியை தொட பயப்படுவதுபோல முதலில் நடித்து பின்பு படிப்படியாக முன்னேறி அதன் காயைத் தொட்டு துள்ளிக் குதித்து இன்னும் இருவரை அழைத்துச் சென்று கத்தியால் குத்தி பின்வாங்கி இறுதியில் அதை இரண்டாகப் பிளந்து கொஞ்சம் கொஞ்சம் அனைவருக்கும் வழங்கி அது சுவையான பழம் எனப் புரிய வைத்தார். இப்படி மக்களையும் வசப்படுத்தி அவர்களை மேம்பட வைப்பதுதான் உலகத்தோடு ஒட்ட வாழ்தல்.

- பை ஹார்ட் செய்வது சரியா?

தாரா இரமேஷ், முதலியார்பேட்டை, புதுச்சேரி.

மனப்பாடம் செய்வது மலிவான அறிவின் அடையாளம். புரிந்துகொள்வதும், அறிந்து கொள்வதும் அறிவைக் கூர்மைப் படுத்தும் படிக்கட்டுகள். ஹென்றி மொலைசன் என்பவருடைய மூளையில் ஹிப்போகேம்பஸ் என்கிற பகுதியை அறுவை சிகிச்சை மூலம் நீக்கினார்கள். அவருக்கு நீண்டகால நினைவாற்றல் பாதிக்கப்பட்டு உணவு அருந்தியதே தெரியாமல் அடிக்கடி உணவருந்தி ஊதத் தொடங்கினார். செயல்முறை ஞாபகம் மட்டுமே எஞ்சியிருந்தது. ஆனால் அவருடைய நுண்ணறிவு அதிகரித்திருந்தது. மனனம் செய்யாதபோது மட்டுமே நுண்ணறிவு அதிகரிக்க வாய்ப்புண்டு என்பதற்கு அவர் சாட்சியம். அதிகம் 'பை ஹார்ட்' செய்தால் 'பை பாஸ்' சர்ஜரி செய்ய வேண்டிய நிலை வரும். ஜாக்கிரதை.

- **நான் ஒரு தனியார் பொறியியல் கல்லூரியில் கணிதத் துறை பேராசிரியராகப் பணிபுரிகிறேன். மாணவர்கள் அப்போது இருப்பதைப் போல இப்போது?... இல்லாமல் போனதற்கு காரணம் என்னவாக இருக்கும்... அதிக மாணவர்களுக்கு படிப்பின் மீதும், ஆசிரியர்கள் மீதும் மதிப்பு இல்லாமல் போனதை உண்மை என்று ஒத்துக்கொள்கிறீர்களா? ஆம் என்றால், ஏன்?**

அழகு
azhagendran87@gmail.com

மாணவர்களைக் கேட்டால் அந்தக் காலத்து ஆசிரியர்கள்போல் இப்போது இல்லை என்று சொல்லுவார்கள். தொடக்கத்தில் மாணவர்கள் எப்படி நடந்துகொண்டாலும் நாம் நம்முடைய அறிவு முதிர்ச்சி, அனுபவத் தேர்ச்சி, அணுகுமுறையில் பயிற்சி ஆகியவற்றின் மூலம் அவர்கள் மதிக்கும் ஆசிரியராக உருவாக முடியும். என்கிற திரைப்படத்தைப் பார்க்கவோ, புத்தகத்தைப் படிக்கவோ முயற்சி செய்யுங்கள். நாம் தொடர்ந்து தட்டினால் சுவர்களும் கதவாகும்.

- ***என்னுடைய தனித்த திறமை என்ன என்பதை எப்படி அடையாளம் காணுவது?***

ஈ. சுவாமிநாதன், குரோம்பேட்டை.

எந்தச் செயலைச் செய்யும்போது உங்களுக்கு மகிழ்ச்சி ஏற்படுகிறது, எந்தச் செயலை எப்போது செய்தாலும் சோர்வடைவதில்லை, எந்தச் செயலைச் செய்ததும் திருப்தி ஏற்படுகிறது என்பதை உற்றுக் கவனியுங்கள். அதுவே உங்கள் தனித்திறமை. முதலில் அந்தச் செயலைச் செய்யும்போது பாராட்டுகளுக்குப் பதிலாக பரிகசிப்பு நேரலாம். ஆனால், நாளடைவில் நீங்கள் அதில் மின்னுவதை அனைவரும் கை தட்டி வரவேற்பார்கள்.

- ***அன்றுபோல இன்று கல்விக்கூடங்களில் நுண்கலைகளுக்கு முக்கியத்துவம் அளிக்கப்படுவதில்லை, ஏன்?***

மேட்டுப்பாளையம் மனோகர், சென்னை-18.

படிப்பு மட்டுமே முக்கியம்; மதிப்பெண்களே கல்விக்கான அத்தாட்சி என பெற்றோர் எண்ணி மாணவர்களின் இதயத்தில் காற்றடிப்பதைப்போல கல்வியைத் திணிப்பதால் இந்தக் கோளாறு. ஓவியம், கைவினை, கவிதை, கோலம், பாடல் போன்ற நுண்கலைகள் பயிற்றுவிக்கப்பட்டால், பாடம் இன்னும் தெளிவாகப் பதியும் என்கிற சூட்சுமம் அவர்களுக்குப் புரிவதில்லை. படிக்கும்போது மூளையின் ஒரு பகுதி மட்டுமே தூண்டப்படுகிறது. இசைக்கருவியை வாசிக்கும்போது

மூளையில் ஒரு வாணவேடிக்கையே நடக்கிறது. ஓவியம் கற்பது, எழுத்தை அழகாக்கும்; எண்ணத்தைச் சீராக்கும். கல்வியைத்தாண்டி இவற்றைக் கற்றுக்கொடுக்க பெருமளவில் கூடங்களும், பள்ளிகளும் உருவாக வேண்டும். 'என் எதிர்த்த வீட்டுக்காரர் தப்பாகப் புல்லாங்குழல் வாசிக்கிறார்' என்று இதுவரை யாரும் போலீசில் புகார் செய்ததாகத் தெரியவில்லை. எனவே தைரியமாக முயலலாம்.

- ***தேர்வு பறக்கும்படை - தேர்தல் பறக்கும்படை என்ன வித்தியாசம்?***

சி. கார்த்திகேயன், சாத்தூர்.

பிட் அடிப்பதைத் தடுப்பது தேர்வு பறக்கும் படை. பிட் போடுவதைத் தடுப்பது தேர்தல் பறக்கும் படை.

- ***மெத்தப் படித்தவர்களின் மனங்களிலும் ஜாதி வெறி நீங்காது நிலைத்திருக்கிறதே?***

மேட்டுப்பாளையம் மனோகர், சென்னை.

படிப்பு என்பது மனப்பாடம் செய்து தேர்வுத்தாளில் பதுக்கிய திறமை மட்டுமல்ல. பெறுகிற பதக்கங்களும், பட்டங்களும் அல்ல. உண்மையான படிப்பு சகமனிதனை மட்டுமல்ல, மற்ற எல்லா உயிர்களையும் தம்மைப்போல் கருதுவது. 'அறிவினான் ஆகுவதுண்டோபிறிதின்நோய் தன்நோய்போல் போற்றாக்கடை' என்ற திருக்குறளின்படி வாழ்பவர்களே மெத்தப் படித்தவர்கள். அவர்கள் மனிதர்களை பிரித்துப் பார்ப்பதில்லை. அவர்கள் கத்தரிக்கோல்களாக இருப்பதில்லை, ஊசி நூலாக இணைப் பவர்கள்.

- ***அனுபவங்கள்தான் நல்ல பாடமாக அமைகிறது என்பது உண்மையா?***

வெ.லட்சுமிநாராயணன், வடலூர்.

பாடங்களைப் படித்த பிறகும் தேர்வில் தோல்வி அடைந்து தான் தீருவேன் என்று முடிவு செய்பவர்களை என்ன செய்ய முடியும்.

- **கல்வி கற்பது வாழ்வில் முன்னேறுவதற்குத்தான், அது எல்லோருக்கும் தெரிந்த ஒன்றுதான். ஆனால், ஒரு சில பத்தாம் வகுப்பு, பன்னிரண்டாம் வகுப்பு மாணவர்கள் தேர்வில் தோல்வி அடைந்தாலோ, மதிப்பெண் குறைந்தாலோ, தேர்வு முடிவு தேதி அறிந்தவுடன் தற்கொலை செய்து கொள்கிறார்களே இதைத் தடுப்பது எப்படி, இதற்குத் தீர்வு தான் என்ன?**

எஸ். அழகிரி, நாகை.

தேர்வுக்கு முன்பு எப்படி அதிக மதிப்பெண்கள் பெறுவது என்று நிகழ்ச்சிகள் நடத்தும் இதழ்கள் தேர்வு முடிந்ததும் மதிப்பெண்களே வாழ்க்கையல்ல என்பதைப் புரியவைக்கும் நிகழ்ச்சிகளை நடத்த முன் வந்தால் இந்த வருத்தமான நிகழ்வுகள் குறையும். யார் பத்தாவது அல்லது பளஸ் 2 எழுதியிருந்தாலும் முடிவுகள் வெளியானதும் அந்தக் குழந்தைகளின் பெற்றோரை தொலைபேசியில் தேடிப்படித்து எவ்வளவு மதிப்பெண் என்று கேட்பதைத் தவிர்ப்பது நாகரிகமான செயல்.

- **கிராமப்புரங்களில் உள்ள அரசு உதவிபெறும் தொடக்க, நடுநிலைப்பள்ளிகளில் மாணவர் சேர்க்கை குறைவாகவும், அதே பகுதியில் உள்ள மெட்ரிக் பள்ளிகளில் மாணவர் சேர்க்கை அதிகமாகவும் இருப்பது ஏன்?**

கே. சேதுரத்தினம்,
நீடாமங்கலம்,

இலவசமாக அளிக்கப்படும் கல்வியை தரக்குறைவாக எண்ணும் மனப்பான்மை இருக்கிறது. கடைவிரித்தேன், கொள்வாரில்லை என்ற நிலை கல்வியிலும் நீடிக்கிறது. ஆங்கில மொழியில் சரளமாகப் பேசுவதே அறிவு என்கிற தவறான மனப்பான்மையும், சலவை செய்யப்பட்ட கூரான சீருடைகளுக்கும் புத்திக்கூர்மைக்கும் தொடர்பு இருப்பதாக மக்கள் கருதுவதும் ஒரு காரணம். அதே நேரத்தில் இடம் கிடைக்க சிபாரிசு தேவைப்படுகிற அளவிற்கு சிறப்பான எண்ணிக்கை இருக்கின்ற அரசுப் பள்ளிகளும் இருக்கவே செய்கின்றன.

- ***உங்கள் வாழ்வில் நீங்கள் பலமாக மாற்றிக்கொண்ட உங்கள் பலவீனம் என்ன?***

பி. பிரியங்கா, தண்டலைபுதூர்.

மனப்பாடம் செய்வது எனக்கு மரண தண்டனைக்குச் சமம். சின்ன வயதில் எதைப் படித்தாலும் ஞாபகத்தில் வைத்துக் கொள்ள முக்கியச் செய்திகளை ஒருமுறை எழுதிப்பார்ப்பது உண்டு. நாளடைவில் இது தூக்கத்தைத் தள்ளிப்போட உதவியது. இதுவே பின்னாளில் நிறைய நூல்கள் எழுத பயிற்சியாக அமைந்தது. பல தேர்வுகளுக்கு குறிப்புகள் தயாரிக்க உதவியது. மனப்பாடம் செய்ய முடியாததாலேயே மேடையில் ஏறியதும் அப்போது தோன்றுபவற்றை சரளமாகப் பேசக்கூடிய நெருக்கடி உண்டானது. இது சுயசிந்தனைக்கும் கடன் வாங்கிய அறிவை நம்பாமல் இருப்பதற்கும் உதவியது.

- ***பள்ளிகளில் ஒரேவித பள்ளிச் சீருடை சரியா?***

சி. கார்த்திகேயன், சாத்தூர்.

ஒரேவிதமாக இருப்பதுதான் சீருடை.

- ***இன்றைய கல்விமுறையில் மாற்றம் தேவை என்று கூறிய நீங்கள் பருந்துப் பார்வை தேவை என்று கூறி இருக்கிறீர்கள்? பருந்துப் பார்வை பற்றி அறிய ஆவல்?***

உமாதேவி பலராமன், திருவண்ணாமலை

பருந்து பரந்துபட்டும் துல்லியமாகவும் பார்க்கும் தன்மையைக் கொண்டது. அதன் விழிகள் அவ்வாறு அமைக்கப்பட்டிருக் கின்றன. சில நேரங்களில் அவை அடுக்குகளாகப் பறக்கும். பூமிக்கு அருகிலிருக்கும் பருந்து இரையைக்கண்டு இறங்குவதைப் பார்த்து அடுத்தடுத்த அடுக்குகளிலிருக்கும் பருந்துகள் ஒன்றாக இறங்கும். ஒட்டுமொத்த வளர்ச்சியையும் ஒன்றில் நிபுணத்துவத்தையும் அடையும்போதே நம் கல்வி முற்றுப் பெறுகிறது. அடுத்தவர்களிடம் அறிவது பாடம். நாமாகப் பெறுவது கல்வி. அது வாழ்நாள்வரை தொடர வேண்டும்.

- **'தாய்மொழி வழிக் கல்வி' பற்றி தங்களின் கருத்து என்ன?**

நெய்வேலி க. தியாகராசன், குடந்தை.

இரண்டு மொழிகளை ஒரே நேரத்தில் சரளமாகப் பேசவும், எழுதவும் கற்றுக் கொண்டால் சமூகத்திலும் உணர்ச்சி மேலாண்மையிலும் சிறந்து விளங்க முடியும் என்று அண்மையில் நடந்த ஆய்வுகள் தெரியப்படுத்துகின்றன. மூளையின் அடர்த்தி அதிகரிக்கும். அல்சீமர், டிமன்சியா போன்ற நோய்கள் தாக்குவது குறையும். நிர்வாகப் பணி பிரச்சினைகளைத் தீர்த்தல், ஒரு வேலையிலிருந்து இன்னொன்றிற்கு விரைவில் அனுசரித்துப் போகுதல் ஆகிய திறன்களில் இரண்டு மொழியில் படித்தவர்கள் சிறந்து விளங்க முடியும். எனவே ஆங்கில மொழியில் மட்டுமே சரளமாகப் பேசவும், எழுதவும் திறமையை வளர்த்துக் கொள்பவர்கள் தமிழ் மொழியையும் அதற்கு ஈடாகப் படித்து தேர்ச்சி பெறாவிட்டால் பணிகளில் சரியாக ஜொலிக்க முடியாது.

- **சார் தங்களுக்கு அகவை என்ன?**

கா. திருமாவளவன், திருவெண்ணெய்நல்லூர்.

உலக நடப்புக்கு 56. ஆனால் செறிவாக வாழ்ந்த பயனுள்ள நாட்களை, புதிதாகக் கற்றுக்கொண்ட நேரத்தை, மற்றவர்களுக்கு உதவிய காலத்தை கணக்கெடுத்தால் பத்து ஆண்டுகள் கூடத் தேறாது.

- **கல்வி கற்பது வாழ்வில் முன்னேறுவதற்குதான் அது எல்லோருக்கும் தெரிந்த ஒன்றுதான். ஆனால் ஒரு சில 10th, 12th மாணவர்கள் தேர்வில் தோல்வி அடைந்தாலோ, மதிப்பெண் குறைந்தாலோ, தேர்வு முடிவு தேதி அறிந்தவுடன் தற்கொலை செய்து கொள்கிறார்களே இதைத் தடுப்பது எப்படி. இதற்கு தீர்வுதான் என்ன?**

எஸ். அழகிரி, எரும்பு கண்ணு,
இராதாமங்களம் அஞ்சல், கீழ்வேளூர் தாலுக்கா,
நாகப்பட்டினம் மாவட்டம்.

இனிய இறையன்பு

தற்கொலை என்ற சொல்லுக்கான ஆங்கிலப் பதமே அண்மையில் வந்த ஒன்றுதான். அதைப்பற்றி ஜான் டன் ஆமோதித்து அவருடைய பயத்தனடோஸ் என்கிற நூலில் பேசினாலும் அப்பதம் 1662 ஆம் ஆண்டு எட்வர்டு ஃபிலிப்ஸ் என்பவரால் முதன்முதலில் கையாளப்பட்டது. லத்தீனச் சொல்லான 'சூசைடம்' என்பதிலிருந்து அது உருவானது. தோல்வி ஏற்படு கிறபோது அவமானத்தைச் சந்திக்க விருப்பம் இல்லாதவர்கள் மரித்துக் கொள்வது தொன்றுதொட்டு இருந்துவரும் செயல். கிரேக்க, ரோம காவியங்களில் இது சகஜம். புரூட்டஸ், கசியஸ், கிளியோபாட்ரா போன்றவர்கள் தற்கொலை செய்து கொண்டார்கள். தமிழிலும் வடக்கிருந்து உயிர் துறப்பது உண்டு. ஹிட்லரின் தற்கொலை அனைவரும் அறிந்தது.

மாணவர்கள் மனத்தில் மதிப்பெண்கள் மட்டுமே முக்கியம் என்கிற எண்ணத்தை ஏற்படுத்துவதைத் தடுக்க வேண்டும். பெற்றோர் அவர்களை தேர்வு முடிவு குறித்து பயமுறுத்துவதை நிறுத்த வேண்டும். தேர்வு மட்டுமே ஒரு மனிதனின் வாழ்க்கையைத் தீர்மானிப்பது இல்லை. உலகம் எத்தனையோ வாய்ப்புகளை நம் கண்முன்னே பரப்பி வைத்திருக்கிறது என்பதை அவர்கள் புரிந்து கொள்ள வேண்டும். வாழ்க்கை என்பது ஒரே முறை வாய்க்கிற வசந்த விரிப்பு. அதைத் தூக்கி எறிய நமக்கு உரிமை இல்லை என்ற எண்ணத்தை ஏற்படுத்த வேண்டும். முடிவு எப்படியானாலும் நாங்கள் செலுத்தப் போகிற அன்பில் மாறுபாடு இருக்காது என்பதை அழுத்தந் திருத்தமாய்ப் பதியவைக்க வேண்டும். தேர்வு முடிவு நேரத்தில் குழந்தைகளுடன் இருக்க வேண்டும். அவர்கள் வருத்தப்பட்டாலும் நாம் ஆறுதலாய்ப் பேச வேண்டும். எத்தனையோ பெரிய மனிதர்கள் படிக்கப் பயனற்றவர்கள் என்று முத்திரை குத்தப்பட்டு புறக்கணிக்கப்பட்டவர்கள் என்பதை ஐன்ஸ்டீன், எடிசன் போன்றோர் வாழ்க்கையிலிருந்து எடுத்துக்காட்ட வேண்டும். ஒவ்வொரு மனிதனுக்கும் ஓர்

ஆற்றல் இருக்கிறது. அதை அறிந்து கொண்டு அவர்கள் உலகில் மின்ன தடையில்லை என்பதை உணரச் செய்தால் அவர்கள் தேடத் தொடங்குவார்கள். அப்போது விரக்தியும் இருக்காது. வெறுப்பும் நிகழாது.

- **ஒருவரை ஒரு நாளில் எந்த நேரத்தில் முதலில் பார்த்தாலும் குட்மார்னிங்தான் சொல்ல வேண்டும் என்று யாரோ சொன்ன தாக நினைவு . இது சரியா?**

மு. தனகோபாலன், 65, கூட்டுறவு நகர்,
திருவாரூர் 610 004.

ஆங்கிலத்தைத் தாய்மொழியாகக் கொண்டவர்களிடம் நண்பகலுக்குள் சந்தித்தால்தான் குட்மார்னிங் என்று குறிப்பட வேண்டும் என்கிற வழக்கம் இருக்கிறது. அதற்குப் பிறகு குட் ஆஃப்டர்நூன் என்றும், மாலையில் குட் ஈவ்னிங் என்றும் வாழ்த்துத் தெரிவிக்கவேண்டும். இரவு விடைபெறுகிறபோது குட் நைட் என்று கூற வேண்டும். கூர்க்காக்களுக்கு மட்டும் இரவில் சந்தித்தால் குட்மார்னிங் என்று கூறலாம். காரணம் இரவு விழித்திருந்து அவர்கள் காவல் காப்பதால். பகலிலும் தூங்கி வழிபவர்களுக்கு எப்படி வாழ்த்து தெரிவித்தால் என்ன! எல்லாம் அவர்களுக்குத் தாலாட்டுப் போலவே தென்படும்.

- **''இனிய உளவாக இன்னாத கூறல்
கனியிருப்பக் காய் கவர்ந்தற்று''**

என்ற பொய்யாமொழிப் புலவரின் கூற்றில் பொருட்பிழை உள்ளது எனக் கூற எனக்கு அருகதை இல்லை. சில காய்களும் கனியைப் போலவே இனிக்கும். இன்னும் சொல்லப் போனால் சில காய்கள்தான் சுவை மிகுந்தவை. அவ்வாறிருக்க வள்ளுவப் பெருந்தகையின் மேற்கண்ட குறளில் புதைந்து கிடக்கும் பொருளை தங்களுக்கே உரித்தான பாணியில் விளக்குவீர்களா?

அ. சம்பத், ம/பெ.எஸ்.மதி, பி.எஸ்ஸி.,
113வி - 113வி-1620 திருச்சி சாலை,
கோயம்புத்தூர் 641 018.

கனி என்பது தக்க பருவத்தைக் குறிக்கிறது. காலம் கனிந்திருக் கிறது என்று கூறுவது அதனால்தான். ஒவ்வொரு காய்க்கும் கனிக்கும் அதைக் கொய்யும் பருவம் ஒன்று உண்டு. அந்தப் பருவத்தில்தான் அதைச் சுவைக்க முடியும். அதைப்போலத் தான் இனிய சொற்களும். காலத்தைக் கனிய வைக்கக் கூடியவை. உரிய சொற்களை பயன்படுத்தினால் உறவுகள் மேம்படும். வேண்டுகோளாக விடுத்தால் விரைவில் நடக்கக் கூடிய காரியத்திற்கு கட்டளை எதற்கு என்கிற பொருளைத்தான் நாம் உணர வேண்டும். காயாக நுகர வேண்டியவற்றை காயாகவே நுகர்வதும் கனியைக் கவர்வது போலத்தான். வள்ளுவரின் உவமை இனிய சொற்களைப் பற்றிய ஒரு குறியீடு மட்டுமே. அது நிலவைச்சுட்டும் விரல். விரலையே நிலவாக நினைக்கக் கூடாது.

- கடுமையாக உழைப்பது, திறமையாக உழைப்பது எது புத்திசாலித்தனம்?

த.சிவாஜி மூக்கையா, தர்காஸ் (கிஷ்கிந்தா)

ஆங்கிலத்தில் 'ஒருவர் நூறு சதவிகிதம் திறனோடு இருக்கலாம். ஆனால் ஒன்றும் சாதிக்காமல் போகலாம்' என்கிற மேலாண்மை மொழி உண்டு. One could be cent per cent efficient and zero per cent effective. இதற்கு ஓர் உதாரணத்தைச் சொல்லாம். ஒரு தந்தை மகனைப் பார்த்து முகத்தை கழுவிக்கொண்டு பவுடர் போட்டு வா என்று சொன்னார். மகன் பவுடர் போட்டுவிட்டு முகத்தை கழுவிக்கொண்டு வந்தான். அவன் கடுமையாக உழைத்திருக்கிறான். திறமையாகச் செய்திருக்கிறானா என்பது கேள்வி. திறமையாக உழைப்பவர்கள்தான் எதிர்பார்த்த முடிவைத் தருகிறார்கள். நல்ல விளைவுகளை ஏற்படுத்து கிறார்கள். மூளையையும் இதயத்தையும், உடலையும், ஆற்றலையும் ஒரே புள்ளியில் இணைக்கும்போது மட்டுமே திறமையான பணி சாத்தியம்.

- ***நான் ஓர் அரசுப் பள்ளியில் பயின்று இப்போது கல்லூரியில் படித்துக்கொண்டிருக்கிறேன். சமஸ்கிருதம் என்றால் என்ன? சமஸ்கிருதத்தில் எழுதவும், படிக்கவும், பேசவும் முடியுமா?***

வாசுகி

vasugilakshmanan@gmail.com

சமஸ்கிருதம் என்றால் பண்பட்ட மொழி என்று பொருள். சமஸ்கிருதத்தில் எழுதவும், பேசவும், படிக்கவும் முடியும். அதைக் கற்றுக்கொண்டால் உபநிடதங்களைக்கூட எளிதில் புரிந்துகொள்ள முடியும். ஏனென்றால் அதிக மாற்றங்கள் இல்லாமல் இருக்கும் ஒருமொழி அது. சமஸ்கிருதபாரதி அமைப்பைச் சேர்ந்த பலர் சரளமாக சமஸ்கிருதம் பேசுவதை நான் பார்த்திருக்கிறேன்.

- ***தமிழ்நாட்டில் +2, 10ஆம் வகுப்பு பொதுத் தேர்வில் மாநில அளவில் சாதனை படைத்தவர்கள் டாக்டராவேன், இன்ஜினியர் ஆவேன் என்று மட்டும் கூறுகிறார்களே, ஏன் ஆசிரியர் ஆவேன் என்று கூறுவது இல்லை?***

பா. இசக்கிமுத்து,
வெள்ளானைக்கோட்டை

மருத்துவராகி மேல் படிப்பு படிப்பவர்கள் மருத்துவமனை களில் பணியாற்றுவதோடு அக்கல்வியைப் பயிலும் மருத்துவக் கல்லூரி மாணவர்களுக்கு சொல்லிக்கொடுப்பதையும்தானே செய்கிறார்கள். அதைப் போலவே பொறியியலிலும் ஆய்வு செய்து புகழ்பெற்றப் பல்கலைக்கழகங்களில் பேராசிரியராகப் பணியாற்றுபவர்கள் இருக்கத்தானே செய்கிறார்கள்! எனவே அவர்கள் விருப்பம் ஆசிரியத் தொழிலை குறைத்து மதிப்பிடவில்லை.

- ***இளமையில் கல்?***

சி.கார்த்திகேயன், சாத்தூர்.

இல்லாவிட்டால் முதுமையில் மண்.

- **பள்ளி ஆசிரியர், பத்திரிக்கை ஆசிரியர் - என்ன வேறுபாடு?**

  அ. முரளிதரன், மதுரை-3

  பள்ளி ஆசிரியர் எழுதியதைத் திருத்துகிறார். பத்திரிக்கை ஆசிரியர் திருத்துவதற்காக எழுதுகிறார்.

- **நான் சிலரிடம் பேசும்போது 'லூஸ் டாக்' பண்ணுகிறேன். இதனால் நான் சிலரால் நிராகரிக்கப்படுகிறேன். தேவையான விஷயங்களை விட்டுவிட்டு தேவை இல்லாத விஷயங்களை யெல்லாம் பேசிவிடுகிறேன். சரிசெய்துகொள்ள வேண்டும் என்று நினைத்தாலும் முடியவில்லை. இதைப் போக்க ஒரு வழி சொல்லுங்கள் சார், ப்ளீஸ்.**

  என். கஜேந்திரன்,
  காரைக்கால், புதுவை மாநிலம்.

  அடுத்தவர்கள் பேசுவதை அதிகம் கவனியுங்கள். பேசுவதைக் குறையுங்கள். பேச வேண்டும் என்கிற ஆர்வம் வருகிறபோது கைகளை இறுக்க மூடி திறக்கக் கற்றுக்கொள்ளுங்கள். இதனால் பேசவேண்டும் என்கிற உந்துதல் குறையும். பேசுவதற்கு முன்னால் ஒத்திகைப் பார்த்து மனத்தில் வடிவமைத்துப் பேசுங்கள். இருபத்தொரு நாட்கள் இப்பயிற்சியை செய்தால் அனாவசியப் பேச்சு குறையும். Tight Lip உடன் இருங்கள். Loose talk குறையும். அதிகமாக லூஸ் டாக் செய்தால் லூஸ் என்று நினைத்துவிடுவார்கள்.

- **தோல்வி நிகழும்போதுதானே வெற்றியின் தூரத்தை கணக்கிட முடியும்?**

  பாலமுருகன்,
  மணலூர்பேட்டை.

  தோல்விக்குப் பின் பெறுகிற வெற்றியே அதன் அருமையை உணர வைக்கும். தொடர்ந்து பெறுகிற வெற்றிகள் மகத்தான தோல்வியை உருவாக்கிவிடும். அவ்வப்போது ஏற்படும்

சின்னச்சின்ன தோல்விகளே நம்மை நிதானப்படுத்தவும், திடப்படுத்தவும் ஒத்தாசையாக இருக்கும். தோல்வியின்போது ஒருவன் நடந்துகொள்ளும் விதமே அவன் முதிர்ச்சியானவனா என்று முன்மொழியும்.

- பத்தாம் வகுப்பு, பன்னிரண்டாம் வகுப்போடு நின்ற எவருக்கும் இனிமேல் வேலை கிடையாதா? எதைப் பார்த்தாலும் பட்டப் படிப்பு, பட்டப் படிப்பு என்று விளம்பரம் செய்யப்படுகிறதே?

ஏ.எஸ். இராஜேந்திரன், வெள்ளூர்,
விருதுநகர் மாவட்டம்.

எத்தனையோ பணிகள் பள்ளிப் படிப்பை முடித்தவர்களுக்காகக் காத்திருக்கின்றன. கணினி படித்தவர்களைவிட, பொறியியல் படித்தவர்களைவிட அதிகம் சம்பாதிக்கின்ற பணிகளில் இவர்கள் இடம்பெற்றிருக்கிறார்கள். Dignity of Labour என்கிற தாத்பரியம் நம்மிடமும் வந்துகொண்டிருக்கிறது. இனிவரும் காலங்களில் திறன்பெற்றவர்களுக்கே அதிகச் சம்பளம் கிடைக்கும். இந்தப் பணி கௌரவக் குறைச்சலானது என எண்ணாவிட்டால், திறமைகளை வளர்த்துக்கொண்டால் பட்டம் மட்டுமே சோறுபோடும் என்கிற எழுதப்படாத சட்டம் எடுபடாது.

- நான் வணிகவியல் துறை மூன்றாம் ஆண்டு பயின்று வருகிறேன். அடுத்தது என்ன படிக்கலாம்? காவல்துறை அதிகாரியாக ஆகவேண்டும்? காவல்துறை அதிகாரியாக ஆவதற்கு ஆலோசனை தாருங்கள்.

பி. நெல்சன்ராஜ், த/பெ. பழனிசாமி. சு
சிதம்பரம் தாலூக்கா,
பழையநல்லூர் சோலியந்தோப்பு (அஞ்சல்),
கடலூர் மாவட்டம் 608 401

வணிகவியலிலேயே நிறைகலை படிப்பைப் படியுங்கள். (முதுகலை என்றால் ஏதோ வயதானமாதிரி இருக்கிறது).

அப்போதே பொதுஅறிவு தொடர்புடைய விசாலமான வாசிப்பைத் தொடருங்கள். வணிகவியலையே விருப்பப் பாடமாகத் தேர்ந்தெடுங்கள். பிறகு குடிமைத் தேர்வுகள் எழுதி இந்தியக் காவல் பணி அதிகாரியாகத் தேர்வு பெறுங்கள். வானத்தை இலக்காகக் கொண்டால்தான் மரத்தின் உச்சியை அடையமுடியும் என்று ஒரு பழமொழி உண்டு. வானத்தையே அடைந்து சிறகு விரித்துப் பறக்க வாழ்த்துகள்.

- உங்கள் பதில்கள் முழுமையானவையா?

பிரகாஷ், புதுக்கோட்டை

நிச்சயமாக இல்லை. வினாக்கள் முழுமையாக இருக்கும் போதுதான் முழுமையான விடை வெளிவரும். வினா முழுமையாக இருந்தால் அதுவே விடையைத் தன்னுள் வைத்திருக்கும். நான் செய்வதெல்லாம் உங்கள் உள்ளுணர்வில் ஒரு கல்லை எறிந்து சலன வட்டத்தை ஏற்படுத்துவதைத்தான். உங்களுக்குள் ஒரு தேடலைத் தொடங்கி வைக்க மட்டுமே என்னால் முடியும். என்பதிலும், நீங்கள் தேடியபோது கிடைக்கும் பதிலும் சந்திக்கும் மையப்புள்ளியில் உண்மையான விடை தட்டுப்படும்.

- இரண்டு கண், கால், கைகள் இருந்தும் சாதிக்க விரும்ப மாட்டார்கள். ஆனால் கண், கால்கள், கைகள் இல்லாதோர் பல்வேறு துறைகளில் ஏதாவது ஒரு சாதனையை நிகழ்த்திக் கொண்டுதான் இருக்கிறார்கள். எல்லாம் இருந்தும் சாதிக்காமல் இருப்பதற்கு காரணம் என்னங்கய்யா?

ஏ.எஸ். இராஜேந்திரன்,
4/848, கிழக்குத் தெரு,
வெள்ளூர் 626 005,
விருதுநகர் மாவட்டம்.

எல்லாம் இருப்பதுதான் காரணம். பலவற்றின் அருமையை இருக்கும்போது நாம் உணருவதில்லை. விபத்து ஏற்படும் போது காலின் அருமையைக் கண்டுகொள்கிறோம். தலைவலி வருகிறபோதுதானே தலையைப்பற்றிச் சிந்திக்கிறோம். ஒரு

பொருள் இருக்கும்போதே அதன் அருமையை உணர்வது முதிர்ச்சியின் அடையாளம். மாற்றுத் திறனாளிகளின் சாதனைகள் நாம் முழுமையாக நம்மைப் பயன்படுத்திக் கொள்ளவில்லை என்பதற்கான எடுத்துக்காட்டுகள். எதற்கும் 618 ஆம் திருக்குறளைத் தேடிப் பிடித்துப் படியுங்கள்.

- பெரும்பாலான முக்கியப் புள்ளிகளே தமிழார்வலர்களே நமது பண்பாடு, நமது கலாச்சாரம்' என்று சொல்லுகிறார்கள். இதில் எது சரி. மேலும் 'தமிழ்' மன்னிக்கவும் 'தமில்'த் தொலைக்காட்சிகளில் எல்லாம் 'அட்டகாசம்' என்ற சொல்லை மகிழ்ச்சிகரமானதாக குறிப்பிடுகிறார்கள். இதற்கு, தங்கள் விளக்கம் என்ன?

அ.ம.ம. சண்முகலிங்கம்,
18/93, டெராமியா, தூதூர்மட்டம் - அஞ்சல்,
குன்னூர் வட்டம், நீலகிரி - 643 218.

பண்பாடு என்பதே சரியான தமிழ்ச்சொல். பண்படுத்துதலிலிருந்து பண்பாடு வந்தது. அட்டகாசம் என்பது சமஸ்கிருதச் சொல். அதற்கு கூச்சல் என்று பொருள் உண்டு. சில சொற்கள் நாளடைவில் மருவி வேறு ஒரு பொருளைத் தருவது உண்டு. நாற்றம் என்பது வாசனையைக் குறிக்கும். இப்போது துர்நாற்றத்தையே அது குறிக்க பயன்படுத்தப்படுகிறது. ஆங்கிலத்தில் பெட்டியை பாக்ஸ் என்கிறோம். ஆரம்பத்தில் பாக்ஸ் என்கிற மரத்திலிருந்து அது தயாரிக்கப்பட்டதால் அப்படி அழைக்கப்பட்டு பிறகு எல்லா பெட்டிகளுக்கும் அதுவே பெயரானது. இப்படிப்பட்ட மருவும் சொற்கள் எல்லா மொழிகளிலும் உண்டு. ஊடகங்களுக்கென்று தனியான ஒரு மொழி உண்டு. அது அனைவரையும் சென்றடையும் நோக்கத்தை அடிப்படையாகக் கொண்டது.

- 'இன்பங்கள் வந்தால் மனித முகத்தில் சொர்க்கம்; துன்பங்கள் வந்தால் மனித முகத்தில் நரகம்'. இன்ப, துன்பங்கள் எவ்வளவு இருந்தாலும், காலத்தின் ஒவ்வொரு நொடியையும் ரசித்து மகிழ்ச்சியாக இருக்க எனக்கு ஆசை. ஆனால், துன்பங்கள் வந்தால் அதை மகிழ்ச்சியாக எடுத்துக்கொள்ள முடியவில்லை.

மகிழ்ச்சியாக எடுத்துக்கொள்ள என்ன செய்ய வேண்டும்? ஏன் எடுத்துக்கொள்ள முடியவில்லை.

எம். கலைவாணி, பி.எஸ்ஸி., (இயற்பியல்),
சேலம் சௌடேஸ்வரி காலேஜ், சேலம் - 10.

துன்பங்களும் இனிமையான அனுபவங்கள் என்று குறிப்பிடுகிற ஷேக்ஸ்பியரே துன்பப்படுகிறவனைத் தவிர மற்ற எல்லோரும் இதிலிருந்து வெளியே வந்துவிடுவார்கள் என்று குறிப்பிடுகிறார். வள்ளுவர் துன்பம் வந்தால் சிரிக்கச் சொல்கிறார். துன்பத்தை எளிதில் ஏற்றுக்கொள்வது சிரமம். அது ஏற்படுத்தும் பள்ளம் உள்ளத்தில் அதிக நாள் தங்கியிருப்பது உண்டு. நம் உடலில் சுரக்கிற எண்டார்ஃபின், டோப்பமைன், செரட்டோனின், ஆக்ஸிடாக்சின் ஆகிய நான்கு வேதியியல் பொருட்களே நம் மகிழ்ச்சிக்குக் காரணம். துன்பம் வருகிற போது அதிலிருந்து விரைவில் வெளிவர முயற்சி செய்ய வேண்டும். மனம் சோர்வடையும்போது யாராவது ஒருவருக்கு உதவிசெய்துபாருங்கள். உடனே உள்ளத்தில் உற்சாகம் பீறிடும். பிடித்த நண்பருக்குத் தொலைபேசியில் பேசுங்கள். மனம் சீரடையும். விருப்பமான பாடலைக் கேளுங்கள். நெஞ்சம் நிம்மதியடையும். நீங்கள் மகிழ்ச்சியாக இருந்த தருணங்களை நினைத்துப் பாருங்கள். வருத்தம் குறையும். துன்பம் கொடுத்தவர் வேறொரு நேர்வில் உங்களுக்கு மகிழ்ச்சியளித்த சம்பவங்களை எண்ணிப் பாருங்கள். இவையெல்லாம் உங்களை சகஜ நிலைக்குக் கொண்டுவந்துவிடும். துன்பம் நேர்கையில் யாராவது யாழ் எடுத்து மீட்டுவார்கள் என்று எதிர்பார்க்காதீர்கள்.

- ***நான் பத்தாண்டுகளாக அரசுப் பள்ளியில் ஆசிரியராக பணியாற்றி வருகின்றேன். முதல் இரு வகுப்புகளை கையாள்கின்றேன். தங்கள் பார்வையில் சிறந்த ஆசிரியர் என்பவர் பின்வருபவரில் யார்? மாணவர்களுக்கு தேவையான விஷயங்களை கற்றுக்கொடுத்துக்கொண்டு, குறைந்த அளவே தேவையான பதிவேடுகளை மட்டும் பராமரிக்கும் ஆசிரியரா?***

அதிகாரிகளுக்காக அனைத்து பதிவேடுகளையும் முறையாக பராமரித்துக்கொண்டு, மாணவர்களுக்கு கற்றுக்கொடுக்க நேரம் போதவில்லை என்று கூறும் ஆசிரியரா? இங்கு பதிவேடுகள் முக்கியமாகிப் போனதால் மாணவர்கள் இரண்டாம் நிலைக்கு சென்றுவிட்டனரே! தீர்வு கூறுங்கள்.

சு. தாமோதரசாமி, கோட்டமங்கலம்,
உடுமலை, திருப்பூர் மாவட்டம்.

யூதர்களில் ''இடை நின்றல்'' (Drop out) என்றால் முனைவர் பட்டத்தை முடிக்காத மாணவன் என்று பொருளாம்.

அங்கு பள்ளியில் சேர்த்ததும், ஆசிரியர் ஒரு துளி தேனை மாணவர் நாக்கில் வைப்பாராம். ''எப்படியிருக்கிறது?'' என்பாராம். ''சுவையாக இருக்கிறது'' என்பானாம் குழந்தை. ''நீ படிக்கும் பாடம் இதைவிட இனிப்பாக இருக்கும்'' என்பாராம் ஆசிரியர்.

பெற்றோர் இனிப்புகளை எழுத்துகளின் வடிவத்தில் செய்து தின்னத் தருவார்களாம். படிப்பை தேடலாக மாணவர்களுக்கு மாற்றிவிட்டால் பதிவேடுகளையும் பராமரிக்கலாம்; படிப்பை அவர்கள் இதயத்திலும் பதியம் போடலாம்.

கல்வியை நூல்கண்டு ஆக்கினால் அதனால் இணைக்கலாம்; கல்கண்டு ஆக்கினால் அதுவே இனிக்கலாம்.

- வாழ்க்கையின் திருப்புமுனை எது?

தாமஸ் மனோகரன்,
முதலியார்பேட்டை, புதுச்சேரி.

பதினாறு வயதிலிருந்து இருபத்தைந்து வயது வரை உள்ள பத்து வருடங்களே ஒருவருடைய வாழ்க்கையின் திருப்புமுனைக் காலம். அந்தப் பருவத்தில்தான் மேற்படிப்பை முடிவு செய்கிறோம். பணிக்கான திறமைகளைத் திரட்டிக்கொள்கிறோம். நமக்கான பணி என்கிற முக்கிய முடிவை எடுக்கிறோம். போட்டித் தேர்வுகளுக்குத் தயார் செய்கிறோம். வாழ்க்கைத் துணையைத் தேர்ந்தெடுக்கிறோம். இந்த காலகட்டத்தில் விழிப்புணர்வுடன் இருப்பவர்களே வெற்றி பெறுகிறார்கள்.

இனிய இறையன்பு

- ஒருவருக்கு அறிவுரை கூற கல்வித் தகுதி, வயது. எது முக்கியம்?

ரேவதிப்ரியன்,
28, பெரியார் வீதி, ஈரோடு - 638 001.

இரண்டும் தேவையில்லை. அவர் கூறுகிற அறிவுரைக்குத் தக்கவாறு வாழ்கிறாரா என்பதுதான் முக்கியம்.

- 10-ஆம் வகுப்பு, 12-ஆம் வகுப்பு படிக்கும் மாணவர்கள் ஒரு நாளைக்கு எத்தனை மணி நேரம் படிக்க வேண்டும் என்று நீங்கள் அறிவுறுத்துவீர்கள்?

நம். திரு. இரமேஷ், அரியலூர்.

எவ்வளவு நேரம் படிக்கிறோம் என்பது முக்கியமல்ல. எவ்வளவு அடர்த்தியாகப் படிக்கிறோம் என்பதே அவசியம். படிப்பதைப் புரிந்துகொண்டு படிக்க வேண்டும். வெறுமனே தகரத்தட்டுத் தட்டக் கூடாது. செய்யுள் சமன்பாடுகள் போன்ற வற்றை ஒரு நோட்டில் தனியாக எழுதி தினமும் காலையில் திரும்பத் திரும்பப் படிக்க வேண்டும். அதற்கு மிகைக் கற்றல் (over learning) என்று பெயர். படிப்பை வாழ்வோடு தொடர்பு படுத்திப் படியுங்கள். எப்போதும் நினைவிலிருக்கும். தின்பதைப் போலப் படியுங்கள்; திணிப்பதைப்போல் அல்ல. உண்பதைப் போலப் படியுங்கள்; ஊட்டுவதைப் போல அல்ல.

- நான் சாப்ட்வேர் என்ஜினியர். எனது தம்பி குருநானக் கல்லூரியில் பி.எஸ்ஸி., (பௌதீகம்) முதலாம் ஆண்டு படிக்கிறார். அவர் ஒரு ஆராய்ச்சியாளராக வேண்டும் என்பது நோக்கம். ஆனால் அவர் சராசரி மாணவர். வழிகாட்டுங்கள்.

எஸ். திலீப்குமார்.

'சராசரி' என்பது ஒரு மாயை. அதை நம்பாமல் விழிப்புணர் வுடன் படிக்கச் சொல்லுங்கள். 'சராசரி' என்பது நம் ஆற்றலுக்கு நாமே வகுத்துக் கொள்ளும் கட்டுப்பாடு முயற்சியை முடுக்கச் சொல்லுங்கள், உழைப்பை உயர்த்தச் சொல்லுங்கள். அவர் ஆய்வும் செய்யலாம்; அரியதைக் கண்டுபிடித்தும் பங்களிக்கலாம்.

வெ. இறையன்பு

- ***நான் சுற்றுச்சூழல் பொறியியலில் நிறைகலை படித்து வருகிறேன். இப்போது* Climate Change *என்கிற பதத்தை அடிக்கடி பயன் படுத்தி வருகிறோம். நாம்தான் இதை அனுபவிக்கும் முதல் தலைமுறையா? அல்லது இது பழைய ஏடுகளில் இடம் பெற்றிருக்கிறதா?***

சுகன்யா பாலசுப்ரமணியன்.
suganya1812@gmail.com

தட்பவெப்ப மாற்றம் குறித்த விழிப்புணர்வு இப்போது அதிகரித்து வருகிறது. எல்லா காலத்தையும்விட சுற்றுக்சூழல் கேட்டை அதிக அளவில் முன்நடத்திச்செல்கிற தலைமுறையாக நாம் இருப்பதாலும் இந்த நெருக்கடி. சிந்து சமவெளி நாகரிகமே தட்பவெப்ப மாற்றத்தால்தான் சிதைந்துபோனது என்று பல்வேறு நாடுகளிலிருந்து அமைக்கப்பட்ட பத்து விஞ்ஞானிகளின் குழு கண்டுபிடித்திருக்கிறது. பைபிளில் வரும் நோவாவின் படகு தட்பவெப்ப மாற்றத்தை குறியீடாக நமக்குச் சுட்டிக்காட்டுகிறது. ஆனால் நாம்தான் திருந்தவில்லை.

- ***கல்விக்கும், கற்றுக்கொள்வதற்கும் என்ன வித்தியாசம்?***

துரைராஜ், கொலிஞ்சிப்பட்டி.

மற்றவர்கள் நம்மிடம் நிகழ்த்துவது கல்வி. நாம் நமக்குள் நிகழ்த்திக்கொள்வது கற்றுக்கொள்ளல்.

- ***நான் ஆசிரியையாகப் பணியாற்றுகிறேன். உங்கள் எழுத்து களைப் படித்து என் பள்ளியில் மாணவர்களை திறம்பட வழி நடத்துகிறேன். என் மகளும் அதே பள்ளியில் படிக்கிறாள். ஆனால் அவள் எவ்வளவு சொன்னாலும் படிக்க மறுக்கிறாள். சொந்த வாழ்க்கையில் தோற்பதைப் போன்ற உணர்வு. அதற்கு என்ன செய்ய வேண்டும்?***

பெயர் வெளியிட விரும்பாத வாசகி.

முதலில் உங்கள் பெண்ணை வேறு பள்ளிக்கு மாற்றுங்கள். நீங்கள் இருக்கும் சூழலில் உள்ள பாதுகாப்பு வளையத்தை

உடைக்க வேண்டும். அடையாளமற்ற இடத்தில் சிலர் வெற்றிடத்தை உணர்ந்து அதைத் தங்கள் திறமைகளால் நிரப்பிக்கொள்ள விரும்புவார்கள். அது அவர்களை ஊக்கப் படுத்தும். அதோடு நல்ல மதிப்பெண்கள் பெற வேண்டும் என்கிற இலக்கை மட்டும் நிர்ணயித்துவிட்டு அடிக்கடி கட்டாயப் படுத்துவதைத் தவிருங்கள். எதையும் நேரடியாக அறிவுரை யாகக் கூறாதீர்கள். மறைமுகமாக சம்பவங்கள் மூலமும், கதைகள் மூலமும் புரிய வையுங்கள். சில நேரங்களில் நாமாக அறிவுரை கூறுவதைவிட வேறொருவர் மூலம் அதைச் செய்வது நலம்.

- **சித்த மருத்துவம் பயில்கிறேன். எனக்கு ஓர் ஐ.ஏ.எஸ். அதிகாரியாக வேண்டும் என்ற ஆசை ஏற்பட்டிருக்கிறது. அதை நோக்கி கவனம் செலுத்தலாம் என்றால் எனக்கு சித்த மருத்துவம் மீது உள்ள ஆர்வமும், ஈடுபாடும் குறைந்து படிப்பில் கவனம் செலுத்த முடியாமல் போய்விடுமோ என்று தோன்றுகிறது. மிகுந்த குழப்பத்தில் உள்ளேன். வழிகாட்ட வேண்டுகிறேன்.**

சுவாதி, கே.

இப்போது சித்த மருத்துவத்தில் சித்தத்தைச் செலுத்துங்கள். பிறகு போட்டித் தேர்வில் சித்தத்தைச்செலுத்தலாம். இப்போதே செய்தித்தாள்களைஓய்வு கிடைக்கும் போதெல்லாம்வாசியுங்கள். பொது அறிவுப் புத்தகங்களையும் மகிழ்ச்சியாகப் படியுங்கள். இவற்றைப் படிப்பது உங்கள் துறைசார்ந்த அறிவையும் கூர்மைப்படுத்தும். அவற்றில் அதிக மதிப்பெண்கள் பெற வழி வகுக்கும்.

- **காற்றில் பறக்கும் பட்டத்திற்கும், படிப்பில் வாங்கும் பட்டத்திற்கும் என்ன வித்தியாசம்?**

பாரதிமுருகன், மணலூர்பேட்டை.

இரண்டிற்கும் பயன்படும் நூல்களில்தான் வித்தியாசம்.

- வலது காலை முன் வைப்பதை புனிதமாகக் கருதும் நாம் ஏன் ராணுவ அணிவகுப்பின்போது இடதுகாலை முன்வைக்கிறோம்?

கலையரசன், முசிறி-திருச்சி

கிழக்கிலும் மேற்கிலும் ஒரு வீட்டிற்குள் முதன்முறையாக நுழையும்போது வலது காலை எடுத்துவைத்துத்தான் உள்ளே வர வேண்டும் என்பது ஐதீகம். பெரிய மாளிகைகளில் இதை உறுதி செய்வதற்காகவே சில சேவகர்களை நியமிப்பார்கள். கடவுள் வலது பாதத்தின் மூலம் செயல்படுவதாகவும், சாத்தான் இடது பாதத்தின் மூலம் பணிபுரிவதாகவும் ஏற்பட்ட நம்பிக்கையே இதற்குக் காரணம். வலது பாதம் நல்லது, கனிவானது, இடதுபாதம் தந்திரமானது, விரோதமானது என்றெல்லாம் எண்ணினார்கள். ராணுவத்தில் எதிரிகளின் மீது அழிவை ஏற்படுத்தவேண்டுமென்பதால் இடது பாதத்தை முன்வைத்து அணிவகுப்பு செய்வது ஆரம்பமானது.

- ஆங்கிலவழிக் கல்வி கற்றதனால் தமிழ்ப் புத்தகங்களைப் படிக்க மறுக்கும் இளைஞர்களுக்கு தாங்கள் கூறும் கருத்து?

ஞானவதி, அம்பத்தூர்

தாய்மொழியைப் பேச வாய்ப்பு இருக்கும்போது அதைக் கொண்டு புத்தகங்களை வாசிக்காமல் விடுவது நம் கையிலுள்ள வைரக்கல்லை காகித எடையாகப் பயன்படுத்து வதற்கு ஒப்பானது. நம் மொழியில் பயிலும்போது நம் பண்பாட்டுக் கூறுகளையும் நம்மையும் அறியாமல் உள்வாங்கிக் கொள்கிறோம். இரண்டு மொழிகளில் வாசிப்பவர்களின் நுண்ணறிவு அதிகப் படுவதாக ஆய்வு செய்த அறிஞர்கள் தெரிவிக்கிறார்கள். பேசத் தெரிந்த மொழியில் இலக்கியங்களை வாசிப்பது எளிது. தமிழில் தலைசிறந்த இலக்கியங்களை வாசிக்கும் வாய்ப்பு இருந்தும் புறந்தள்ளுபவர்கள் கண்களால் மட்டுமே கனியை நுகர்பவர்களைப்போல துரதிர்ஷ்டசாலிகள். எனக்குத் தெரிந்த ஒரு சிறுவன் அடிக்கடி 'ஷிட்' என்கிற பதத்தைப் பயன் படுத்தினான். அவன் பெற்றோர் எவ்வளவு சொல்லியும்

அவனால் அந்தப் பதத்தைப் பயன்படுத்தாமல் இருக்க முடிய வில்லை. என்னிடம் அதைப் பற்றி வருத்தப்பட்டார்கள். ஒவ்வொரு முறை அவன் சொல்லும்போதும் அதற்கான தமிழ் சொல்லை உரக்கச் சொல்லுமாறு நான் அவர்களிடம் தெரிவித்தேன். ஒரே வாரத்தில் அவன் அதை உபயோகிப்பதை நிறுத்திவிட்டான். அந்நிய மொழி உதடுகளிலிருந்து குதிக்கிறது. தாய்மொழி உள்ளத்திலிருந்து உதிக்கிறது.

* இன்றைய மாணவர்களுக்கும் ஆசிரியர்களுக்கும் நீண்டதொரு இடைவெளி ஏற்பட்டு இருக்கிறதே?

இல.இரவி-ஸ்ரீகண்டபுரம்

நாம் படிக்கும்போது ஓர் தொடக்கப்பள்ளியில் ஒன்றாம் வகுப்புக்கு ஒரே ஆசிரியர்தான் வருவார். அவரே அத்தனைப் பாடங்களையும் கையாளுவார். நம்மையும் அறியாமல் அந்த ஆசிரியரோடு ஒரு நெருக்கம் ஏற்பட்டுவிடும். என் முதலாம் வகுப்பிற்கு பாடம் எடுத்த சரஸ்வதி ஆசிரியரோடு நான் இன்னும் தொலைபேசியில் தொடர்பு கொண்டு பேசுகிறேன். ஐந்தாம் வகுப்பில் சொல்லிக்கொடுத்த கமலாட்சி ஆசிரியரை அடிக்கடி சந்திக்கிறேன். இன்று முதலாம் வகுப்பிலிருந்தே ஒவ்வொரு பாடத்திற்கு ஒவ்வோர் ஆசிரியர். ஆசிரியரை நினைவு வைத்துக்கொள்வதற்குள் ஆண்டு கடந்துபோய் விடுகிறது. மதிப்பெண்களைத் துரத்தும் அவசரத்தில் மனிதர்களின் மதிப்பை உணரத் தவறி விடுகிறோம். அவசரகதியில் சுழலும் உலகத்தில் அத்தனை உறவுகளும் நீர்த்துப்போய் விடுகின்றன.

* ஆரம்பப்பள்ளி நட்பு, உயர்நிலைப்பள்ளி நட்பு, கல்லூரி நட்பு ஓர் ஒப்பீடு செய்க?

அ.குணசேகரன், புவனகிரி.

வீட்டுப் பாடத்திற்காகச் சேர்வது தொடக்கப்பள்ளி நட்பு. விளையாடுவதற்காக உயர்நிலைப்பள்ளி நட்பு. வெற்றி பெறுவதற்காக இணைவது கல்லூரி நட்பு.

- ***வேற்றூர் அரிசியும் விறகும் உண்டானால் சாற்றூரைப் போல் உண்டோ சௌகரியம் என்ற பழமொழியைக் கொண்ட 'சாத்தூர்'க்கு தாங்கள் வருகை தந்தது உண்டா?***

ஏழாயிரம்பண்ணை எம். செல்லையா,
சாத்தூர்.

பலமுறை சாத்தூருக்கு வந்திருக்கிறேன். 'சேவை' மனப்பான்மை கொண்ட கல்வி நிறுவனங்களில் பேசியும் இருக்கிறேன்.

- ***குரூப்-2, குரூப்-4, குரூப்-டி, வி.ஏ.ஓ. தேர்வுகளுக்கு கோச்சிங் சென்டர் போகலாமா, இல்ல வீட்ல புக்ஸ் வாங்கி படிக்கலாமா சார்?***

பரமேஸ்.

வீட்டிலேயே படியுங்கள். பழைய வினாத்தாள்களைப் பார்த்தால் எப்படி கேள்விகள் அமைகின்றன என்பது தெரியும். வினா வங்கிகளையும், மேற்கோள் புத்தகங்களையும் உதவிக்கு எடுத்துக் கொள்ளுங்கள். இரண்டு, மூன்று நண்பர்களுடன் அவ்வப்போது கடினமான பகுதிகளைக் கலந்துரையாடுங்கள். ஒரு நாளைக்கு குறைந்தபட்சம் பத்து மணி நேரப் படிப்பு அவசியம். தவறாமல் ஒரு மணி நேரம் செய்தித்தாள் வாசிப்பு. எழுதிய தேர்வில் எல்லாம் வெற்றிக்கனி விழும். எனவே வீட்டில் படித்தே வீடுபேறு பெறமுடியும்.

- ***நான் சென்னையில் உள்ள S.B.O.A. ஜுனியர் காலேஜில் பத்தாம் வகுப்பு படிக்கிறேன். எனக்கு படிப்பதெல்லாம் மறந்துவிடுகிறது. இதைத்தடுக்க என்ன செய்யலாம். தயவுசெய்து கூறுங்கள்.***

ஜி.கே. பாலமுகிலன்,
சென்னை.

மூன்று காரணங்களால் மறதி ஏற்படுகிறது. பயன்படுத்தாததால் ஏற்படும் சிதைண்வு (Decay through disuse), கவனச்சிதறல் (Distraction), ஆர்வமின்மை (Disinterest). படித்ததை அடிக்கடி வாசிக்கும்போது அவை மனத்தில் தங்கும். படிப்பதற்கென்று

ஓரிடத்தைத் தேர்ந்தெடுத்து அங்கேயே படிப்பது கவனச் சிதறலைக் குறைக்கும். வாசிக்கும்போது இதையெல்லாம் வாசிக்க வேண்டி இருக்கிறதே என்று அங்கலாய்க்காமல் அதனால் அறிவு செறிவு ஆகிறது என்கிற ஆர்வத்துடன் படித்தால் அவை பசை தடவிய மாதிரி மனத்தில் பதியும். முதலில் கதைப் புத்தகத்தை வாசிப்பதைப்போல மனப்பாடம் செய்யும் முயற்சியின்றி படியுங்கள். அவை ஆழ்மனத்திற்குச் செல்லும். பிறகு வாசித்தல், நினைவுபடுத்தல், திரும்பச் சொல்லுதல், திருப்புதல், எழுதுதல், திருத்துதல் என ஒவ்வொரு படியாக பயணித்தால் எப்போதும் நெஞ்சிலிருக்கும். வகுப்பில் உற்றுக் கவனியுங்கள். அன்று நடந்ததை அன்றே படித்தால் அது குறைந்தகால ஞாபகத்திலிருந்து நீண்டகால நினைவுக்கு நகர்ந்துவிடும். பேருந்தில் போகும்போதும் வரும்போதும் படித்தவற்றை அசைபோடுங்கள். செங்கிஸ்கான் எப்போது பிறந்தார் என்று படிக்கும்போது இவரெல்லாம் ஏன் பிறந்தார் என்று பாடத்தைச் சபித்துக் கொண்டு படிக்காதீர்கள். பக்கங் களோடுதவழுங்கள். அப்போது படிப்பு உயர்த்துகிற ஏணியாகும், கரைசேர்க்கிற தோணியாகும், தாகம் தணிக்கிற கேணியாகும்.

- ***ஆறுவது சினம் என்றால் என்ன?***

தாமஸ் மனோரகன், புதுச்சேரி.

கோபம் நேரம் செல்லச் செல்ல அடங்கிவிடும் என்பதே இந்த ஆத்திச்சூடி சுட்டிக்காட்டுகிறது. கோபத்தின் அடர்த்தி நேரத்தால் நீர்த்துப்போகிறது. ஜார்ஜ் குல்ஜிஃப் குறிப்பிடுவதைப்போல நம் கோபத்தை 24 மணி நேரம் தள்ளிப்போட்டு, அதற்குப் பிறகும் அந்த நபரிடம் கோபப்பட போதிய காரணங்கள் இருந்து கோபப்பட்டால் அது பயனுள்ளதாக இருக்கும். பல நேர்வு களில் நாம் அவசரப்பட்டு கோபப்படுகிறோம் என்பதை வைது முடிந்த பிறகு உணர்வோம். ஆனால் கொட்டிய சொற்களை அள்ள முடியாமல் அவதிப்படுவோம்.

- படித்த மேதைக்கும், படிக்காத மேதைக்கும் என்ன வித்தியாசம்?

எஸ். ராஜகணேஷ், தலைஞாயிறு.

அறிந்த உண்மையை ஆவணப்படுத்தவும், வகைப்படுத்தவும் காப்புரிமை கோரவும் படித்த மேதையால் முடியும். படிக்காத மேதைகள் அறிந்த உண்மையை வெளிப்படுத்தும் சாளரங்களாகத் தம்மை உணர்கிறார்கள்.

- மாணவர்கள் நற்பண்புகளுடன் கூடிய உயர்ந்த நிலை அடைவதற்கு என்ன செய்ய வேண்டும்?

டி. சந்திரன்,
ஈ.ரோடு.

பண்புடன் நடந்துகொள்ளும் நேர்மையும், உண்மையும் நிறைந்த பெற்றோரும், கடின உழைப்புடன் பணியைப் பகிர்தலாய் நினைக்கும் ஆசிரியர்களும் அமைகிற மாணவர்கள் இப்போதும் நற்பண்புகளுடன் ஒளிர்கிறார்கள்.

- மேலை நாட்டவர்களிடம் இருந்து நாம் கற்றுக் கொள்ள வேண்டிய சிறப்பம்சங்கள்?

ஆர்.கே. லிங்கேசன், மேலகிருண்ணன்புதூர்.

மனிதன் ஒரு மரத்திடமிருந்தும் கற்றுக் கொள்ள முடியும், மண்ணிடமிருந்தும் கற்றுக்கொள்ள முடியும். கசக்கியவன் கைகளையும் நறுமணமாக்குகிறது மலர். கடித்தவன் நாக்கையும் இனிப்பாக்குகிறது கல்கண்டு. அரைத்தவன் உடலையும் வாசமாக்குகிறது சந்தனம். வெளி நாட்டவர்களிடமிருந்து கற்றுக் கொள்ள ஆயிரம் செய்திகள் இருந்தாலும் முக்கியமானவை இரண்டு. அவர்கள் அடுத்தவர்களைப் பார்த்து ஒப்பிட்டு ஒடுக்கல்களோடு வாழ்வதில்லை. எந்தப் பணியும் மகிழ்ச்சியானது என்கிற அணுகுமுறை. கழனியில் வேலை செய்கிறவர்களுக்கும் கணினியில் வேலை செய்கிறவர்களுக்கும் ஒரே மரியாதை. பணியாளர்களே அவரவர்க்கு கண்காணிப்பாளராக இருந்து பணியாற்றும் நேர்மையையும் நேர்த்தியையும் அவர்களிடமிருந்து கற்றுக்கொள்ள வேண்டும்.

- **நல்ல பதில்கள், தீர்வுகளுக்கு, சிந்தனைத் தூண்டும் புதிய, புதிய கேள்விகளே உந்துசக்தி எனலாமா?**

மேட்டுப்பாளையம் மனோகர்,
சென்னை - 18.

சிறந்த கேள்வியே பதிலின் ஊற்றுக்கண். அந்தக் கேள்வியில் பதிலும் அடங்கியிருக்கும். ஐசர் ராபி என்கிற நோபல் பரிசு பெற்ற அறிஞர், ''பள்ளிவிட்டு வருகிற போது எல்லா தாய்மார்களும் என்ன பதில் சொன்னாய் என்று கேட்பார்கள். என்தாய் மட்டும் 'நீ ஆசிரியரை என்ன கேள்வி கேட்டாய்?' என்று கேட்பார். அதுவே எனக்கு நோபல் பரிசை பெற்றுத் தந்தது'' என்று குறிப்பிட்டார்.

- **மனவலிமையினை உறுதிப்படுத்த செய்ய வேண்டிய பயிற்சி முறைகள் என்ன?**

முனைவர். பாபுகிருஷ்ணராஜ்,
கோவை.

சின்னச் சின்னப் பயிற்சிகள் மூலம் மனவலிமையை அதிகரிக்கலாம். உணவிலிருந்து அது தொடங்க வேண்டும். ருசியில்லாமல் சாப்பிடப் பழகுவது, தினமும் ஒருவேளை சமைக்காத உணவைச் சாப்பிடுவது என்று வைராக்கியத்தை வளர்த்துக் கொண்டால் கடினமான பணிகளையும் கச்சிதமாக முடிக்கும் பக்குவம் உருவாகும். அது மட்டுமில்லாமல் ஒருமணி நேரம் முன்கூட்டியே எழுவது என்று முடிவு செய்து கடைப்பிடித்தால் சுகங்களைத் தியாகம் செய்யும் மனப் பான்மை உருவாகும். தொடர்ந்து சின்னச்சின்ன சௌகரியங் களை விட்டுக்கொடுக்க முயன்றால் நமக்குள் எத்தனை ஆற்றல் ஒளிந்திருக்கிறது என்று கண்டுபிடிக்கலாம். முப்பது நாள் இனிப்பையே தொடாமல் இருந்து பாருங்கள், முப்பத்தியோராம் நாள் உலகமே இனிப்பாகத் தென்படத் தொடங்கும்.

வெ. இறையன்பு

7. சமூகம்

- தாங்கள் உலக அரங்கில் பேசப்படும் இறையன்பாக உருவாகியதின் உண்மை காரணம் என்ன?

கீதா முருகானந்தம், திருவைகாவூர், தஞ்சை.

என் தெருவிலேயே நான் நடந்து போனால் பலருக்கு என்னைத் தெரிய வாய்ப்பில்லை.

- நாம் உண்மையில் நாட்டுப்பற்றோடுதான் வாழ்கிறோமா?

எம். சம்பத், கரூர் மாவட்டம்.

உண்மையான நாட்டுப்பற்று தேசிய கீதத்திற்கு எழுந்து நிற்பதோடும், கிரிக்கெட் போட்டிகளில் இந்தியா வெல்ல வேண்டும் என ஆர்ப்பரிப்பதோடும் முடிந்துவிடுவதில்லை.

இனிய இறையன்பு

நாட்டிற்குச் செலுத்த வேண்டிய வரியை நயா பைசா ஏமாற்றாமல் கட்டுவதிலும், பொதுச்சொத்துக்களைச் சேதப்படுத்தாமல் பாதுகாப்பதிலும், தயாரிக்கும் பொருட்களை உலகத்தரத்தோடு தயாரிப்பதிலும், வாங்குகிற ஊதியத்திற்கு ஏற்ப பணியாற்றுவதிலும், நேர்மை இம்மியும் குறையாமல் செயல்படுவதிலும், நம்மால் முடிந்த அளவிற்கு இந்தியாவின் மாண்பை உலக அரங்கில் உயர்த்த வேண்டும் என எப்போதும் சிந்திப்பதிலுமே உண்மையான நாட்டுப்பற்று உயிர்ப்புடன் இருக்க முடியும். இல்லா விட்டால் அவை போலி தேசியங்களாகப் போய்விடும்.

- நமது நூலகங்களிலிருந்து சிலபேர் புத்தகங்களை எடுத்துச் சென்று விடுகின்றார்கள், சிலர் பக்கத்தைக் கிழித்துக் கொண்டு சென்றுவிடுகிறார்கள், இவர்கள் திருந்துவதற்கு ஒரு வழி சொலுங்களேன்?

எ.டபிள்யூ. ரபீஅஹமத், சிதம்பரம்.

இன்னும் பத்தாண்டுகளில் மின்னணுப் புத்தகங்கள் எல்லா நூலகங்களிலும் வந்துவிடும், அப்போது இந்த தகிடுதத்தங்களுக்கு வாய்ப்பில்லை.

- தாங்கள் தமிழக அரசில் ஏதோ ஒரு பிரிவில் பணிபுரிந்தாலும், வேறு பிரிவில் இப்படிச் செய்தால் ஆட்சிக்கும், அரசுக்கும் மிக நல்ல பெயர் கிட்டும் என்று மனதில் பட்ட யோசனையைத் தவறாமல், தயங்காமல் கூற முன் வருவீர்களா?

வீ. ஹரிகிருஷ்ணன், திருச்சி.

சொன்ன பல நிகழ்வுகள் உண்டு. அவை ஏற்றுக் கொள்ளப்பட்ட அனுபவங்களும் உண்டு.

- ரசிகர், வாசகர், தொண்டர் - ஒப்பிடுங்கள்?

த.சிவாஜி மூக்கையா, தர்காஸ்

களைகட்டுபவர் ரசிகர், கை தட்டுபவர் வாசகர், கை கட்டுபவர் தொண்டர்.

- ***கணவனை 'வாடா போடா' என்று அழைக்கும் கலாச்சாரத்திற்கு தொலைக்காட்சியில் சில நாடகங்கள் ஊக்கம் அளிக்கின்றனவே, அதைப்பற்றி?***

குடந்தை பரிபூரணன், வடகரை.

கணவர்களே இப்பழக்கத்திற்கு ''டா...டா'' சொல்லாத போது, நாம் ஏன் கவலைப்பட வேண்டும்.

- ***உண்மையில் முழுப் பூசணிக்காயை சோற்றில் மறைக்க முடியுமா?***

வண்ணை கணேசன், சென்னை - 110.

அண்டாச் சோற்றில் முழுப் பூசணிக்காயை அமுக்க முடியும். அதுதான் இப்போது நடைபெறுகிறது.

- ***விலைவாசி உயர்வுதானே தமிழர்களின் விருந்தோம்பல் குணத்தை சீர்குலைத்துவிட்டது?***

எஸ். அர்ஷத் ஃபயாஸ், குடியாத்தம்.

அன்றைவிட இன்று வாங்கும் திறனும், வழங்கும் திறனும் அதிகரித்திருக்கிறது. சங்ககாலத் தமிழர்கள் யாழை அடகு வைத்து, வாளை அடகு வைத்து விருந்தோம்பினார்கள். இன்று விருந்தோம்ப விலைவாசி தடையில்லை. மனமும், நேரமும் இடம் கொடுக்காததாலும், வருகிற விருந்தினர்கள் ஒத்தாசை புரியாமல் கால்மீது கால்போட்டு ஒய்யாரமாக உட்கார விரும்புவதாலும், தங்கள் வீட்டைத் தவிர வேறெங்கும் அனுசரித்துக்கொள்ள விரும்பாததாலும் திருமணங்கள் கூட இன்று மண்டபங்களோடு நின்றுவிட்டன.

- ***தேக்குவது, பதுக்குவது என்ன வேறுபாடு?***

த. சிவாஜிமுக்கையா, சென்னை - 44.

நம்முடையதைப் பாதுகாப்பது தேக்குவது. அடுத்தவர் களுடையதை அமுக்கிக்கொள்வது பதுக்குவது. தேக்கும்போது

அந்தப் பலன்கள் கசிந்து அடுத்தவர்களுக்கும் செல்லும். பதுக்கும்போது நமக்கும் பயன்படாமல் போய்விடும்.

- தமிழ் நாட்டில் உள்ளவர்களிடம் உள்ள சிறப்பு என்று எதைச் சொல்வீர்கள்?

த. சிவாஜி மூக்கையா, தர்காஸ்.

எந்தப் பாத்திரத்திற்கும் ஏற்றபடி வடிவம்கொள்ளும் நீராக அவர்கள் நீடிப்பது.

- இறையன்பு ஐ.ஏ.எஸ். ஆகிய தங்களின் பேச்சை புதுவை கம்பன் கலையரங்கிலே கேட்டு சமூக ஆர்வலராக மாறிய எனக்கு தாங்கள் என்ன கூற விரும்புகிறீர்கள்?

அருண் ஜி. குமார், புதுச்சேரி.

எந்த எதிர்பார்ப்பும் இல்லாமல் உங்கள் மனநிறைவுக்காக மட்டும் சமூகப் பணியாற்ற முன் வாருங்கள். அதுதான் என் ஆலோசனை.

- சர்க்கஸ், அரசியல் - என்ன வேறுபாடு?

அ. முரளிதரன், மதுரை - 3.

ஒன்றில் தாவிய பிறகு பலன் கிடைக்கிறது. இன்னொன்றில் பலன் கிடைத்த பிறகு தாவுகிறார்கள்.

- நான் வங்கியில் பணிபுரிகிறேன். தினமும் புத்துணர்ச்சியுடன் சேவைபுரியச் செல்கிறேன். பொறுப்பற்ற வாடிக்கையாளர் என்னைப் புண்படுத்தி மனநிலையை மாற்றிவிடுகிறார். இதைத் தவிர்த்து இன்னும் சிறப்பாகப் பணியாற்ற என்ன செய்ய வேண்டும்?

திலீபன் அண்ணாதுரை, சேலம்.

அதுபோன்ற வாடிக்கையாளர்கள்தான் உங்கள் வருமானத்திற்கு ஒரு காரணமாக இருக்கிறார்கள் என நினையுங்கள். அவர் பாலாகக் கொதிக்கும்போது நீராக மாறுங்கள். புன்னகையுடன் இருப்பவர்களிடம் யாரும் போர் புரிய விரும்புவதில்லை. சிரித்த முகங்களால் சிக்கல்கள் எழுவதில்லை. நீங்கள் இன்னும் சிறப்பாகப் பணியாற்றலாம்.

வெ. இறையன்பு

- **எனது வயது 84. ஓய்வுபெற்ற ஆசிரியர். ஓய்வுபெற்று 25 ஆண்டுகள் கடந்து விட்டன. படித்துக் கொண்டும், எழுதிக் கொண்டும் பயனுள்ள வகையில் பொழுது கழிந்தாலும், மனநிறைவு இல்லை. விளிம்பு வாழ்க்கையில் இருந்து ஊசலாடும் என் போன்றவர்களுக்கு, என்ன செய்தால் மனநிறைவு கிடைக்கும்? குறிப்பிட்டெழுத வேண்டுகிறேன்.**

வி.எஸ். கிருஷ்ணமூர்த்தி, வரட்டணப்பள்ளி ,

ஒய்வுபெற்ற ஆசிரியர்கள் தங்கள் நேரத்தை மாணவர்களுக்கு இலவசமாக தனிவகுப்பு எடுப்பதில் செலவு செய்தால் அவர்கள் பெற்ற அறிவும், அனுபவமும் வீணாகாமல் காப்பாற்றப்படும். தமிழகம் கோயில்கள் நிறைந்த மாநிலம். அருகிலிருக்கும் கோயிலுக்குத் தன்னார்வ வழிகாட்டியாக இருந்து சுற்றுலாப் பயணிகளுக்கு நம் தலங்களின் மகத்துவத்தை எடுத்துக் கூறலாம். இனி நீங்கள் படித்தவற்றையும், வாழ்க்கையிலிருந்து கற்றவற்றையும் மற்றவர்களுக்கு ஆவணமாக்குவதுதான் அடுத்த தலைமுறைக்கு ஆற்றும் அரிய பங்கு.

- ***மொழி, இனம், நாடு என பற்றுக்கொள்வது அவசியமா? அது குறுகிய மனப்பான்மை ஆ(க்)காதா?***

மல்லிகா அன்பழகன்
490, 17வது தெரு, 4வது செக்டர்,
கே.கே.நகர், சென்னை-78.

வேற்று மாநிலத்திற்குச் சென்றால்தான் நம் மொழியின் மீது நம்மையும் அறியாமல் ஆழ்மனத்தில் வேரூன்றி இருக்கும் பற்று புலப்படும். வேறு நாட்டிற்குச் சென்றால்தான் நம் தாய்நாட்டின் மீது பாசம் ஏற்படும். லீ க்வான் யூ தன்னுடைய சிங்கப்பூர் கதையில் ஜப்பான் இங்கிலாந்தை மலேயாவில் தோற்கடித்தபோது 'நம் இனம் வென்றது' என்று முதலில் மகிழ்ந்ததாகக் குறிப்பிடுகிறார். பற்று தவறில்லை, வெறியே தவறு. நம்முடையது உயர்ந்தது என எண்ணுவது பற்று.

மற்றவையெல்லாம் அழிய வேண்டும் என ஆசைப்படுவது வெறி. அதுவே ஹிட்லருக்கு இருந்தது. குறிப்பிட்ட இனத்தின் மீது வெறுப்பு கொண்டு நெருப்பு வைக்க நினைப்பதே குறுகிய மனப்பான்மை.

- நான் வாசிப்பை மிகவும் நேசிப்பவன். நாள்தோறும் விடியற் காலையில் வாசிப்பது என் பழக்கம். 'முகநூல்' எனக்கு அறிமுகம் ஆகிவிட்டது. இப்போது முகநூலிலேயே என் நேரம் செலவாகிறது. வாசிக்க நேரமே இல்லை. மீண்டும் வாசிப்புப் பழக்கம் தொடர நான் என்ன மாதிரியான செயல்களில் ஈடுபட வேண்டும்?

என். சண்முகம், திருவண்ணாமலை.

அகத்தின் அழகு முகத்தில் தெரியும் என்பது இப்போது முகநூலுக்குப் பொருந்திவிட்டது. முகநூலுக்கு என்று ஒரு குறிப்பிட்ட நேரத்தை ஒதுக்குங்கள். எக்காரணத்தைக்கொண்டும் அந்த வரையறையை மீறாதீர்கள். அப்போது வாசிக்க நேரம் கிடைக்கும். இதுபோன்ற சிக்கல்கள் வேண்டாமென்றுதான் நான் முகநூலின் பக்கம் என் முகத்தைத் திருப்பவில்லை.

- **பண்டைய காலத்தில் மிகவும் வயதானவர்களை முதுமக்கள் தாழியில் வைத்து எதற்காக உயிருடன் புதைத்தார்கள்?**

எம். செல்லையா, சாத்தூர் - 626 203.

அந்தக் காலத்தில் முதியோர் இல்லங்கள் இல்லாததால்.

- **வெற்றி என்றால் என்ன? வெற்றிபெற செய்ய வேண்டியவை?**

ரா. ராஜ்குமார், செங்கோட்டை.

நினைத்ததை நினைத்த மாதிரி நினைத்த நேரத்தில் அடைவதே வெற்றி என்று சமூகம் சாதித்துக்கொண்டிருக்கிறது. உயர்ந்த நோக்கத்திற்காக போராடிப் பெறுகிற தோல்வியும் என்னைப் பொருத்த வரை வெற்றியே. உழைப்பும் உன்னிப்பும் உத்தியும் ஒன்றுசேருகிறபோது வெற்றி விளைகிறது. குறுக்கு வழிகளில் பெறுகிற வெற்றியைவிட நேர்வழிகளில் அடைகிற தோல்வி கௌரவமானது.

வெ. இறையன்பு

* புரட்சி என்ற சொல்லுக்கு சின்ன விளக்கம்?

த. சிவாஜி மூக்கையா, தர்காஸ்.

உலகம் இதுவரை உண்மை என நம்பிக்கொண்டிருந்த ஒன்றை இல்லை என நிரூபிக்கிற வகையில் அதை எதிர்க்கும் கருத்தோ, கண்டுபிடிப்போ, செயலோ, நடவடிக்கையோ, சட்டமோ புரட்சி எனக் கருதப்படுகிறது.

* திருநங்கை ஒருவர் காவல்துறை அதிகாரியாகப் பதவி ஏற்றிருப்பது பற்றி …! *(பாராட்டிற்குரியது).*

குடந்தை பரிபூரணன், கும்பகோணம்.

காகிதத்தைக் கண்டுபிடித்தவர் ஒரு திருநங்கை. அலாவுதீன் கில்ஜியிடம் தளபதியாக இருந்து இந்தியாவைக் கலக்கியவர் ஒரு திருநங்கை. திருநங்கைகள் யாருக்கும் சளைத்தவர்கள் அல்லர். இதைத் தூக்கிப் பிடித்த மாண்புமிகு உச்சநீதிமன்றத்தின் தீர்ப்பும் உயர்நீதி மன்றத்தின் தீர்ப்பும் உன்னதமானவை. திருநங்கைகள் திறமை நங்கைகளும்கூட.

* வாழ்க்கையில் வளங்காண நாம் நல்லவராக இருக்க வேண்டுமா? அல்லது வல்லவராக இருக்க வேண்டுமா?

இராட. முத்துக்குமரனார், கடலூர் துறைமுகம்.

நாம் வளம்காண வல்லவராக இருக்கவேண்டும். மற்றவர்கள் வளம்காண வேண்டுமென்றால் நல்லவராக இருக்கவேண்டும்.

* மறப்போம் மன்னிப்போம், நிரந்தர நண்பனுமில்லை நிரந்தர எதிரியுமில்லை என்று அரசியல்வாதிகள் கூறுவது பற்றி தங்கள் கருத்து என்ன?

ஜி. சௌந்தரராஜன், திருச்சி.

சமூக நோக்கத்திற்காக பொது வாழ்க்கையில் ஈடுபடுபவர்கள் பகைமையை வளர்த்துக் கொள்ள முடியாது. கசப்புணர்வை தக்க வைத்துக்கொள்ளவும் கூடாது. ஒருவகையில் இது முதிர்ச்சி. இந்த முதிர்ச்சியை மற்றவர்கள் அரசியலில் ஈடுபட்டிருப்பவர்களிடமிருந்து அவசியம் கற்றுக்கொள்ள வேண்டும்.

இனிய இறையன்பு

- கவலைகளை மறப்பதற்கு மது குடிக்கிறேன் என்கிறார்கள். அப்படி குடிப்பதனால் கவலை மறந்துவிடுமா என்ன?

பாரதிமுருகன், மணலூர்பேட்டை.

பிறகு குடிப்பதே பெருங்கவலையாகிவிடும்.

- மாறாதது எது?

கே. பிரபாவதி, மேலகிருஷ்ணன்புதூர்.

எத்தனை முறை ஏமாந்தாலும் புதிய கவர்ச்சி அம்சங்களுடன் வரும் திட்டத்தில் பணத்தைக் கட்டி நிதி மோசடியைச் சந்திக்கும் மக்களின் பேராசை.

- அன்றைய இளைஞர்களுக்கும், இன்றைய இளைஞர்களுக்கு மிடையே என்ன வேறுபாடு காண்கிறீர்கள்?

நெய்வேலி க. தியாகராஜன், குடந்தை.

இன்றைய இளைஞர்கள் கவனம் தவறும் தலைமுறையைச் சார்ந்தவர்கள். எதுவும் அதிகம் கிடைப்பதால் திகட்டிப் போகும் சலிப்பில் உள்ளவர்கள். ஆற்றலிலும், நம்பிக்கையிலும் அன்றைய இளைஞர்களைவிட பலமடங்கு சாமர்த்தியம் பெற்றவர்கள் இன்றைய இளைஞர்கள்.

- வானிலை இயக்குநர் ரமணன் ஓய்வு?

சி. கார்த்திகேயன், சாத்தூர்.

எந்தப் பணியையும் சுவாரசியமாக்க முடியும், மக்களின் அபிமானத்தைப் பெற முடியும் என்பதற்கு அவர் உதாரணம். ரமணர் பலர் வாழ்வில் சுவை சேர்த்த உமணர்.

- இன்றைய காலகட்டத்தில் அதிக பலவீனமானவர்கள் ஆண்களா, பெண்களா?

வண்ணை கணேசன், சென்னை-110.

மரபுக்கூறு வகையாகப் பார்த்தாலும் மனக்கூறு வகையாகப் பார்த்தாலும் எப்போதும் பலம் வாய்ந்தவர்கள் பெண்களே.

வெ. இறையன்பு

பெண்கள் நீரைப்போல் மென்மையாக இருக்கிறார்கள். ஆண்கள் பாறையைப் போல கடினமாக இருக்கிறார்கள். நாட்பட நாட்பட கரடுமுரடான பாறையும் வழவழப்பாக மாறுவது நீரின் செயல்பாட்டால். கரைப்பவள் பெண், கரைபவன் ஆண்.

- ***பிளாட்பாரக் கடைகளில் சாப்பிட்டதுண்டா?***

த. சிவாஜிமூக்கையா, சென்னை – 44.

பாலக்கோட்டில் வேளாண் அலுவலராகப் பணியாற்றும் போது. என் நண்பர்கள் அசோகன், வரதராஜன் தினமும் இரவு உணவு தெருவோரக் கடைகளில்தான். அந்த ருசி வேறெங்கும் வராது. அப்படியெல்லாம் சாப்பிடும்போது வயிற்றுக்கு எதுவும் நேரவில்லை. அண்மையில் அலுவலக நிமித்தமாக புனே சென்றபோது தெருவோரக் கடை ஒன்றில் தேநீர் அருந்தினேன். நீர் தேன் மாதிரி இருந்தது. தெருவோரக் கடைகளில் ஒருவரே உணவைக்கையாளுவதாலும், சமைப்பவரேபரிமாறுவதாலும், சாப்பிடுபவர் நன்றாக இருக்க வேண்டும் என்ற நேமிநாதத்துடன் செயல்படுவதாலும் அரிய ருசி அமைந்துவிடுகிறது.

- ***வாழ்க்கை என்றால் மகிழ்வும்-துக்கமும் கலந்து இருப்பது தானா? எப்போதும் இன்பம் காணும் வாழ்க்கை நிலையாகக் கிடைக்க நாம் என்ன செய்ய வேண்டும்?***

என். சண்முகம், திருவண்ணாமலை.

எதிர்பார்ப்புகள் இல்லாமல் இருந்தாலும் நாம் செய்கிற பணிக்குப் பெயர் யாருக்குப் போய்ச் சேர்ந்தாலும் கவலையில்லை என்ற மனநிலையோடு பணியாற்றினாலும் எப்போதும் இன்பம்.

- ***கசக்கும் வாழ்வின் நடுவிலும் இனிப்பது எது?***

எஸ். அர்ஷத் ஃபயாஸ், குடியாத்தம்

நட்பு.

- *ஆடம்பரத்தில் உள்ள வறுமை பற்றி கூறுங்கள்.*

ப. தமிழரசன், கம்பைநல்லூர்.

ஆடம்பரத்தில் இரண்டு வகை உண்டு. ஒன்று தோற்றத்தில் படாடோபம் இன்னொன்று நடத்தையில் அலட்டல். தொடக்க காலத்தில் தன்னை உதாசீனப்படுத்துவார்களோ என்கிற எண்ணத்தில் வறிய நிலையில் இருந்து வந்தவர்கள் விலையுயர்ந்த உடைகளை உடுத்தி தன்னை மற்றவர்களுக்கு சமமாகக் காட்டிக்கொள்ள முயற்சி செய்வது ஒருவகையான தாழ்வு மனப்பான்மையின் தாக்கம். இது வறுமையால் நிகழ்வது. அவர்கள் மக்கள் தங்களை ஏற்றுக்கொள்ளும் போது ஏற்கனவே இருந்ததைவிட சாதாரணமாக உடை அணியத் தொடங்கிவிடுவார்கள். இன்னொன்று தன்னைப் பற்றியே எப்போதும் அடுத்தவர்களிடம் பெருமையாகப் பேசிக்கொள்வது. இது ஒருவிதமான மனநோய். இது ஒருவித வெறுமையால் ஏற்படுவது. இதைக் குணப்படுத்த முடியாது.

- *உலகிலேயே உங்களைக் கவர்ந்த கலாச்சாரம் எது?* *(இந்தியாவைத் தவிர)*

காயத்திரி

பண்பாடு என்பது உணவிலோ, உடையிலோ, உண்பதிலோ இல்லை. இவையெல்லாம் அயல் மகரந்தச் சேர்க்கையால் மெருகேறியவை. அவற்றை வைத்து ஒரு நாட்டை நேசிக்க முடியாது. மக்கள் அறிமுகமில்லாதவர்களிடம் எப்படி நடந்துகொள்கிறார்கள் என்பதைக் கொண்டே பண்பாட்டை அறிய முடியும். அந்த வகையில் என்னை ஈர்த்தது ஜப்பான். அங்குதான் ஜென் மலர்ந்தது. செய்யும் பணிகளில் விழிப் புணர்வைக் கூட்டும் வழக்கம் பண்பாடாக விளைந்தது. யாராவது போரிடக் கூப்பிட்டால் உயிர் முக்கியமல்ல என்கிற சாமுராய் பண்பாடு அவர்கள் உழைப்பிலும் சேர்ந்ததால் உன்னதத்தைப் பெற்றார்கள். ஆயிரத்திற்கு ஒன்றுகூட பழுதாகக் கூடாது என்கிற அக்கறையோடு பணியாற்றுபவர்கள் அவர்கள். விழிப்புணர்வை அனைத்திலும் கடைப்பிடிப்பதால் ஜப்பான்

செல்ல வேண்டும் என்கிற ஆசை ஏற்பட்டது என ரோஷிபிலிப் கபலேயு குறிப்பிடுகிறார். இடர்பாடுகள் அங்கும் ஏற்படு கின்றன. ஆனால் அவர்கள் அதை இடைவேளையாகக் கருதிக்கொள்கிறார்கள். அரசின் சொத்து நம்முடையது எனக் கருதி பேணிக் காக்கிறார்கள். நான் தயாரிக்கும் பொருள் என் நாட்டின் பெருமையை வெளிப்படுத்த வேண்டும் என்கிற உணர்வோடு அங்கு குண்டூசி முதல் ரோபோ வரை தயாரிக்கப் படுகின்றன. மேலாண் உலகிலும் ஜப்பான் வியக்கத்தக்க நாடு.

- ***'முதலாளித்துவம்' பற்றிய உங்கள் பார்வை?***

ப. தமிழரசன், கம்பைநல்லூர்.

முதல் தொழிலாளி என்பதன் சுருக்கமே என்னைப் பொருத்தவரை முதலாளி என்கிற பதம்.

- ***தங்களுக்கு இறையன்பு, தங்கள் சகோதரருக்கு திருப்புகழ் என அழகு தமிழில் பெயர் சூட்டி மகிழ்ந்த உங்கள் தந்தையின் சிந்தனைக்கு அடித்தளமாய் அமைந்தது எது?***

முனைவர் இராம. முத்துக்குமரனார்,

கடலூர் துறைமுகம் - 607 003.

வட இந்தியாவில் எல்லோருடைய பெயரும் சமஸ்கிருதச் சாயலுடன் இருக்கும். அங்கு யாரும் உங்களுக்கு சமஸ்கிருதப் பற்றா என்று கேட்பதில்லை. நம்மூரில், தமிழ்நாட்டில் தமிழ்ப் பெயர் வைத்தால் தமிழ்ப் பற்றா என்று கேட்கிற அளவிற்கு நாம் இருக்கிறோம். சிலர் என்னை நேரில் சந்தித்தபோது, 'உங்கள் பெயரைக் கேட்டு வயதானவராக இருப்பீர்கள் என்று நினைத்தோம்' என்று சொல்வதுண்டு. பெயரில் வயதைக் கணிக்க முடியுமா என்கிற சந்தேகம் எனக்கு எழுவதுண்டு. தமிழ்நாட்டில் தமிழ் மறுமலர்ச்சி இயக்கம் ஏற்பட்டபோது பலரும் தமிழ்ப் பெயர் சூட்டி மகிழ்ந்தனர். என் தந்தையும் அவர்களில் ஒருவர். இன்றும் எங்கள் இல்லத்திற்கு பெயர் சூட்டக் கேட்டு வருபவர்களுக்கு தமிழ்ப் பெயரையே சூட்டுகிறார்.

- **ஏழ்மையை அறியாத செல்வரின் செல்வர்கள் (பிள்ளைகள்) மனித நேயத்தை உணர முடியுமா?**

முத்தையாதாசன், கோடம்பாக்கம், சென்னை.

மிகுந்த செல்வத்தில் இருப்பவர்களுக்கு ஏழ்மையைப் பார்த்தால் அதிர்ச்சி உண்டாக வாய்ப்புண்டு. பொதுவுடைமைத் தத்துவத்தை மார்க்சுடன் சேர்ந்து வடிவமைத்த ஏங்கல்ஸ் வசதியான குடும்பத்தைச் சார்ந்தவர். இன்றும் செல்வச் செழிப்பில் வளர்ந்தவர்கள் சிலர் அதை உதறிவிட்டு வறியவர்களுக்காக வாழ்கிறார்கள். ஒரு கட்டம் வரை ஒருவருக்கும் ஒரு பைசா கூட கொடுக்காமல் வாழ்ந்துவிட்டு இறுதியில் அனைத்தையும் நன்கொடையாக அளித்துவிட்டுச் சென்றுவிடுபவர்கள் உண்டு. எந்த வரையறைக்கும் உட்படாதது மனித இனம், எந்தக் கோட்பாட்டிலும் அடைக்க முடியாதது மனித மனம். அதைப் போலவே சம்பிரதாயக் குடும்பங்களில் பறந்து புரட்சி சிந்தனையைத் தூண்டிவிட்டவர்களும் உண்டு. உதாரணம் விதவைகள் மறுமணத்திற்காகப் பாடுபட்ட ஈஸ்வர சந்திர வித்யாசாகர்.

- **ஓர் அரசு ஊழியர் இலக்கிய ஆர்வம் உள்ளவர். படைப்புகள் எழுதி மாத இதழ்களுக்கு அனுப்ப பங்கு கொள்ளலாமா? அதற்கு ஏதேனும் அரசாணை உள்ளதா? எவ்வகையான படைப்புகளை எழுதலாமா? மேல் அதிகாரிகளின் அனுமதியை பெற வேண்டுமா? விபரமாய் விளக்குங்கள்.**

கீதா முருகானந்தம்,
பாபநாசம், தஞ்சை மாவட்டம்.

அகில இந்தியப் பணியைச் சாராத அலுவலர்கள் அரசின் முன்னனுமதியையோ, துறைத்தலைவரின் முன்னனுமதியையோ பெற்றுதான் எழுத வேண்டும். அகில இந்தியப் பணியைச் சார்ந்தவர்கள்கூட அரசின் அனுமதியைப் பெற்று மட்டுமே, தொலைக்காட்சி நிகழ்ச்சிகளில் பங்குபெற முடியும். மேலும் எல்லோருமே அரசின் அனுமதியைப் பெற்றுத்தான் எழுது வதற்கான சன்மானங்களை ஏற்றுக்கொள்ள முடியும். இலக்கியம் தொடர்பான, வாழ்வியல் தொடர்பான, அறிவியல்

தொடர்பான கட்டுரைகளை எழுதலாம். அரசின் கொள்கைகளை விமர்சித்தோ, குறை கூறியோ மேலதிகாரிகளை குற்றம் கண்டுபிடித்தோ எழுதுவது அரசு விதிகளுக்கு முரணானது. அப்படிச்செய்தால் நடத்தை விதிகளைமீறியதற்காக நடவடிக்கை எடுக்கப்படும். தாக்கி எழுதினால் குற்றக் குறிப்பு கிடைக்கும்.

- ***முக்கியமான பிரச்சினைகளில் அரசு அதிகாரியாக முடிவெடுக்கும்போது மூளையைப் பயன்படுத்துவீர்களா? இதயத்தைப் பயன்படுத்துவீர்களா?***

க.தியாகராசன், குடந்தை.

செயல் திட்டங்களைத் தீட்டும்போது மூளையையும், எளியவர்களுக்கு உதவும்போது இதயத்தையும் அதிகமாகப் பயன்படுத்துவேன்.

- ***தாங்கள் பணிபுரிந்த எங்களது கடலூர் மாவட்டத்தில் உங்களுக்கு பிடித்தது எது? பிடிக்காதது எது?***

விருதை க. இராசசேகர்,

கடலூரில் பணிபுரிந்தபோது பல்வேறு வடிவமான பரிசோதனை முயற்சிகளைச் செய்து நான் என்னைப் பண்படுத்திக்கொண்ட இடம் கடலூர்.

அங்கு எனக்குப் பிடித்தது சந்தோஷம். பிடிக்காதது ஜலதோஷம்.

- ***நேர்மையான ஆட்சி எப்படி இருக்கும்?***

தாமஸ்மனோகரன், புதுச்சேரி

அடிப்படை வசதிகள் கிடைக்கவில்லை என்று அலுவலகங்களின் கதவுகளைத் தட்ட வேண்டிய அவசியமின்றியும், ஆள்பவர்கள் யாரென்றே தெரியவேண்டிய தேவையின்றியும், நடப்பவை நடக்க வேண்டிய நேரத்தில் நல்ல தரத்தில் நன்றாக நடப்பதே நேர்மையான நிர்வாகம்.

- ***ஆன்லைன் ஷாப்பிங் செய்வது நன்மையா? தீமையா?***

வி. பெரியசாமி, தேளூர், அரியலூர்.

சில வீடுகளில் நடக்கும் 'ஆன்'லைன் ஷாப்பிங் 'ஆண்'களுக்கு தீமையில் முடிகிறது.

- குழந்தைகளிடம் சேமிக்கும் பழக்கத்தை வளர்க்க சில நல்ல வழிகளைச் சொல்லுங்களேன்?

மு. மதிவாணன், அரூர் - 636 903.

சேமிப்பை நீரிலிருந்து தொடங்க வேண்டும். ஒரு துளி நீரைக் கூட வீணாக்கமால் உபயோகப்படுத்தக் கற்றுத் தாருங்கள். மற்ற அனாவசியச் செலவுகள் எல்லாம் தானே மறைந்து சேமிப்பு கூடும்.

- ராணுவ வீரர்களுக்கும், காவலர்களுக்கும் என்ன வித்தியாசம்?

சி. கார்த்திகேயன், சாத்தூர்.

எல்லையைக் காப்பவர்கள் ராணுவ வீரர்கள். எல்லை மீறாமல் காப்பவர்கள் காவல்துறையினர்.

- அனைத்தையும் அறிந்த நீங்கள் உங்களால் அரசுப் பதவியை துறக்க முடியவில்லையே! நீங்கள் ஏன் Job Provider ஆக இருக்கக்கூடாது.

இராஜேஸ்வரி, மதுரை.

அறிவாளிகள் நிறையப்பேர் அரசுப் பணிக்கு வருவது அவசியம். ஏழை எளியோரின் வாழ்க்கையில் ஒளியேற்ற திறமையும், நேர்மையும் கொண்ட அரசுப் பணியாளர்கள் தேவை. அனைத்தையும் நான் அறியாவிட்டாலும் பலவற்றை கற்றுக் கொள்ளும் அவாவில்தான் அரசுப்பணியைத் தேர்ந்தெடுத்தேன். மக்களின் அடிப்படைத் தேவைகளை நிறைவுசெய்வது மேன்மையான வழி. அரசுப் பணியில் தவறானவற்றுக்கு ஒத்துப்போகவில்லை என்றால் கிடைப்பது மாறுதல் மட்டுமே. பல தனியார் பணிகள் சுயநலக்காரர் ஒருவரின் கல்லாவை நிரப்பும் நோக்கத்தைக் கொண்டதாகவே பெரும்பாலும் அமைந்துவிடுகின்றன. அரசுப் பணியில் சரியான துறைகளில் பணியாற்றும்போது எண்ணற்ற வேலைவாய்ப்புகளை

உருவாக்க முடியும். மாநிலத்தின் வருமானத்திற்கு நிறைய பங்களிப்பைச் செய்ய இயலும். வெகுநாள் வறண்டுகிடந்த கால்வாயைத் தூர்வாரும்போது அதில் நாமே வழிந்து ஓடுகிற மகிழ்ச்சி ஏற்படும். மரத்தடியில் இயங்கும் பள்ளிக்குக் கட்டடம் கட்டித்தரும்போது நாமே அங்கு படிக்கும் திருப்தி ஏற்படும். குழந்தைத் தொழிலாளர்களை விடுவிக்கும்போது கூண்டைத் திறந்து சிட்டுக்குருவி ஒன்றை வான வீதியில் பறக்கச்செய்த நிம்மதி ஏற்படும். இளைஞர்கள் வாழ்விலும், குழந்தைகள் வாழ்விலும் மறுமலர்ச்சியைக் கொண்டுவர முடியும். முன்னேற்றத்தை முன்மொழிவதில் அரசுப்பணி அசுரப்பணி. அறிவாளிகள் இன்னும் அதிக எண்ணிக்கையில் வராவிட்டால் ஒருநாள் குழாயைத் திறந்தால் தண்ணீர் வராது. சுவிட்சைப் போட்டால் விளக்கு எரியாது. வெளியே வந்தால் பாதை இருக்காது. எல்லோரும் அரசுப் பணியைவிட்டு ஓடினால் யார்தான் மக்களுக்காகப் பணியாற்றுவது?

- *நிருபருக்கு வேண்டிய முக்கியத் தகுதி என்ன?*

லோ. பிரபுக்குமார், பருத்திப்பள்ளி.

கேள்விப்பட்டதை எழுதாமல் நேரடியாகச்சென்று செய்திகளைச் சேகரித்து, அதற்கான பின்னணியை ஆராய்ந்து, கற்பனை கலக்காமல் சுவாரசியமாக தருவது நிருபருக்கு அழகு. அப்படி செய்தியைத் தரும்போது அது சமூகத்திற்கு நல்லதாஎன்பதையும் ஆராய வேண்டும். தற்கொலையை பிரமாதப்படுத்தி வெளியிடப்படும் ஒவ்வொரு செய்தியும் இருபதுபேரை தற்கொலை செய்யத்தூண்டுகிறதாம். எனவே வெளியிடப்படும் செய்தியால் மற்றவர்கள் பாதிக்கப்படக் கூடாது என்கிற நோக்கமும் இருக்க வேண்டும். பாரபட்சம் இல்லாமல் உள்ளதை உள்ளபடி எழுத வேண்டும். எதற்கும் ஆசைப்படாமல் பணியை மேற்கொள்ள வேண்டும். தனியொருவரை திருப்தி செய்வதற்காகவோ, ஒருபக்கம் சாய்ந்தோ தகவல்களை உருவாக்கக்கூடாது. எந்த செய்திகள் ஒதுக்கப்பட வேண்டும் என்பதையும் தெரிந்து வைத்திருக்க வேண்டும். நிறைய வாசிக்க வேண்டும். எல்லாச்

செய்தித்தாள்களையும் புரட்டுகிற பொறுமை வேண்டும். துணிச்சலும், தகவல்தொடர்புத்திறனும், சுடர்விடும்நேர்மையும் அவசியம். கம்பர் ராமாயணத்தில் நிருபர்என்கின்ற சொல்லை அரசர் என்கின்ற அர்த்தத்தில் பயன்படுத்துகிறார். 'நின்னை இவ்வுலகினில் நிருபர் நேர்வரோ' என பாலகாண்டத்தில் 259 ஆவது பாடலில் குறிப்பிடுகிறார்கம்பர். எனவே நிருபர்என்றால் செய்தி சேகரிப்பவர்கள் அல்லர். செய்திச் செங்கோலர்கள்.

- **பெண்களால் ஆண்களைப்போல இறுதிவரை தங்கள் நட்பினைக் கொண்டுசெல்ல இயலாதா?**

லெ. காயத்திரி, அம்பாசமுத்திரம்

பெண்களுக்கு ஆண்களைவிட ஆக்சிடோசின் என்கிற ரசாயனம் அதிகம் உற்பத்தியாகிறது. எனவே விரைவில் மற்றவர்களோடு சினேகமாகப் பழக அவர்களால் முடியும். முன்பின் தெரியாதவர்களை 'அக்கா' என அழைத்து அன்னியோன்யமாக முடியும். எனவே பெண்களுக்கு நட்புணர்வு அதிகம். உணர்ச்சி மேலாண்மையும் அதிகம். இறுதிவரை தோழியராக இருக்கிற பலரை நான் அறிவேன்.

- **திரைப்படங்களில் குடித்துவிட்டு சண்டைக்குப் போவதைப் போல காட்சிகள் அமைக்கப்படுகின்றனவே, குடித்தால் தைரியம் வந்துவிடுமா?**

ராஜேந்திரன், மதுராந்தகம்.

மதுராந்தகன் என்ற பெயரில் அழைக்கப்பட்ட ராஜேந்திரச் சோழனின் பெயரில் உள்ள நீங்கள் மதுராந்தகத்திலிருந்து மதுவைப் பற்றிய ஒரு வினாவைக் கேட்டிருக்கிறீர்கள். மதுவே ஒருவரை மகிழ்ச்சியாக்கி விடுவதில்லை. ஆனால் அது சமூகத் தாக்கங்களுக்கு உங்களை எளிதான இலக்காக ஆக்கி விடும். தனியாகக் குடிக்கும்போது மனநிலை மாறாதவர்கள் கும்பலாகக் குடிக்கும்போது மாறிப்போகிறார்கள். அவர்களிடம் இருக்கிற சில மனத்தடைகளை அது உடைத்தெறிகிறது. தேவையான பதற்றம், அவசியமான அச்சம் ஆகியவற்றை அது நீக்குவதால்

அவர்கள் அதுவரை தமிழில் பேசவே தடுமாறியவர்கள் ஆங்கிலத்தில் உளறுவதைப் பார்க்கலாம். தெளிவாக இருக்கும் போது செய்யத் தயங்கும் சமூகத்தால் விலக்கப்பட்ட செயல் களை குடித்த பிறகு செய்ய சிலர் தயங்குவதில்லை. அப்படிப் பட்டவர்கள் சண்டை போடும்போது கூச்ச உணர்வை மறந்து விடுகிறார்கள். சிலருக்கு மற்றவர்களைவிட மதுவின் மீது அதிக மோகம் இருப்பதற்கு அவர்கள் மரபுக்கூறும் காரணம். ஒரு குறிப்பட்ட ஜீன் மது அருந்துபவர்களுக்கு இருப்பதைக் கண்டுபிடித்துள்ளார்கள். அவர்கள் மது அருந்தாவிட்டாலும் சூதாட்டம், போதை மருந்து ஆகியவற்றிற்கு அடிமையாகக் கூடும். அதனால்தான் ஒருமுறைகூட மதுவையோ, மற்ற தீயபழக்கங்களையோ அணுகாமல் இருப்பது நல்லது. நமக்குள் என்ன மரபுக்கூறு இருக்கிறது என்று யாருக்குத் தெரியும்!

- *24 மணி நேரமும் செய்யும் தொழில் மருத்துவம். ஓய்வே இல்லாத தொழில். ஆனால் அதிகம் மாணவ மாணவிகள் மருத்துவம் சம்பந்தமான துறையில் பணி செய்ய அதிக ஆர்வம் காட்டுவது எதனால்? மருத்துவர் பணி சேவையா? பணம் கொட்டும் தொழிலா? சொல்லுங்களேன்?*

உமாதேவி பலராமன், 117 - பைபாஸ் சாலை,
திருவண்ணாமலை - 606 601.

உயிரைக் காப்பாற்றுகிற பணி ஓர் ஒப்பற்ற பணி. வலியால் துடிக்கும் ஒருவர் அதிலிருந்து மீண்டு புன்னகையைச் சிந்தும் போது ஏற்படுகிற மகிழ்ச்சி அலாதியானது. பணத்தை ஈட்டுவதற்கு ஆயிரம் வழிகள் இருக்கின்றன. குணப்படுத்தும் கைகளில் தெய்வீகம் இருப்பதாக காலம் காலமாக மக்கள் நம்பி வருகிறார்கள். மருத்துவம் தருகிற மகிழ்ச்சிக்காகவும், உயிரைக் காப்பாற்றிய திருப்திக்காகவும், சமூகம் அளிக்கிற மதிப்பிற்காகவும் பணியாற்றுகிற பலரை நான் அறிவேன். கொடுக்கிற பணத்தை வாங்கிக் கொண்டும், தருகிறபோது பெற்றுக்கொண்டும், இலவச வைத்தியம் செய்து கொண்டும், மருந்துக்கடையில் வாங்கிய விலைக்கே விற்றுக்கொண்டும்

அறப்பணியாக குணமாக்கும் கைகளுடன் அர்ப்பணிப்புடன் பணியாற்றும் பலரை நான் அறிவேன். இளைஞர்களுக்கு அத்தகைய மருத்துவர்களே முன்மாதிரிகள். அவர்களைப் பற்றியே இன்றைய மாணவர்கள் செவிகளில் உரக்கப்பேச வேண்டிய அவசியம் நமக்கு இருக்கிறது. நல்லவற்றைப் பாராட்டத் தொடங்கினால் நல்லவை இன்னும் அதிகமாக வளரும்.

- ***சார், இறையன்பு என்பது பிறந்தவுடன் பெற்றோர் வைத்த பெயரா, இல்லை இடையில் சூட்டப்பட்ட பெயரா? தெளிவாகக் கூறுங்கள்***

ஆர் ஜெயப்பரகாஷ், 1-வது தெரு, ராம் நகர்,
தேவகோட்டை 630 303, சிவகங்கை மாவட்டம்.

இயற்பெயர்தான் இறையன்பு. அதைக் காரணப் பெயராக்க முயன்று கொண்டிருக்கிறேன்.

- ***அரசு ஊழியர்கள் எப்படிப்பட்டவர்களாக இருக்க வேண்டும்?***

அ. குணசேகரன்,
எஸ். அக்ரஹாரம், புவனகிரி 608 601

மக்களே நம் முதலாளிகள் என்கிற எண்ணம் அரசுப் பணியாளர்களுக்கு அவசியம். பணியாற்றுகிற துறையிலும், பகுதியிலும் மாற்றத்தை ஏற்படுத்த ஊக்கிகளாக அரசுப் பணியாளர்கள் செயல்பட முடியும். ஒவ்வொரு கோப்பும் ஒரு விதவையின் கண்ணீரலோ, அபலையின் கவலையாலோ, ஏழையின் ஏக்கத்தாலோ கனத்துக் கிடக்கிறது என்கிற அடிப்படை உண்மை அவர்களுக்குத் தெரிய வேண்டும். அதைத் துடைப்பதற்கு நம்மால் ஆன முயற்சியை செய்ய வேண்டும் என்பது அவர்கள் நோக்கமாக இருக்க வேண்டும். தூர்வாருவது தொடர்பான கோப்பைக் கையாளும்போது அந்த வாய்க்காலில் நீர் வழிந்தோடுவதைப்போல காட்சிப்படுத்த வேண்டும். பள்ளிக் கட்டடத்துக்கான வரைபடத்தை அங்கீகரிக்கும்போது மாணவர்கள் முகங்கள் மனத்தில் வலம்வர வேண்டும். ஒவ்வொரு நாளும் நிறைவுறுகிறபோது

இன்று எத்தனை பேருக்கு உதவியிருக்கிறோம் என்று நினைத்துப்பார்த்து திருப்தியடையும் வகையில் நம் பணி இருக்க வேண்டும். கறைபடாத கரங்களோடும் திரையிடாத வாழ்க்கையோடும் உழைப்பை உன்னதமாக்கி, பணியைச் செம்மையாக்கி, அன்பை நெறியாக்கி, புன்னகையைப் பொதுமொழியாக்கி கருணையைக் கண்களில் ஏந்தி பணியாற்றுபவர்களே ஓய்வு பெற்ற பிறகும் பொதுமக்களால் நினைத்துப் பார்க்கப்படுகிறார்கள். நாம் ஓர் அலுவலகத்தை விட்டு வெளியேறிய பிறகு அங்கிருக்கும் ஒரு கோப்பைக்கூட பார்வையிட முடியாது என்பதை உணர்ந்தால் அரசுப் பணியில் அசுர வேகத்துடன் அனைவரும் பணியாற்றுவார்கள்.

- இணையம் மனித வாழ்வியலை மேம்படுத்தியிருக்கிறதா?

த.சூரியதாஸ், த/பெ.சி.தம்பராஜா,
3/5, வடக்குத் தெரு, சிலட்டூர்,
சிலட்டூர் (அஞ்சல்), அறந்தாங்கி (வட்டம்),
புதுக்கோட்டை மாவட்டம், தமிழ்நாடு 614 622.

இன்றைய யுகம் தகவல் தொடர்பு யுகம். அதில் இணையத்தின் பங்கு அபரிமிதமானது. இணையம் தோன்றிய காரணமே சுவாரசியமானது. அணுகுண்டு வீச்சால் அத்தனை தகவல் தொடர்பும் ஸ்தம்பித்துப் போனால் என்ன செய்வது என்று சிந்தித்து பென்டகன் கண்டுபிடித்ததே இணையம் என்கிற ஏற்பாடு. போருக்காக நிகழ்ந்த இந்த கண்டுபிடிப்பு வாழ்வுக் காகவும் பயன்பட்டு வருகிறது. இன்று எத்தனையோ அரிய தகவல்களை இணையத்திலிருந்து அறிந்து கொள்ளலாம். நாங்கள் போட்டித் தேர்வுகள் எழுதும்போது மாதிரி வினாக் களுக்காக மாதக்கணக்கில் சென்னையில் அலைந்திருக் கிறோம். இன்று விரல் நுனியில் அவற்றைப் பெற்றுவிடலாம். தேவையற்ற காத்திருப்பு, அனாவசிய அலைக்கழிச்சல் போன்றவற்றை இணையத்தின் மூலம் நிகழும் வர்த்தகம் குறைத்திருக்கிறது. அதை முழுமையாகவும் முறையாகவும்

பயன்படுத்துபவர்கள் உறுதியாக மேம்பட முடியும். பயன்படுத்தத் தெரிந்தவர்கள் கைகளில்தான் தூரிகைகள் ஓவியங்களை உருவாக்குகின்றன.

இணையத்தை சாதனமாக்காமல் அதை எஜமானனாக்கிக் கொள்கிறவர்களும் உண்டு. ஒருவர் அன்று அலுவலகத்தில் வழக்கமாக நான்கு நாட்களுக்குச் செய்யும் பணியை ஒரே நாளில் செய்து முடித்தாராம். மேலாளர் வியந்ததற்கு, இன்று இணையம் செயல்படவில்லை. அதனால் வேலைதான் பார்க்க முடிந்தது என்று நொந்துகொண்டாராம். இப்படி திறனை மழுங்கடித்துக் கொள்பவர்களும் இருக்கவே செய்கிறார்கள். இணையமும் போதையாக மாறிவிடுவது உண்டு.

- ***இதுநாள் வரையில் தங்களுடைய அரசுப் பணிகளில் மன நிம்மதியை தந்ததும், மறக்க முடியாத நிகழ்வும் எது? ஏன்?***

வீ. ஹரிகிருஷ்ணன்,
14-ஏ, போலீஸ் ரெங்கசாமி நாயுடு எதரு,
புத்தூர், திருச்சி 620017.

செய்கிற பணிகள் அனைத்துமே மகிழ்ச்சி தருபவைதாம். நிம்மதி தராத எந்தப் பணியையும் செய்வதில்லை. இருந்தாலும் ஒரு நிகழ்வு இன்னும் இதயத்தில் ஈரமாய் இருக்கிறது. கடலூரில் பணியாற்றியபோது அங்கிருக்கும் சிறைச்சாலையைச் சுற்றி மரங்கள் நடுவதற்கு ஏற்பாடு செய்தோம். அங்கிருக்கும் கைதிகளுக்கிடையே மரங்களின் பெருமை குறித்து பேச்சுப் போட்டி வைத்தோம். மரத்தைப் பற்றி பேசிய அவர்கள் உள்ளம் மரத்துப் போகவில்லை என்பதை உணர்ந்தோம். அதில் பலர் பட்டதாரிகள். அதற்குப் பிறகு அவர்கள் சுயதொழில் ஒன்றைக் கற்றுக்கொள்ள பயிற்சி அளித்தோம். அவர்கள் செய்த பொருட்களை விற்பனை செய்து ஒவ்வொருவர் பெயரிலும் வங்கிக்கணக்கு தொடங்கி அந்தத் தொகையை வரவு வைத்தோம். ஒரே ஒரு சின்ன அவசரத்தாலும், கோபத்தாலும் சமூக நியதியிலிருந்து தனிமனித நியாயம் விலகியதால் வாழ்வைத் தொலைத்த அவர்கள் மீண்டும் வசந்தத்தை வாசிக்க அந்த

நிகழ்வு உதவியது. அவர்களில் சிலர் விடுதலையான பின்பும் தொடர்பில் இருப்பவர்கள். கடலூர் சிறையில்தான் பாரதியும் சில நாட்கள் காவலில் வைக்கப்பட்டார் என்பது தெரிந்தது. சிறைச்சாலைகளையும் சீர்திருத்தச்சாலைகளாக மாற்ற முடியும் என்பதை அந்த அனுபவம் எங்களுக்கு உணர்த்தியது.

- **விற்பனையாளர் குவிக்கும் மசாலாப் படங்களின் முன்பு, சமுதாய மாற்றங்களுக்காக எடுக்கப்படும் இலட்சியப் படங்கள், கேலிக்குரியவையாகக் கணிக்கப்படுகின்றனவே, இதென்ன முரண்பாடு?**

மேட்டுப்பாளையம் மனோகர், சென்னை 18.

உயர்ந்தவற்றை உயர்த்திப் பிடிக்க மக்களின் ரசனையே முக்கியம். வசூல் ரீதியான வெற்றியைப் பெரும்பாலும் மக்கள் தீர்மானிக்கிறார்கள். காலத்தைத் தாண்டிப் படைக்கப்படும் எந்தப் படைப்பும் சமகாலத்தில் சிலாகிக்கப்படுவதில்லை. இது நூல்களுக்கும் பொருந்தும். திரைப்படங்களுக்கும் பொருந்தும். அறிவியல் கண்டுபிடிப்புகளுக்கும் பொருந்தும். பரிணாம வளர்ச்சியை முன்மொழிந்ததற்காகப் பரிகசிக்கப்பட்டவர் டார்வின். கிரகாம்பெல்லிடம் தொலைபேசி எதற்கு அவசியம் என்று கேட்டவர்கள் உண்டு. வசூலைக் குவிக்கும் படங்களில் கூட சில திரைப்படங்கள் முதல்முறை ஓடாமல் இரண்டாம் முறை அரங்கு நிறைந்த காட்சிகளாக வெற்றி பெறுவது உண்டு. நல்ல பொழுதுபோக்குப் படங்களும் தேவைப்படுகின்றன. கலைப்படங்களையே பார்த்தால் களைப்படைந்து விடுவோம். சத்யஜித் ராய் ஷோலேவை ஐந்து முறை பார்த்ததாக எங்கோ படித்திருக்கிறேன். என்றும் நிலைத்துநிற்கும் படங்கள் வெளிவருகிறபோது அதிகப் பணத்தைக்குவிக்காவிட்டாலும் மக்களின்மனத்தில் நீங்காமல் இருக்கின்றன. அவை பல தலை சிறந்த இயக்குநர்களை உருவாக்கத் தூண்டுகோலாக இருக்கின்றன. 'மிதிவண்டித் திருடர்கள்' என்கிற படமே சத்யஜித்

ராயை திரைப்படத்தின் பக்கம் திசைதிருப்பியது. அப்படம் வந்த பிறகு அதில் நாயகனாக நடித்தவருக்கும் வேலை போய் விட்டதாக கேள்விப்பட்டிருக்கிறேன். 'கோடு போட்ட பைஜாமாவில் ஒரு சிறுவன்' என்கிற படத்தைப் பார்த்து இரண்டு நாட்கள் என்னால் தூங்கமுடியவில்லை. வசூலைக் குவிக்கும் படங்கள் மின்னலைப்போல மறைந்து விடுகின்றன. உயர்ந்த நோக்கத்தோடு எடுக்கப்படுபவை நிலவைப்போல நீடித்து வாழ்கின்றன.

- ***நல்ல மாவட்ட ஆட்சியாளராய் பணியாற்றினீர்கள். கவிஞராய், எழுத்தாளராய், சமூக சிந்தனைவாதியாய், வரலாற்று ஆய்வாளராய், அறிவியல் ஆர்வலராய் பன்முகம் கொண்டு களத்தில் பணியாற்றி வருகிறீர்கள். தங்களின் பலம் எது? பலவீனம் எது?***

முனைவர் இராம. முத்துக்குமரனார்,
எண்.47, குமரன் கோயில் வீதி,கடலூர்
துறைமுகம் - 607 003.

என் பலவீனங்களை நான் அறிந்திருப்பதே என் பலம்.

- ***கலப்புத் திருமணங்களுக்கு எல்லா வகையிலும் உதவி புரிந்தால், ஜாதியை ஓரளவு ஒழித்து விடலாமே?***

எஸ். தியாகராஜன்,
42ஜே.50ஜே, ராஜா அப்டார்ட்மெண்ட்,
எச்.ஏ,கே. ரோடு, சின்னசொக்கிகுளம்,
மதுரை 625 002.

சாதிகள் ஒழிய கலப்பு மணம் ஒன்றே கதவுகளைத் திறந்து வைக்க முடியும். நகர்ப்புரத்தில் சாதி அடையாளங்கள் மறைந்துக்கொண்டு வருவதற்கு இருப்பிட அமைப்பும் வாழும் முறைகளும் காரணங்கள். கிராமப்புரங்களில் அவை இன்னும் அப்படியே மாறாமல் இருக்கின்றன. மாற்றம் நிகழும்போதெல்லாம் உண்டாகும் சின்ன பொறியை அணையாதபடி ஊதி ஊதி பெரிதாக்குவதற்கு சிலர் தயாராக

இருக்கிறார்கள். அதனால் கலப்பு மணங்கள் கலகலப்பு மணங்களாக மாறாமல் கைகலப்பு மணமாக மாறி சலசலப்பு ஏற்படுத்திசங்கடங்கள்தருகின்றன.அரசுகலப்பு மணங்களுக்கு ஆதரவு தந்து ஊக்குவிக்கிறது. சமூகமும் பிடியைத் தளர்த்தி வருகிறது. கலப்பு மணங்கள் காதலால் மட்டுமே அதிகமாக நிகழ வாய்ப்பு இருக்கிறது. படிக்கிற சூழலும் பணியிட வாய்ப்பும் இதை அதிகப்படுத்தியிருக்கிறது. சாதி வேறுபாடு களற்ற சமூகத்தை நம் வாழ்நாளிலேயே கண்டுவிட முடியும் என்கிற நம்பிக்கை எனக்கு ஆழமாக இருக்கிறது.

- உயர் பதவியில் இருந்து கொண்டு, 24 மணி நேரமும் பொது வாழ்வில் ஈடுபடுத்திக் கொண்டு எப்படித் தங்களால் நிறைய புத்தகங்களும், பத்திரிகைகளுக்கும் எழுத முடிகிறது?

ஜி. ஜெகதீசன்,
பழைய எண்.31/புதிய எண். 55, பூசாரி தெரு,
சிந்தாமணி மைதானம், திருச்சி 620 002.

இந்தியாவின் பிரதம மந்திரியாக இருந்துகொண்டே தினமும் நான்கு மணி நேரம் புத்தகங்களை வாசிக்கும் வித்தகத்தைச் செய்தார் பண்டித நேரு. விடுதலைப் போராட்ட வேள்விக்கு இடையிலும் 'இந்தியாவைக் கண்டறிதல்', 'உலக வரலாற்றில் ஒரு சில பார்வைகள்' என்கின்ற தலையணையளவு பெரிய புத்தகங்களைத் தந்தவர் அவர். சர்ச்சில் இங்கிலாந்தின் பிரதமராக இருந்துகொண்டே எண்ணற்ற புத்தகங்களை எழுதி ஆங்கிலம் பேசுவோரின் சரித்திரம் என்கிற நூலுக்காக அனைத்துலக அங்கீகாரம் பெற்றவர். மூன்றாம் வகுப்புப் புகைவண்டியில் இருபது முறை தமிழகத்திற்கு வருகை புரிந்தவர் மகாத்மா காந்தி. ஓய்வின்றி உழைத்தபோதும் தினமும் தவறாமல் கடிதம் எழுதக்கூடிய பழக்கம் உள்ளவர் அவர். ஈ.எம்.எஸ்.நம்பூதிரிப்பாட் எழுதிய புத்தகங்கள் சின்ன நூலகம் அளவிற்குத் தகும். அவரிடம் எப்படி இவ்வளவு நூல்கள் எழுதினீர்கள் என்று கேட்டதற்கு 'தினமும் ஒரு மணி நேரம் எழுதுவேன் ஒரு மணி நேரம் படிப்பேன்' என்று சொன்னதாக ஜெயமோகன் குறிப்பிடுகிறார். அண்ணல்

அம்பேத்கர் எழுதிய புத்தகங்களை ஓர் அலமாரி நிறைய வைக்கலாம். ஐசக் ஆசிமோவ் 500க்கும் மேற்பட்ட தரம் வாய்ந்த புத்தகங்களை எழுதியவர். பணியாற்றுபவர்களுக்கே நேரம் அதிகம் கிடைக்கும் என்பதை மெய்ப்பித்தவர்கள் இவர்கள். இன்றும் உலகில் எத்தனையோ அறிஞர்கள் அத்தனை பணிகளுக்கும் இடையில் எழுதிக்கொண்டும், பேசிக்கொண்டும், பணியாற்றிக்கொண்டும் இருக்கிறார்கள். அவர்களே மலைகள்; நான் மடுகூட அல்ல. வெறும் மண் துகள்தான்.

- ***கவர்னர் பதவியும், ராஜ்பவன் மாளிகையும் இன்று அவசியம் தானா?***

சி. கார்த்திகேயன்,
சாத்தூர் - 626 203.

போர் வரும்வரை ராணுவம் தேவையற்றதாகத் தென்படும். தேர்தலில் எந்தக் கட்சியும் பெரும்பான்மை இடங்களைப் பெற முடியாதபோதுதான் ஆளுநரின் ஆளுமை வெளிப்படும்.

- ***(தமிழன்) தமிழகம் உடல் உறுப்பு தானம் கொடுப்பதில் முதலிடத்தில் இருப்பதற்கு என்ன காரணம்?***

அ. குணசேகரன்,
புவனகிரி.

மூளைச்சாவு அதிகம் தமிழகத்தில் நடப்பதால்.

- ***நமக்குநாமே எதிரியாகிக் கொள்வது எப்போது என்று சொல்ல முடியுமா?***

அ. ராஜா ரஹ்மான்,
பெரியபள்ளிவாசல் தெரு, கம்பம்.

வாயை அனாவசியமாகத் திறப்பதால். செனக்கா கூறுவதைப் போல பெரும்பாலானோர் தங்களை தட்டின் மேலிருக்கும் உணவுக் கத்தியாலும், முட்கரண்டியாலுமே மாய்த்துக் கொள் கிறார்கள். நிறையப் பேர் தேவையற்ற இடங்களில் பேசித் தொலைப்பதாலும் தொலைந்து போகிறார்கள்.

- ***மின் மயானம் வந்துவிட்ட காலத்திலும் சாதிக்கொரு சுடுகாடு இருப்பது எதைக்காட்டுகிறது?***

பா. இசக்கிமுத்து, நெல்லைமாவட்டம்.

நாம் இன்னும் சாதியைப் புதைக்கவில்லை என்பதை.

- ***கின்னஸ் புத்தகத்தை நான் பார்த்ததே இல்லை. எங்கு கிடைக்கும்?***

சரஸ்வதி செந்தில், பொறையார்.

முப்பத்தாறு ஆண்டுகள் தாடி வளர்த்ததையும், நகம் வளர்த்ததையும் உலக சாதனையாக நீங்கள் நம்பினால் அவர்களைக் காட்டிலும் அவர்கள் பக்கத்தில் இருந்தவர் அதிக சாதனை புரிந்திருப்பார்கள். இருபத்து நான்கு மணிநேரம் கண்ணாடி கூண்டில் ஒருவர் பாம்புகளோடு இருந்திருக்கிறார். பாம்புகள் என்னபாடுபட்டதோ! கின்னசில் இடம்பெறுவது அல்லசாதனை, அடுத்தவர்கள் உள்ளத்தில் இடம்பெறுவது தான் சாதனை.

- ***அப்பா 50 ரூபாய் மிச்சப்படுத்த 30 நிமிஷம் நடந்தார். நான் 30 நிமிஷம் மிச்சப்படுத்த 50 ரூபாய் ஆட்டோவுக்கு கொடுத்தேன். இதுதான் தலைமுறை இடைவெளி என்று கூறப்படும் விளக்கம். சரியா?***

உமாதேவி பலராமன், திருவண்ணாமலை.

அப்பா ஐந்து இட்லியை 50 வயதில் அனாயாசமாகச் சாப்பிட்டு தெம்பாக நடப்பதும், மகன் 20 வயதில் இரண்டு இட்லியையே கொறிக்க முடியாமல் ஜீரணிக்க ஜெலுசில் சாப்பிடுவதும் தலைமுறை இடைவெளிதான். இரண்டு செருப்பும் நம்முடையதுதான் என்றாலும் வலது காலுடையது இடது காலுக்குப் பொருந்தாமல் இருப்பதைப் போன்றதுதான் தலைமுறை இடைவெளி.

- ***இளைய தலைமுறையினருக்கு சமூக வலைத்தளங்கள் பெரும்பாலும் அழிவுப் பாதையைத்தானே காட்டுகிறது?***

தங்கவேல்,

சமூக வலைத்தளங்களை கச்சிதமாகக் கையாளுவதற்கு முதிர்ச்சியும், பக்குவமும் தேவைப்படுகின்றன. அது இளைஞர்களுக்கு மட்டுமல்ல, முதியவர்களுக்கும் இருப்பதாகத் தெரியவில்லை. அதிக நேரத்தை உறிஞ்சிக்கொள்வதோடு கண் அயர்ச்சி, மூளை பாதிப்பு போன்ற பல உடல் உபாதைகளையும் அவை உண்டாக்குகின்றன. சில நேரங்களில் உறவுகளிடையே விரிசலையும், நெரிசலையும் அவை ஏற்படுத்தி விடுகின்றன. யார் அனுப்பினாலும் சரி பார்க்காமல் அடுத்தவர்களுக்கு அனுப்புகிற சில செய்திகளால் மாய உலகம் ஒன்று சிருஷ்டிக்கப்பட்டு பலரும் ஏமாந்து போகிறார்கள். இவற்றின் மூலம் அனுப்பப்படும் புகைப்படங்கள் திரிக்கப்பட்டு உயிரைக்கூட பறித்துவிடுகிற அவலங்களையும் உண்டாக்கிவிடுகிறது. தகவல் தொடர்புக்குப் பயன்படுத்த வேண்டிய இதை பொழுது போக்குக்குப் பயன்படுத்தத் தொடங்கியிருப்பதால் இந்த விபரீதங்கள் நேருகின்றன.

- **எப்போது இந்தியாவில் சாதி இல்லாமல் போகும்? அது சாத்தியமா?**

இளையராஜா,
ilayaraja.shc@gmail.com

உங்களிடமிருந்து தொடங்குங்கள். உலகமே மாறும். எந்த மாற்றத்தையும் நம்மிடமிருந்துதான் தொடங்க வேண்டும்.

- **சினிமாத்தனத்திலிருந்து விலகி திரைப்படம் யதார்த்தத்தை நோக்கி மெல்ல நகர நம் இல்ல விழாக்களிலும், தெருக்களிலும் யதார்த்தமே சினிமாத்தனத்தை நோக்கி இத்தனை வேகமாக விரைகிறது?**

மருத்துவர். மருதுதுரை, தஞ்சாவூர்.

மழை விட்ட பிறகும் தூவானம் விடாத நிலை தொடர்வது உண்மைதான். உண்மையான பங்களிப்பை ஊடுருவிப் பார்க்கும் நுட்பமும், அதற்காக மெனக்கெடும் தன்மையும் குறைந்து

வருகிறது. பரபரப்பை நோக்கியே நம்மைச் சுற்றி எல்லா விதமான பரப்பு ஊடகங்களும் இயங்கி வருகின்றன. சாதாரண நிகழ்வை சர்க்கரையும், பாகும், நெய்யும் சேர்த்து ருசிக்கான பண்டமாக மாற்றி காசு பார்க்கும் மனநிலை வளர்ந்து வருகிறது. அதைச் சந்திக்க நேரும் நேயர்களும் மேம்போக்காக இருக்கிறார்கள். எளிமையும், அமைதியும் தேவையற்ற வாழ்வியல் முறைகளாக கருதுகிற மனப்பான்மை எல்லா தரப்பிலும் ஏற்பட்டுவிட்டது. எப்படியாவது அடுத்தவர் கவனத்தை ஈர்த்துவிட வேண்டுமென்று சின்ன வயதிலிருந்தே சொல்லிக் கொடுக்கப்படுகிறது. பொழுதுபோக்கு என்றால் அது திரைப்படம் தொடர்பானதாகத்தான் இருக்க வேண்டும் என்கிற எழுதப்படாத நியதி புழக்கத்தில் இருக்கிறது. சமூகத்தில் முன்னணியில் இருப்பவர்கள் இவற்றை மாற்றிக் காட்ட முயற்சி மேற்கொள்ள வேண்டும். அப்போது பலரும் இயல்பாக இருக்க முன்வருவார்கள்.

- நீதிமன்றங்கள் பொதுவாக அரசின் கொள்கை முடிவுகளில் தலையிட முடியாது என்று கூறுவதேன்?

சி.கார்த்திகேயன், சாத்தூர்

அரசின் மூன்று பணிகள் மூன்று அமைப்புகளுக்கு பிரித்தளிக்கப்பட்டிருக்கின்றன. மக்களால் தேர்ந்தெடுக்கப் பட்டவர்கள் சட்டங்களை உருவாக்க வேண்டும். அரசு அலுவலர்கள் அவற்றைச் செயல்படுத்த வேண்டும். சரியாகச் செயல்படுத்தாமல் விட்டால் நீதிமன்றங்கள் தலையிட்டு நெறிப்படுத்த வேண்டும். இந்த அமைப்புகள் தனித்தனியாக நெறிமுறைகளைக் கொண்டவை. எனவே அரசின் கொள்கை முடிவுகளில் நீதிமன்றங்கள் தலையிடுவதில்லை. அதே நேரத்தில் அந்தக் கொள்கை முடிவுகள் அரசியலமைப்புச் சட்டத்தின் அடிப்படைக்கூறுகளைப் பாதிக்கக்கூடியவையாக இருந்தால் அனுமதிக்காமல் தடைசெய்வதற்கு நீதிமன்றங் களுக்கு அதிகாரம் உண்டு.

- **ஃபைவ் ஸ்டார் ஹோட்டல், த்ரி ஸ்டார் ஹோட்டல் என்று கூறப்படுவது ஏன்? அது ஹோட்டலுக்கான தகுதியா?**

ஜி. குப்புசாமி, சங்கராபுரம்.

மொத்த அறைகள் குளிர்சாதன வசதி, கூட்ட அரங்குகள், உணவு அரங்கம், காப்பிக்கடைகள், நீச்சல்குள வசதி, பயண ஏற்பாடு, அழகு நிலைய வசதி, மசாஜ் வசதி போன்றவற்றை கருத்தில் கொண்டு ஒரு ஹோட்டல் எத்தனை நட்சத்திர வசதியைக் கொண்டிருக்கிறது என்பது தீர்மானிக்கப்படுகிறது. சுற்றுலாப் பயணிகள் குறிப்பிட்ட நட்சத்திர ஹோட்டலைத் தேர்ந்தெடுப்பதற்கு அது வசதியாக இருக்கிறது.

- **'இல்லறத்தில் துறவறம்' என்பது எவ்வாறு சாத்தியமாகும்?**

கே. வேலுச்சாமி, தாராபுரம்,
திருப்பூர் மாவட்டம்.

ஒரு கட்டத்தில் மனைவியின் மீது உருவத்தைத் தாண்டிய அன்பும், கருணையும் தோன்றும். அப்போது இருவரும் ஒருவரை ஒருவர் பார்த்துக் கொள்ளாமல் ஒரே திசையில் பார்க்கத் தொடங்குவார்கள். இல்லம் அப்போது அன்பு தவழும் பரிமாற்றமாகவும், மற்றவர்களைப் பேணும் அறச்சாலையாகவும் மாறிப் போகும். அப்போது வாழ்வு தவமாகும். ராமகிருஷ்ண பரமஹம்சரின் இல்லறம் அப்படித்தான் இருந்தது.

- **மாடுகட்டிப் போரடித்தால் மாளாது செந்நெல் என்று ஆனைகட்டி போரடிக்கும் அழகான தென்மதுரை பற்றி கொஞ்சம் சொல்லுங்களேன்?**

எம். செல்லையா,
சாத்தூர்- 626 203.

மண்வாசனைதூக்கலாக இருக்கும் இடம் மதுரை. மல்லிகைப் பூ மட்டுமல்ல, மல்லிகைப் பூப்போன்ற இட்லியும் முழம் கணக்கில் கிடைக்குமிடம். மதுரை தூங்கா நகரம் என்பதற்கு சங்க கால இலக்கியங்கள் சான்று பகர்ந்திருக்கின்றன.

அண்மையில் கீழடியில் நடந்த தொல்லியல் ஆய்வுகள் மதுரையின் நெடிய பாரம்பரியத்தை ஆவணப்படுத்தியுள்ளன. இன்னமும் மரபுகளைத் தக்கவைத்துக் கொண்டிருக்கும் இம்மாநகரம் எப்போதும் விழாக்காலம் பூண்டிருக்கும் இடம். மதுரையில் அலுவலக நிமித்தமாக ஐந்தாண்டு காலம் நான் வசித்தபோது அங்கு எத்தனையோ ஆத்ம நண்பர்கள் கிடைத்தார்கள். அந்த மறக்க முடியாதவர்களின் நட்பு இன்னும் தொடர்கிறது. மதுரை என்பது ஊர் அல்ல. அது அனுபவம். போரடித்த நகரம் மட்டுமல்ல, 'போர்' அடிக்காத ஊரும் கூட,

- ஆன்மிக தலங்கள்கூட சுற்றுலாத் தலங்களாக மாற ஆரம்பித்து விட்டதே?

சி. கார்த்திகேயன், சாத்தூர் - 626 203.

மக்கள் அதிகம் வருகிற இடம் சுற்றுலாத் தலம். சுற்றுலாவில் பல வகைகள் உண்டு. மலையகச் சுற்றுலா, அலையகச் சுற்றுலா, கலையகச் சுற்றுலா, கல்விச் சுற்றுலா, சாகசச் சுற்றுலா, கானகச் சுற்றுலா, தொல்லியல் சுற்றுலா, தொழிற்சாலை சுற்றுலா, வர்த்தகச் சுற்றுலா, வேளாண் சுற்றுலா, கிராமச் சுற்றுலா, கண்காட்சிச் சுற்றுலா, கேளிக்கைச் சுற்றுலா, ஓய்வுச் சுற்றுலா, பொழுதுபோக்குச் சுற்றுலா, கால்ஃப் சுற்றுலா, ஆன்மிகச் சுற்றுலா, வழிபாட்டுச் சுற்றுலா, இருண்மைச் சுற்றுலா (அந்தமான் செல்லுலார் ஜெயில்) போன்று எண்ணற்ற சுற்றுலாக்கள் இருக்கின்றன. வழிபாட்டுத் தலங்களில் மக்கள் வசதியாகத் தங்கவும், அதிக நேரம் செலவழிக்கவும் ஏற்றவாறு கட்டமைப்புகளை வடிவமைத்தால் அது சுற்றுலாவாக மாறும். ஒரு காலத்தில் திருப்பதியின் காரணமாக ஆந்திரா உள்ளூர் சுற்றுலாப் பயணிகளை இழுப்பதில் முதலிடத்தைப் பெற்று வந்தது.

- விவசாய நாடான நமது நாடு எப்போது தன்னிறைவு அடையும்?

அ. குணசேகரன், புவனகிரி.

உணவு தானியங்களில் தன்னிறைவு (self sufficiency) என்பது கையில் பணமிருந்தால் பையில் பொருட்களை வாங்கி வரலாம் என்கிற முதல்நிலை. சிலருக்கு வாங்கும் திறன் குறைவாக இருப்பதால் உணவு தானியங்கள் கிடைக்கின்றன. அனைவருக்கும் வாங்கும் திறன் இருந்து, சந்தையில் உணவு தானியங்கள் தட்டுப்பாடில்லாமல் கிடைத்தால் அது உணவில் சுய தேவைப்பூர்த்தி (self adequacy). மூன்றாவது நிலை ஊட்டச்சத்து பாதுகாப்பு (Nutrient security). அனைவருக்கும் தேவையான புரதம், வைட்டமின்கள், தாதுப்பொருட்கள் போன்றவற்றைப் பூர்த்தி செய்யும் அளவிற்கு பழங்களும், காய்கறிகளும், எண்ணெய் வித்துக்களும், பயறுவகைகளும் நம் நாட்டிலேயே உற்பத்தி ஆகும்போதுதான் உண்மையான ஊட்டச்சத்து பாதுகாப்பு ஏற்படும். அது சமூக, பொருளாதார முன்னேற்றங்களையும் பொருத்தே அமையும்.

- *சகிப்புத்தன்மையின்மை குறைய சரியான தீர்வு என்ன?*

இரா. ரெங்கசாமி, வடுகப்பட்டி,
தேனி மாவட்டம்.

சகிப்புத்தன்மை என்பதே சரியான பதம் அல்ல. சகித்துக் கொள்கிறோம் என்றால் நமக்குப் பிடிக்கவில்லை, ஆனால் பொறுத்துக்கொண்டு அமைதியாக இருக்கிறோம் என்று பொருள். அது ஒரு வகையான கையாலாகாத்தனம். வெளியே அமைதி, உள்ளே குமுறல். கண்களில் சாந்தம், மனத்தில் புகைச்சல். அது நீறுபூத்த நெருப்பு. சகிப்புத் தன்மையுடன் இருந்தால் எப்போது வேண்டுமானாலும் அது எரிமலையாக வெடிக்கலாம். ஏற்றுக்கொள்வதுதான் சரியான அணுகுமுறை. எந்தக் கருத்தையும் அனுமதிப்பதும், அதில் இருக்கும் நல்லவற்றை வரவேற்பதும், முக்கியமானவற்றை கிரகித்துக் கொள்வதும் வாழ்வியல் முறையாக இருந்தால் அனைத்தையும் ஏற்று அகல விரியும் கடலாய் பண்பாடு ஒளிரும், சமூகம் மிளிரும்.

- **அரசியல் ஈடுபாட்டை நீங்கள் ஏன் விரும்பவில்லை?**

மேட்டுப்பாளையம் மனோகர்,
சென்னை - 18.

நான் ஓர் அரசு ஊழியன். மக்களுக்குப் பணியாற்ற வேண்டிய சேவகன். இந்நிலையில் இருந்துகொண்டு அரசியலில் ஈடுபட நினைப்பதோ, கட்சி சார்பாக சிந்திப்பதோ, பதவி பற்றி நினைப்பதோ நடத்தை விதிகளுக்கு முற்றிலும் முரணானது. அரசியல் ஈடுபாடு கொள்ள முதலில் ஓர் இயக்கத்தைக் கட்டமைக்க வேண்டும். அதற்கென்று கொள்கைகளை வகுக்க வேண்டும். தமிழ்நாடு முழுவதும் மூலை முடுக்குகளுக் கெல்லாம் பயணம் செய்து மக்களைச் சந்திக்க வேண்டும். அவர்களுக்குப் பரிச்சயமாக வேண்டும். ஒவ்வொரு சிற்றூரிலும் அவ்வியக்கத்தோடு ஒன்றக்கூடிய இளைஞர்களை அடையாளம் காண வேண்டும். அவர்களை ஒருங்கிணைக்க வேண்டும். துணிச்சலான கருத்துகளைத் தெரிவிக்க வேண்டும். எதிர்ப்பு வந்தால், விமர்சனங்கள் எழுந்தால் தாங்கிக்கொள்ளும் பக்குவத்தை வளர்க்க வேண்டும். பல இழப்புகளைச் சந்திக்கும் முதிர்ச்சி வேண்டும். சிறை அனுபவங்களைப் பெறவும் தயாராக இருக்க வேண்டும். இளைஞர்களைச் சந்திப்பதும், அவர்களை ஊக்கப்படுத்துவதும், இளைய பாரதத்தை எழுச்சி கொள்ளச் செய்வதுமே என்னுடைய வாழ்வின் நோக்கம். நான் ஒரு யூத் ஸ்பெஷலிஸ்ட். அவ்வளவுதான்.

- **நீர்நிலைப் பகுதிகளில் இனிமேல் கட்டடங்கள் கட்டுவதற்கு நீதிமன்றம் வழங்கியிருக்கும் தடை உத்தரவு குறித்து?**

த. சூரியதாஸ், 3/5, வடக்குத்தெரு
புதுக்கோட்டை மாவட்டம்.

ஒவ்வோர் ஊரிலும் பொதுமக்கள் விழிப்புணர்வுடன் இருக்க வேண்டும். நீர்நிலைகள் வாழ்க்கை ஆதாரங்கள் என்கிற உண்மை கடந்த நூற்றாண்டில் வாழ்ந்த மக்களுக்கு தெரிந் திருந்தது. அவர்கள் ஏரியை ஆழப்படுத்தவும், கரைகளை

பலப்படுத்தவும் அரசின் அரவணைப்பில்லாமலேயே முயற்சிகள் எடுத்தனர். யாராவது ஆக்கிரமிக்க நினைத்தால் ஊரேதிரண்டு அகற்றியது. அப்படிப்பட்ட சமூகப் பொறுப்புணர்வு மறுபடியும் ஏற்பட்டால் மட்டுமே இத்தடை உத்தரவை நாம் முழுமையாக்க முடியும். தடையுத்தரவு கடவுச்சீட்டு மட்டுமே. அதுவே பயணச்சீட்டு அல்ல.

- உலகளவில் இந்தியர்களின் தனி அடையாளம் என்று எதைக் கருதுகிறீர்கள்?

ஆர்.கே. லிங்கேசன்,
மேலகிருஷ்ணன்புதூர்.

வெளிநாட்டில் அனைத்து பேதங்களையும் மறந்து அளவளாவுவதும், இந்தியாவிற்குத் திரும்பியதும் அவர்களை விட்டு விட்டு சக மாநிலத்தவரைக் கண்டால் ஓடி ஒட்டிக்கொள்வதும் இந்தியர்களின் பண்பு. இது மாற வேண்டும்.

- உங்களைப் போன்ற அறிவுஜீவிகள் குடும்பத்தைக் கவனிப்பது இல்லையாமே, ஜி?

கீரக்களூர் செந்தில்,
12, சேஷாசல செட்டித் தெரு,
பொறையார் - 609307, நாகை மாவட்டம்.

முதலில் என்னை அறிவு ஜீவி என்று அழைத்ததைத் திரும்பப் பெறுங்கள். அந்தளவிற்கு நீங்கள் என்னை ஏமாற்ற முடியாது. கார்ல் மார்க்சிடம் ஒருவர் 'அடுத்த பிறவி என்று ஒன்று இருந்தால் அதிலும் நீங்கள் இப்படி மனிதகுலத்திற்காக தொண்டாற்றுவீர்களா?' என்று கேட்டார். 'மறுபிறவி என்ற ஒன்று இல்லை என்பது எனக்குத் தெரியும். ஒருவேளை அப்படி இருந்தால் நிச்சயம் ஏதேனும் ஒரு வகையில் மனித குலத்திற்குப் பணியாற்றுவேன். ஆனால் அந்தப் பிறவியில் திருமணம் செய்துகொள்ள மாட்டேன்' என்று அவர் சொன்னார். இத்தனைக்கும் அவருடைய அத்தனை சமூகப் பணிக்கும்

ஒத்தாசை புரிந்தவர் அவருடைய மனைவி ஜென்னி. அவர்களுக்குக் குழந்தை பிறந்ததும் தொட்டில் வாங்கவும் காசில்லை. இறந்ததும் சவப்பெட்டி வாங்கவும் காசில்லை என்கிற நிலைமை. சமூகப் பணிகளில் தங்களை ஈடுபடுத்திக் கொள்பவர்கள் குடும்பத்தின் சராசரி எதிர்பார்ப்புகளைக்கூட நிறைவேற்ற முடியாது என்பது உண்மையே. இதில் அறிவு ஜீவி என்று தன்னை நினைத்துக்கொண்டு வெட்டியாகத் திரிபவர்கள் சேர்த்தி அல்ல. அறிவுஜீவிகள் நாட்டுக்காகவும், சமூகத்திற்காகவும் பணியாற்றும்போது அவர்களுடைய குடும்பம் தேவையான ஒத்துழைப்பைத் தருவது அவசியம். எல்லோரும் குடும்பத்தையே கவனித்துக் கொண்டிருந்தால் மானுடம் இன்றிருக்கும் எந்த முன்னேற்றத்தையும் விஞ்ஞான ரீதியாகவும் பண்பாட்டுரீதியாகவும், அரசியல் ரீதியாகவும் அடைந்திருக்க முடியாது.

- **நான் செய்கின்ற வேலையோ, செயலோ, அல்லது நற்காரியங்களோ எதுவாக இருந்தாலும் என் வீட்டில், என் அலவலகத்தில், என் நண்பர்கள் வட்டாரத்தில் யாரும் பாராட்டுவது இல்லை. அதனால் என்னை நானே 'ராஜ் பின்னிட்ட போ.' சூப்பர்' என பாராட்டிக் கொண்டு மனத்திருப்தி அடைகின்றேன். இந்த எண்ணம் தவறா?**

போஸ்டல் ராஜ்,
திருநாவலூர்.

நன்றாக செய்து முடிக்கப்பட்ட பணியே அதற்கான பரிசு. அதன் முழுமையே நமக்குக் கிடைக்கும் பதக்கம். அதில் பெறும் திருப்தியே அளிக்கப்படும் விருது. அடுத்தவர்கள் பாராட்டினாலும் பரிகசித்தாலும் கவலைப்படாமல் நம்முடைய மகிழ்ச்சிக்காக பணியாற்றுவதுவது ஒன்றே கருமமே கண்ணாக இருப்பவர்களின் குணம். அந்த மனப்பான்மை உங்களுக்கு இருக்கிறது. நம்மை நாமே உற்சாகப்படுத்திக் கொள்வதுதான் ஊக்கம். அடுத்தவர்கள் அளிப்பது உற்சாகம். ஊக்கத்தோடு

பணியாற்றும் நீங்கள் உயரத்தை அடைவது உறுதி. சில நேரங்களில் அதிகமாக அடுத்தவர் தட்டிக்கொடுப்பது முதுகெலும்பை முறித்துவிடுகிற அபாயங்கள் உண்டு. உங்களை நீங்களே ஊக்கப்படுத்திக்கொண்டு செயல்படுவது பாராட்டுக்குரியது. இந்தப் பழக்கத்தைத் தொடருங்கள். ஒருநாள் உங்களை உலகமே பாராட்டத் தொடங்கும்.

- **பல நூல்களையும் கருத்துக்களையும் படித்து அதன் விளைவாக பரந்த புதிய எண்ணங்களையும் கொள்கைகளையும் உருவாக்கி வாழ முற்படும்போது, குடும்பத்தாரும் உடனிருப்போரும் அதற்கு தடையாக இருப்பதை எவ்வாறு எதிர்கொள்வது என்ற தெளிவை வழங்குமாறு கேட்டுக்கொள்கிறேன்.**

தோ. டால்டன், மதுரை.

குடும்பம் எப்போதும் நீங்கள் காற்றாக இருப்பதைவிட, கைக்குட்டையாக இருப்பதையே அனுமதிக்கும். மேகமாக திரிவதைவிட நீர்த்துளியாக சிறைபடுவதையே சிலாகிக்கும். சிறகுகளுடன் வட்டமடிப்பதைவிட இறகுகளாக உதிர்ந்து போவதையே ஊக்கப்படுத்தும். நம் நோக்கம் உன்னதமானதாக இருந்தால் செயல்களின் மூலம் தட்டிக் கழித்தவர்களையும் தட்டிக் கொடுக்க வைக்க முடியும். கை கொட்டியவர்களையும் கைதட்ட வைக்க இயலும்.

- **விளம்பரங்களில் ஆரோக்கியமான ஆண்களையும், பெண் களையும் பொருட்களுக்குத் தொடர்பில்லாவிட்டாலும் காண்பிப்பது எதனால்?**

மதுஸ்ரீ தியாகராஜன்,
ஸ்கூல் ரோடு, பெரம்பூர்.

பற்பசை போன்ற பொருட்களுக்குக்கூட அழகான வசீகரத் தோற்றம் கொண்ட ஆண்களையும் பெண்களையும் விளம்பரத்திற்குப் பயன்படுத்துகிறார்கள். பாவ்லோ என்கிற விஞ்ஞானி நாய்க்கு மணியடித்ததும் ரொட்டி போடத் தொடங்கினார். பிறகு மணியடித்தாலே ரொட்டி கிடைக்கும்

என்கிற உணர்வு ஏற்பட்டு அதன் நாக்கில் எச்சில் ஊற ஆரம்பித்தது. இதற்குக் Classical conditioning என்று பெயர். அதைப் போலவே நமக்கும் அந்தப் பொருளைப் பார்க்கும் போது, அந்த விளம்பரத்தில் தோன்றும் மாடல்கள் மனத்தில் விரிய மகிழ்ச்சியான உணர்ச்சிகள் தோன்றுகின்றன. இந்த மனவியல் தத்துவத்தையே விளம்பரங்கள் பின்பற்றுகின்றன.

- **பொதுமக்கள் அரசுக்கு எவ்வாறு உண்மையுள்ளவராக ஒத்துழைப்பு அளிக்க வேண்டும்?**

கீதாமுருகானந்தம்,
திருவைகாவூர், தஞ்சை மாவட்டம்.

சட்டங்களுக்குக் கட்டுப்படுவது, விதிகளை மதிப்பது, வீதிகளை அசுத்தமாக்காமல் இருப்பது, வரிகளை முறையாகக் கட்டுவது, சட்டம் ஒழுங்கிற்குக் குந்தகமான தகவல்கள் கிடைத்தால் அவற்றை அதிகாரிகளுக்குத் தெரிவிப்பது, சாலையோர மரங்களை சேதப்படுத்தாமல் இருத்தல், முடிந்தால் அவற்றிற்கு நீர் வார்த்தல், பூங்காக்களில் குப்பை போடாமல் இருத்தல், கோயில் சுவர்களில் பிரசாதக் கைகளை துடைக்காமல் இருத்தல் என்று எண்ணற்ற வகைகளில் அரசுக்கு ஒத்துழைப்பைத் தரலாம். நம் அரசியலமைப்புச் சட்டத்தில் உள்ள அடிப்படைக் கடமைகளை நிறைவேற்றும்போதுதான் அதிலுள்ள அடிப்படை உரிமைகளை அடைய முடியும்.

- **பணியிலிருந்து ஓய்வுபெற்ற முதியோர்களின் சக்தி வீணாகிறதே, மீண்டும் அவர்கள் வாழ்க்கையில் மலர வழி இல்லையா? வெளிநாட்டிலும் இதே நிலைதானா?**

கோவை சி.சி. சேகரன்,
110, சேரன் காலனி,
துடியலூர், கோவை.

வெளிநாடுகளில் எத்தனையோ தன்னார்வப் பணிகளில் முதியோர்கள் தங்களை ஈடுபடுத்திக்கொள்கிறார்கள். இது அவர்கள் ஆற்றலைப் பயன்படுத்தவும், அல்சீமர் போன்ற மனவியாதிகள் வராமல் இருக்கவும் உதவுகிறது. உடலில்

சக்தியிருக்கும்வரை உபயோகமானதைச் செய்வது மனத்திற்கும் நல்லது, உடலுக்கும் நல்லது. எத்தனையோ சமூகப் பணிகளில் நாமாக முன்வந்து ஈடுபட முடியும்.

- தனி ஒருவரால் எவ்வாறு சமுதாயத்தில் (தொண்டு) பங்கேற்க முடியும்?

மு. நெடுஞ்செழியன்,
சிறுவல் கிராமம்,
கள்ளக்குறிச்சி,
விழுப்புரம் மாவட்டம்.

சகமனிதன் ஒருவன் காயப்படுகிறபோது களிம்பு தடவுவதும் தொண்டுதான். அடிபட்ட ஒருவரை மருத்துவமனைக்கு அழைத்துச்செல்வதும் தொண்டுதான். வழிதவறிய ஒருவருக்குப் பாதையை அடையாளம் காட்டுவதும் பணிதான். எனவே நம்மால் முயன்ற உதவியை நலிந்தவர்க்குச் செய்வோம்.

- டாக்டர் அப்துல் கலாம் அவர்களின் மறைவு நமது தேசத்தில் உள்ள அனைவரையும் வருத்தப்பட வைத்துள்ளது. ஆனால் மக்கள் அவருடைய போதனைகளையும், கனவுகளையும் பொழுதுபோக்காகக் கருதுகிறார்கள். உங்களுடைய பார்வையில் உண்மையான மரியாதை செய்வது என்பது என்ன என்பதையும், மாணவர்களாகிய நாங்கள் என்ன செய்ய வேண்டும் என்பதையும் கூறுங்கள்?

எம்.பி. அபிராமி,

பின்பற்ற முடியாதபோது வழிபடுவதும்,
கடைப்பிடிக்க இயலாதபோது கண்ணீர் வடிப்பதும் நம் மரபு.

உண்மையான மலரஞ்சலி அவருடைய எதிர்பார்ப்புகளுக்கு மௌனம் அனுஷ்டிக்காமல் இருப்பது மட்டுமே.

- என் வயது 58. நான் பணி ஓய்வு பெற்றவன். இதுவரை வேலை வேலை என்று இருந்துவிட்டேன். இப்பொழுது நான் ஒரு இலக்கை நிர்ணயித்து இருக்கிறேன். அது சூரிய ஒளியில் இருந்து மின்சாரம் தயாரிக்கும் கருவியை மிகக் குறைந்த

வெ. இறையன்பு

விலையில் ஏழைகளும் பயன்படுத்தும்படி அளிக்க வேண்டும் என்பது. அதற்கான முதற்கட்ட முயற்சியாக அதற்கான புத்தகங்களை கன்னிமாரா நூல் நிலையத்தில் இணைந்து எடுத்து படித்து வருகிறேன். என்னுடைய இலக்கு ஐந்து வருடத்தில் அடைய வேண்டும் என்பது. இதை அடைய மேலும் என்ன என்ன வழிமுறைகளில் செயல்பட வேண்டும் என்பதை வழிகாட்டுமாறு பணிவுடன் கேட்டுக்கொள்கிறேன்.

இ. சுவாமிநாதன், பாரதிபுரம்,
குரோம்பேட்டை, சென்னை - 44.

சோலார் பேனல்களின் திறன் 20 சதவிகிதம் அளவில்தான் இருக்கின்றன என்று வல்லுனர்கள் தெரிவிக்கிறார்கள். அவற்றின் திறனை அதிகரித்தாலும் விலையைக் குறைத்தாலும் மாசுபடாத ஆற்றலை மனித இனம் பெற முடியும். இதுகுறித்து தொடர்ந்து ஆராய்ச்சி நடந்துகொண்டு வருகிறது. சகாராவில் சூரிய ஒளி மின் நிலையத்தை அமைத்தால் உலகிற்கே தடையின்றி மின்சாரம் வழங்கலாம் என்கிறார்கள். அந்தநாள் உங்களைப் போன்றவர்களின் லட்சியத்தால் நிச்சயம் நிறைவேறும்.

• சாதியை என்றும் ஒழிக்கவே முடியாது என்று பெரும்பாலானவர்கள் மட்டுமல்ல, மெத்தப்படித்தவர்களும் கூறுகிறார்களே?

மேட்டுப்பாளையம் மனோகர்,
சென்னை - 18.

சாதியை ஒழிப்பதில், அதாவது அடுத்தவர் சாதியை ஒழிப்பதில் தீவிரம் காட்டுபவர்களால்தான் இன்று அத்தகைய பிரச்சினைகள் தொடர்ந்து கொண்டிருக்கின்றன. தானாக ஒழிந்துகொண்டிருக்கின்ற ஒன்றைத் தடைபோட்டு நிறுத்தாமல் இருந்தால் போதும். மாநகரங்களில் அவை மறையத் தொடங்கிவிட்டன. பக்கத்து அடுக்ககத்தில் இருப்பவர் எந்த சாதி என்பதுகூட தெரியாமல்தான் வாழ்க்கை நகர்ந்துகொண்டிருக்கிறது. சட்டம் முகவுரை எழுதிய மாற்றத்திற்கு சமூகம் முடிவுரை எழுதும் காலம் தொலைவில் இல்லை.

இனிய இறையன்பு

- ***நீங்கள் தொய்வடையும் போது உங்களை நீங்களே எப்படி ஊக்கப்படுத்திக் கொள்கிறீர்கள்?***

வாசு

மற்றவர்களை உற்சாகப்படுத்தத் தொடங்குவேன்.

- ***இந்தியா கடந்த சில வருடங்களாக ஆயுதக் கொள்முதலில் அதிகம் முதலீடு செய்து வருகிறது. இது கவலை அளிப்பதாக உள்ளது. நாட்டின் பாதுகாப்பு மிகவும் முக்கியமான ஒன்று தான். இருப்பினும் நம் நாட்டின் ஆயுதக் கொள்முதலைக் குறைத்து மற்ற நாடுகளும் ஆயுதக் குறைப்பில் ஈடுபட நாம் ஏன் ஒரு நல்ல முன் உதாரணமாக இருக்க கூடாது என்று தோன்றுகிறது. இதைப்பற்றிய உங்கள் கருத்து.***

பொ. பொன்விக்னேஷ்,
ஒட்டன்சத்திரம்.

ஆயுதக் கொள்முதலை மட்டுமல்ல; காகிதக் கொள்முதலையும் அதிகமாக்கினால் மட்டுமே இறையாண்மைக்கு இடுக்கண் வராது என்பதை 'ஆயுதம் செய்வோம்; நல்ல காகிதம் செய்வோம்' என பாரதியாரே சொல்லியிருக்கிறார். இந்தியா ஆயிரம் ஆண்டுகள் அடிமைப்பட்டது, அடுத்த நாடுகளில் இருக்கும் பலம் வாய்ந்த ஆயுத மாற்றங்களைப் பற்றி அறியாமல் போனதால். நம் ஆயுதங்கள் அடுத்தவர்களை சிதைப்பதற்கல்ல; தேவைப்பட்டால் சீறுவதற்கு.

- ***தேசீயகீதம், தமிழ்த்தாய் வாழ்த்து இவைகள் மக்கள் பிரதிநிதிகள் அதிகாரிகளுக்கு முழுமையாக படிக்கத் தெரியுமா?***

சி. கார்த்திகேயன்,
பிரியா ஜெராக்ஸ், சாத்தூர்

ஒருமைப்பாட்டை உணர்த்தும் அடையாளங்களில் உணர்வே வரிகளைவிட முக்கியம். அதனால் பல முக்கிய நிகழ்வுகளில் அவை கருவி இசைகளால் உணர்த்தப்படுவதுமுண்டு.

- கொடும்பாவி எரிப்பதன் மூலம் என்ன நடந்துவிடப் போகிறது?

பாரதிமுருகன், மணலூர்பேட்டை.

விளம்பரம் கிடைக்கிறது. கொளுத்தியவர்களுக்கும் கொளுத்தப் பட்டவர்களுக்கும்.

- குடியை மறக்க சிறந்த வழி?

பாரதிமுருகன், மணலூர்பேட்டை.

குடிக்கத் தொடங்காமல் இருப்பது.

- கலப்புத் திருமணம் என்றால் சாதியா, மதமா?

வண்ணை கணேசன், சென்னை - 110.

சாதிதான். ஏனென்றால் மதம்கூட மாறலாம், சாதி மாற முடியாது.

- ஜாதிப் பிரிவினைகள் நமது இந்தியா அளவிற்கு மற்ற நாடுகளில் இருக்கிறதா?

து. தங்கதுரை, தஞ்சாவூர்.

சாதி நம்மூர் சரக்கு. இன வேறுபாடு அயல்நாட்டுச் சரக்கு. இன்னமும் நிறத்தின் அடிப்படையில் துவேஷம் அங்கு இருக்கிறது. ஆப்பிரிக்க இன மக்களின் மீது கடுமையான அடக்குமுறைகள் தொடர்கின்றன. ஒருவர் தலைமுடியில் பென்சிலைச் சொருகி அது விழாமல் இருந்தால் ஆப்பிரிக்கர் என்று அடையாளம் காணும் கொடிய வழக்கம் இருந்திருக்கிறது. அமெரிக்காவின் உண்மையான குடிமக்களாகிய செவ்விந்தியர்கள் புலம்பெயரச் செய்யப்பட்டு வழிநெடுக மாண்ட கண்ணீரின் கால்தடங்கள் வரலாற்றில் உண்டு.

- எனக்கு இரண்டு பெண்கள். இருவருக்கும் பத்து வயதுக்குக் குறைவு. என் மகள்களின் திருமணத்திற்குப் பிறகு நானும் என் மனைவியும் எங்கு போய் தங்குவது? இதற்கான விடை மகள்களைப் பெற்ற அனைவருக்கும் உதவியாக இருக்கும்.

செந்தில்குமார், ஒசூர்.

இனிய இறையன்பு

ஏதோ மகன்கள் பெற்றோரை தங்கத்தட்டில் வைத்துத் தாங்குவது போல் இருக்கிறது உங்கள் கேள்வி. இந்தக் காலத்தில் பெண்கள்தாம் பெற்றோரை நன்றாகக் கவனித்துக்கொள்கிறார்கள். அதற்குக் காரணம் மகள்கள் மட்டுமல்ல; மருமகன்களும் கூட. எனவே, நிம்மதியாக இருங்கள். முதியவர்களுக்காக சகல வசதியுடன் சின்ன குடியிருப்புகள் பல இடங்களில் உருவாகிக்கொண்டிருக்கின்றன. அவையும் இயலாத நிலையில் இருப்பவர்களை இதயத்தில் வைத்துக் காப்பதைப்போல இதமாகக் கவனிக்கின்றனர். குழந்தைகளுக்கு பத்து வயதுதானே ஆகிறது. எதிர்காலத்தைப் பற்றி அதிகம் சிந்திக்காதீர்கள். அது நிகழ்காலமாக வருகிறபோது அதைச் சமாளிக்க இன்னும் புத்திசாலியாக மாறியிருப்போம்.

- **ஆபத்து எது? பேராபத்து எது?**

தாமஸ் மனோகரன்,
புதுச்சேரி - 4.

உடலுக்கு வருவது ஆபத்து. பெயருக்கு வருவது பேராபத்து.

- **திருமணம்... இதில் நானும் எவ்வளவோ இடத்தில் பார்த்து விட்டேன். பெண்களைக் காட்டிலும் ஆண்கள்தான் வயது அதிகமாக உள்ளனர். உதாரணமாக 10 வயது வித்தியாசம் கூட ஏன்?**

ஏ.எஸ். இராஜேந்திரன்,
கிழக்குத் தெரு, வேலூர்.

பிள்ளைப்பேறு, குழந்தை வளர்ப்பு, மாதவிலக்கு போன்ற வற்றால் ஒரு பெண் சீக்கிரமே தளர்வடைந்து விடுவாள் என்கிற அடிப்படையில் அந்தக் காலத்தில் பெண்களுக்குக் குறைந்த வயதில் திருமணம் நிகழ்ந்தது. குடும்பத்தைப் பொருளாதாரரீதியாகவும், முடிவுகள் எடுக்கும் விதமாகவும் நிர்வகிக்க ஆணுக்கு முதிர்ச்சி தேவைப்படுகிறது என்றும் கருதினார்கள். இன்று சிறிய குடும்பம், சத்தான உணவு,

உடல்நலம் பற்றிய விழிப்புணர்வு ஆகியவை அதிகமாகி இருப்பதால் தம்பதியனரின் வயது வித்தியாசம் குறைந்து வருகிறது. மற்றபடி இதற்கு தத்துவப் பின்னணி எல்லாம் கிடையாது. பெண் இளமையான முகத்துடனும், முதிர்ச்சியான மனத்துடனும் இருக்கிறாள். ஆண் முதிர்ந்த உடலுடன் குழந்தைத்தனமான நடத்தையுடன் இருக்கிறான் என்று டெஸ்மண்ட் மாரிஸ் குறிப்பிடுகிறார்.

- **என்னதான் தொழில்நுட்பத்திலும், நவநாகரிக வாழ்க்கையிலும் நம்நாடு முன்னேறி இருந்தாலும் இன்னும் சில பகுதிகளில் ஜாதி என்னும் வெறி மனிதரைப் பிடித்து ஆட்டுகிறதே, இதுபற்றி தங்களின் கருத்து.**

அக்ஷயா, ஜே,.

இது குறித்த ஒரு பாடலே என் நினைவுக்கு வருகிறது.

எல்லோரும் ஒன்னுதான்   எங்க நாட்டுல
எல்லாமே ரெண்டுதான்   எங்க ஊருல

படிக்கிற இடமும் குடிக்கிற கிணறும்
குளிக்கிற குளமும் புதைக்கிற இடமும்
ரண்டு ரண்டு தான் - உங்களுக்கு நாங்க
மண்டு மண்டுதான்

(எல்லோரும் ஒன்னுதான்)

உசிரொன்னு பிரிஞ்சா பொணம் ரண்டு உளுது
பண்டிகை நடந்தா பல தலை உருளும்
செத்துப்போன பின்னால சாதி ஏதுங்க
சத்துப்போன பின்னால நீதி ஏதுங்க

ஒட்டுல மட்டும்தான் தீட்டு இல்லீங்க - ரூபா
நோட்டுல மட்டும்தான் தீட்டு இல்லீங்க

(எல்லோரும் ஒன்னுதான்)

ரத்தத்துல இருக்கா வேறுபாடு பெருசா
சித்தத்துல இருக்கா மூளை கொஞ்சம் சிறுசா
சுத்தியுள்ள சூழ்நிலையை மாத்திப் பாருங்க
மத்தவங்க பார்வையெல்லாம் மாறிப்போகுங்க

வாழற கொஞ்சநாள் வாழ விடுங்க - நாங்க
சாகற அந்த நாள் தூங்க வேணுங்க

(எல்லோரும் ஒன்னுதான்)

- சந்திர நமஸ்காரம் ஏன் செய்வதில்லை?

எஸ். மோகன்,
பாரதிநகர் மெயின் ரோடு,
கோவில்பட்டி-628 501.

சித்ரா பௌர்ணமி என்பது சந்திர நமஸ்காரம் செய்யும் நிகழ்வு தானே. நமது கோயில்களிலும் பௌர்ணமி பூஜை என்பது சிறப்பு வாய்ந்தது. அமாவாசைக்கும் அப்துல்காதருக்கும் என்ன சம்பந்தம் என்று சொல்வோம். நிறைய சம்பந்தம் உண்டு. பிறையைப் பார்த்துதானே ரமலான் கொண்டாடுகிறார்கள் (சொன்னவர் கவிஞர். அப்துல்காதர்).

- நான் கண்டிப்பாக கலெக்டர் ஆகிவிடுவேன். அப்போ நீங்க என் கல்யாணத்துக்கு சிறப்பு விருந்தினராக வருவீர்களா.?

லோகநாதன், திருவண்ணாமலை.

கண்டிப்பான கலெக்டராக ஆகாதீர்கள், கனிவான கலெக்டர் ஆகுங்கள். நீங்கள் அழைத்தால் அவசியம் வருவேன். அதிகாரிகளின் திருமணங்களுக்குச் செல்லும் நிகழ்வுகளைவிட மற்றவர்கள் திருமணங்களுக்குச் சென்ற நேர்வுகளே அதிகம்.

- நான் உங்களைப் பார்த்து வியப்படைகிறேன். குடிமைப்பணி அதிகாரியாகவும், எழுத்தாளராகவும், தொலைக்காட்சிப்

பேச்சாளராகவும், சமுகப் பணியாளராகவும் எவ்வாறு நீங்கள் நேரத்தை நிர்வகிக்கிறீர்கள். ஒருநாளைக்கு எத்தனை மணி நேரம் தூங்குகிறீர்கள்?

அசோக் ஹரிஹரன், திண்டுக்கல்

நேரத்தை நிர்வகித்தால் அதிகப் பணிகளைச் செய்ய முடியாது. அதை உருவாக்க வேண்டும். மற்றவர்கள் ஒரு மணி நேரத்தில் செய்வதை அரை மணி நேரத்தில் செய்கிற வேகத்தையும், ஆற்றலையும், திறனையும் பெறுகிறவர்கள் நேரத்தை உருவாக்குகிறார்கள். மகத்தான மனிதர்கள் பலர் எத்தனையோ மொழிகளைக் கற்றும், நூல்கள் எழுதியும், மக்களுக்காக இரவு பகலாகப் பணியாற்றியும் அளப்பரிய சாதனைகளைச் செய்திருக்கிறார்கள். அவர்கள் நேரத்தை உருவாக்கிய விதம் அவர்கள் வெற்றிக்கு ரகசியம். அந்த வரிசையில் கடைசி இடத்திற்குக் கூட நான் தகுதியற்றவன். ஒரு நாளைக்கு எட்டு மணி நேரம் தூங்கி கொட்டாவி விட்டுக்கொண்டே எழுபவன். ஆனால் அது தூக்கக் கொட்டாவியே தவிர எட்டாத கனிக்கு விடும் கொட்டாவி அல்ல.

- தலைமைப் பண்பை எளிதில் வளர்த்துக் கொள்வது எப்படி?

கே. பிரபாவதி, மேலகிருஷ்ணன்புதூர்.

எந்த அமைப்புரீதியான அதிகாரமும் இல்லாமல் அடுத்தவர்களுக்கு உதவி புரிய நினைப்பதுதான் தலைமைப் பண்புக்கான முதல் தகுதி. முதலில் இந்தப் புள்ளியிலிருந்து தொடங்குவோம். மற்ற பண்புகளை சிறிதுசிறிதாக வளர்த்துக்கொள்ள முடியும். பொறுப்புகளும் வாய்ப்பும் தாமாக வந்து அருகில் அமர்ந்து கொள்ளும். சைமன்சினக் குறிப்பிடுவதைப்போல கடைசியாக உண்ண சம்மதிப்பவரே தலைவராக நீடிக்க முடியும்.

- வாழ்க்கையின் மிக முக்கியமான முடிவுகளை அறிவின் துணை கொண்டு எடுப்பது நல்லதா? மனசாட்சியின்படி எழுப்பது நல்லதா?

மு. மதிவாணன், அரூர் - 636 903.

மனசாட்சி என்பது சமூகம் திணிக்கிற சிந்தனைகளின் தொகுப்பு என்று ஓஷோ அடிக்கடி குறிப்பிடுவார். சின்ன வயதிலிருந்தே பெற்றோரும், மற்றோரும் நமக்குள் மனசாட்சியைத் திணிக்கிறார்கள். சமூகம் சொல்வதைத் தாண்டி நியாயமானதை சிந்திப்பது உள்ளுணர்வின் வெளிப்பாடு. பெரும்பாலும் அறிவின் துணையைக் கொண்டும் அனுபவத்தின் அடர்த்தியைக் கொண்டும் முடிவெடுப்பதுதான் சரி. சில நிகழ்வுகளில் அறிவைக் காட்டிலும் உள்ளுணர்வு ஓங்கியிருக்கும். அதற்குக் காரணம் நம்முடைய தர்க்கத்திற்கு அப்பாற்பட்ட மூளையின் பகுதி ஒன்று உண்டு. அதற்கு லிம்பிக் மூளை என்று பெயர். சில முடிவுகளை அதிகம் யோசிக்காமல் எடுக்க இந்தப் பகுதியே உதவுகிறது. முதலில் தோன்றிய முடிவை அதிகம் யோசித்து மாற்றும் போது அது தவறாகிப் போவது இந்தக் காரணத்தால்தான்.

- உங்களின் எந்த வயதில் எழுத்துப் பணியை முழுமையாக ஈடுபடுத்திக் கொண்டீர்கள்?

கே. வேலுச்சாமி, தாராபுரம்.

இப்போதும் எனக்கு எழுதுவது பொழுதாக்கம் மட்டுமே.

- மதத் தீவிரவாதம் எப்போது முதல் உருவெடுக்க ஆரம்பித்தது?

அ. சுகுமார், காட்பாடி - 632 007.

ஒரு நம்பிக்கையை வைத்திருப்பவர்கள் நம் நம்பிக்கையின்படி வாழ்வோம் என நினைப்பது முதல் கட்டம். நம் நம்பிக்கை மற்ற நம்பிக்கைகளிலிருந்து வேறுபட்டது என எண்ணுவது இரண்டாம் கட்டம். மற்ற நம்பிக்கைகள் நம் நம்பிக்கைகளுக்கு முற்றிலும் முரண்பட்டவை என்றும் ஒன்றுக்கொன்று எதிரானவை என்றும் கருதுவதோடு அதுவே நிலைத்து நிற்க வேண்டும் என செயல்படுவதும் மூன்றாவது கட்டம். மூன்றாவது கட்டத்தில்தான் பயங்கரவாதம் தொடங்குகிறது. கலீல் கிப்ரான் குறிப்பிடுவதைப் போல மார்க்கங்களை ஒரே

உள்ளங்கையை நோக்கி நீளும் விரல்களாகக் கருதிக் கொண்டால் மோதல்களும் இல்லை, பாதிப்பும் இல்லை.

- ***சம்சாரத்தையும் - மின்சாரத்தையும் ஏன் ஒப்பிட்டுப் பேசுகிறார்கள்?***

ஜான் கிளாட்சன், கிருஷ்ணகிரி.

இரண்டிலும் சாரம் இருப்பதாலும், சமயத்தில் ஷாக் அடிப்ப தாலும்.

- ***கூட்டுக் குடும்ப வாழ்க்கை முறை அடியோடு மறைந்து விட்டதனால் ஏற்படும் தீமைகள் என்ன?***

த. சிவாஜி மூக்கையா, தர்காஸ்.

கூட்டுக் குடும்ப முறை இருக்கும்போது சுயநல உணர்வு குறைந்திருந்தது. அனைத்தையும் பகிர்ந்து கொள்ளும் மனப்பான்மை ஓங்கியிருந்தது. குழந்தைகள் வளர்ப்பு எளிதாக நடந்தது. குடும்பத்தில் ஏதேனும் இழப்பு ஏற்பட்டால் தாங்கிக் கொள்ள பல தோள்கள் தூண்களாக இருந்தன. அப்போது சுத்தமின்மை தொடர்பான வியாதிகள் மட்டுமே வந்தன. தனிக் குடும்பம் ஏற்பட்டதும் பகிர்ந்துகொள்ள யாரும் இல்லாமல் அவதிப்படுபவர் அதிகரித்துவிட்டது. கணவன் வருத்தத்தை மனைவியிடம் சொல்ல வாய்ப்பு இல்லை. சொல்ல முயன்றால் அவனுடையதைவிட நீளமான பட்டியல் மனைவியிடம் இருக்கிறது. எனவே அவன் மனத்திற்குள்ளேயே வைத்து குமைகிறான். இப்போது தூய்மை குறித்த வியாதிகள் இல்லை. மன அழுத்தம் குறித்த பிரச்சினைகள் அதிகம். எனவே இதயக் கோளாறு, ரத்த அழுத்தம், நீரிழிவு போன்ற குறைபாடுகள்கூடி உடலில் கும்மாளம் போடுகின்றன. இன்னும் சில நாட்களில் கணவன், மனைவி இருவருமே தனித்தனி வீடுகளில் வசித்து சந்தித்துக்கொள்ளும் நிலை உருவாவதற்கு வாய்ப்புகள் அதிகம். இப்போது கூட்டுக் குடும்பங்கள் குறைந்து வருகின்றன. கூட்டு சாப்பிடும் குடும்பங்களே மிஞ்சி இருக்கின்றன.

- **நேர்மையாக வாழ்பவர்களை சமுதாயத்தில் மதிக்காமல் இருக்கின்றனரே! அது ஏன்?**

கவிஞர் இரா. இரவி, மதுரை.

நேர்மை என்பது தூய்மையுடன் தொடர்புடையது. பல் துலக்குவதற்கு யாராவது பாராட்டுவார்கள் என எதிர்பார்க்கிறோமா? குளிக்காவிட்டால் யாராவது குற்றப்பத்திரிக்கை தாக்கல் செய்யப்போகிறார்களா? உண்ணும் முன்பு கைகழுவுவதற்கு யாராவது கைதட்ட வேண்டுமென நினைப்போமா? காலைக்கடன்களை முடித்ததும் தூய்மைப்படுத்தியதற்கு யாராவது தோளில் துண்டு போடுவார்கள் என காத்திருப்போமா? அதைப் போலத்தான் நேர்மையாக இருப்பது நம்முடைய உள்ளத்திற்கு நல்லது என்பதால் அது உடலின் உறுப்பாக மாறவேண்டிய இயல்பு. அடுத்தவர்கள் விமர்சனத்தைப் பற்றியோ, வியப்பதைப் பற்றியோ, வினா எழுப்புவதைப் பற்றியோ விசனப்படாமல் தொடர்ந்து அந்தப் பாதையில் அழுத்தமாக அணிவகுப்போம்.

- **தன்னம்பிக்கை தரும் நூல்களைப் பயில்வதன் மூலம் ஒருவன் வாழ்வில் முன்னேற முடியுமா?**

ஜி.கோகுலகிருஷ்ணன்
திருவாரூர்

அவற்றை எழுதிய சிலரே முன்னேற முடியாமல் தடுமாறுவதைப் பார்க்க முடிகிறது. ஏனெனில் அவை பெரும்பாலும் கடன் வாங்கிய கருத்துகளே தவிர அனுபவப் பிழிவு அல்ல. ஒருவர் 'வாழ்க்கையை ஓட்ட 50 வழிகள்' என்ற புத்தகத்தை வாங்கிக் கொண்டு வெளியே வந்தாராம். அவரிடம் வாசலில் இருந்த ஒரு பிச்சைக்காரர் யாசகம் கேட்டார். அந்த வாசகர், யாசகம் தர மறுத்தார். 'உங்கள் கையிலிருக்கும் புத்தகத்தை எழுதியதே நான் தான்' என்று யாசகர் சொல்ல திடுக்கிட்ட வாசகர், 'அப்புறம் ஏன் பிச்சை எடுக்கிறீர்கள்?' எனக் கோபமாகக் கேட்டார். 'அந்த 50 வழிகளில் பிச்சை எடுப்பதையும் ஒரு வழியாகக் கூறியிருக்கிறேன்' என்று பதில் வந்தது. அடுத்தவர்

களால் தன்னம்பிக்கை வராது. நாமே நம்மை ஊக்கப்படுத்திக் கொண்டு உயர்ந்த உணர்ச்சி மேலாண்மையோடு கடின உழைப்பை மேற்கொள்ள வேண்டும்.

- **இன்றைய சில மாணவ-மாணவிகள் அதிகம் சினம் கொள்வது ஏன்?**

கீதா முருகானந்தம்,
திருவைகாவூர், தஞ்சை மாவட்டம்.

காத்திருப்பதற்குப் பழக்கமில்லாத தலைமுறை இன்று உருவாகிவருகிறது. அனைத்தையும் இணையத்தின் மூலமாகவே சாதித்துக்கொள்ள முடியும் என்பதால் எந்த வரிசையிலும் அவர்கள் நிற்க வேண்டிய அவசியமில்லை. எனவே, தங்களைச் சுற்றியுள்ள மனிதர்களும் அப்படி உடனுக்குடன் எதிர்வினை செய்ய வேண்டுமென்று எதிர்பார்க்கிறார்கள். அவர்களுடைய பணியையும் பெற்றோரே நேர நெருக்கடியின் காரணமாக செய்து கொடுப்பதும் அவர்களைபொறுமையிழக்கச்செய்கிறது. ஏமாற்றங்கள் தெரியாத, தோல்விகள் அறியாத, பாதுகாப்பான வாழ்க்கையை வாழ்கிற அவர்கள் சின்ன கடுஞ்சொல்லுக்குக் கூட மரவட்டையைப்போல சுருங்கி விடுகிறார்கள். மனநீதியான நெருக்கடியே மழலைகளையும் பதற்றத்திற்கு உட்படுத்து கின்றன. சில வீடுகளில் பெற்றோரே முறைவைத்து சண்டை போடுவதும் குழந்தைகளின் மனச்சிதைவுக்குக் காரணமாகி விடுகிறது. அடிக்கடி டென்ஷன் ஆகிறவர்கள் பென்ஷன் வாங்க உயிரோடு இருக்க மாட்டார்கள் என்பது அவர்களுக்குத் தெரிவதில்லை.

- **நட்பு என்பது என்ன? இன்றைய இளைஞர்களுக்கு நட்பு குறித்த தங்களின் டிப்ஸ்களை வழங்கவும்.**

து.ஜான்கிளாட்சன்,
கிருஷ்ணகிரி.

நட்பு என்பது நாம் பிறந்தபோது இல்லாமலிருந்த இன்னொரு பகுதி. நல்ல நட்பு நம் உயர்வை தம் உயர்வாகவும், நம்

அவமானத்தை தனக்கு இழுக்காகவும் எண்ணும் மேன்மை படைத்தது. உயர்ந்த நண்பர்கள் சிரிப்பில் மாத்திரம் சேர்ந்து கொள்ளாமல் அழுகிறபோது அதை அகற்றவும் உதவுவார்கள். நல்ல நண்பர்கள் ஓரிருவர்தான் வாய்க்க முடியும். தந்தையைப் போல் கண்டிக்கின்ற உரிமையையும், தாயைப்போல் காட்டுகிற கனிவையும், தமையனைப்போல் உடன்வருகிற அன்பையும் ஒருசேரப் பெற்றவர்களே நல்ல நண்பர்களாக இருக்க முடியும்.

- **உங்களோடு தொடர்புகொள்ள வேண்டும் என பல மாதங்களாக முயற்சி செய்தேன். நீங்கள் புதிய தலைமுறையில் எழுதுவது இப்போதுதான் தெரிந்து நான் நிறைய உங்களோடு உரையாட விரும்புகிறேன். முதலில் உங்களுக்கு ஒரு கேள்வி. எதற்காக மூடுசட்டை (Coat) போடுகிறீர்கள். இது என்ன மனநிலை, அதைப் போல மூடு காலணிகளையும் போட்டிருக்கிறீர்கள். இவை இரண்டுமே இந்தியக் காலநிலைக்குத் தேவையே இல்லையே. ஆங்கிலேயன் அவன் நாட்டின் காலநிலைக்குத் தக்கவாறு அணிபவைதாம் மூடுசட்டையும், மூடுகாலணியும். இவை இந்தியாவில் எதற்கு? முழுக்கால்சட்டை போடுவது வேட்டியைவிட வசதியாக உள்ளது. ஆனால் மூடுமுழுக்கைச்சட்டை எவ்விதத்தில் உங்களுக்கு வசதியாக உள்ளது. விளக்குங்கள். இது குத்திக் காட்டுவதற்காகச் சொல்லப்படவில்லை. உங்கள் பக்க விவரத்தை அறிய மட்டுமே எழுதப்பட்டது.**

ரா.தங்கராஜன்,

(rtnannoolan@gmail.com)

இந்திய ஆட்சிப்பணி அலுவலர்களுக்கு என்று உடை உடுத்துவதில் மரபு முறை இருக்கிறது. ஜனாதிபதிகள், ஆளுநர்கள், உச்ச, உயர்நீதிமன்ற நீதிபதிகள் ஆகியோரைச் சந்திக்கும்போது எப்படி உடுத்த வேண்டும் என்று நியதி உண்டு. அப்படியொரு நிகழ்வில் நான் அணிந்த உடையைப் பார்த்தே இந்தக் கேள்வியைக் கேட்டிருக்கிறீர்கள். மற்ற

நாட்களில் அதுபோன்ற உடையை நான் அணிவதில்லை. தமிழக தட்பவெப்பத்திற்கு பருத்திச் சட்டையும், சாதாரணக் காலணிகளும் ஏற்றவை என்பதில் மாற்றுக் கருத்து இல்லை. பயணத்தின்போதும், வீட்டில் இருக்கும்போதும் வேட்டி, பருத்தி டீ சர்ட் ஆகியவற்றையே நான் அணிகிறேன். இந்தியா முழுமைக்கும் மூடுசட்டை தேவையில்லை என்கிற தங்கள் கருத்து சரியல்ல. தமிழகத்திலேயே ஊட்டி, கொடைக்கானல் போன்ற மலைவாழ்தலங்களிலும், வட இந்தியாவில் குளிர் காலங்களிலும் குளிரால் உடல் உபாதைகள் வராமலிருக்க அந்த உடை அவசியம். புதிய தலைமுறை ஒதுக்கும் இந்த பொன்னானப் பக்கங்களை சுயசரிதக் குறிப்புகளுக்காகவும், சொந்தத் தகவல்களுக்காகவும் செலவிடுவதைத் தவிர்ப்பதே நல்லது என நினைக்கிறேன்.

- ***தங்களிடம் உள்ள இயற்கையான முத்தலைமுறை மானிட வாழ்வு அனுபவங்களின் பிரதிபலிப்புகள், இன்புறச் செய்யும் இலக்கியச் சிந்தனையாற்றல், மானிடத்திற்கு எதையும் புரிய, தெரிய வைக்கும் மாயை தரும் மாசில்லா மனசு, சிகரத்துக்கு மகுடமாய் கை மண்ணில் கடுகளவு என்ற பொன்மொழியில் கடுகில் அணு அளவு எனும் பேராண்மைக்கு உரிய தாங்கள் ஏன் அரசு நிர்வாகத்திலிருந்து விலகி பொதுவாழ்வு சிறக்க தங்களை மானுடத்திற்காக அர்ப்பணிக்க முயல முடியுமா?***

மரு. கோ.ச. சந்திரசேகர்,
செங்கல்பட்டு.

இதழ்களில் எழுதுவதும், மேடைகளில் பேசுவதும், மாணவர் களையும் இளைஞர்களையும் சந்திப்பதும் பொதுவாழ்வின் ஒரு பகுதியாக செய்து வருகிறேன். காலம் கை உயர்த்தி ஆசீர்வதிக்கும்போது முழுநேர பொதுவாழ்விற்கு என்னை ஒப்படைப்பேன்.

- ***உங்களைப்போல பேச்சாளராக வர நான் என்ன செய்ய வேண்டும்?***

ச. திருநாவுக்கரசு, தஞ்சாவூர்.

மேடையில் பேசுவதற்கு அவை அஞ்சாமை அவசியம். எடுத்துக்கொண்ட பொருண்மையைப் பற்றி ஏராளமான தகவல்கள் அவசியம். அதற்கு நிறைய வாசிப்பு தேவை. குறிப்பிட்ட தலைப்புக்காகப் படிக்காமல் பரந்துபட்ட செய்திகளை தொடர்ந்து வாசிப்பது அவசியம். தொடக்க காலத்தில் சொற்பொழிவை தயாரித்துப் பேசுவது நல்லது. நிலைக்கண்ணாடியின் முன்பு நின்று அங்கஅசைவுகளை ஒத்திகை பார்த்து தகுந்த உடல்மொழியோடு பேசிப்பழக வேண்டும். சுவாரசியமான சொற்பொழிவில் ஏற்ற இறக்கங்கள் அவசியம். உணர்ச்சிவசப்பட்டு உச்சஸ்தாயியில் பேசாமல் தேவையான இடங்களில் மட்டும் குரல் ஓங்கி ஒலிக்க வேண்டும். ஒத்திகை பார்க்கும்போது ஒலிப்பேழையில் பதிவு செய்து கேட்டுப் பார்த்தால் எந்த இடத்தில் இன்னும் மெருகேற்றலாம் என்பது புரியும். அடுத்த கட்டத்தில் முக்கியச் செய்திகளை மட்டும் மனத்தில் தாங்கி மேடையில் பேச வேண்டும். அப்போது அவைக்கு ஏற்ப சுவையான சம்பவங்களையும் நகைச்சுவையையும் சேர்த்து அதை ருசியாக்க வேண்டும். பேசும்போது முகபாவனைகள் முக்கியம். புருவத்தின் ஏற்ற இறக்கம், பார்வையாளர்களைச் சந்திக்கும் கண்கள், நேர்த்தியான கையசைவு, நிமிர்ந்த தோரணை போன்றவற்றின்மூலம்கடைசிவரிசையில்இருப்பவர்களுக்கும் கருத்துகள் சென்று சேர வேண்டும். மிகச் சிறந்த மனிதர்களின் உரைகள் இணையத்தில் கொட்டிக் கிடக்கின்றன. அவ்வப் போது அவற்றைப் பார்த்தால் மொழி ஆளுமையையும், பேச்சுத்திறனையும் வளர்த்துக்கொள்ள அவை உந்துதலாக இருக்கும். தொடக்கத்தில் நிறைய பேசிக் கவனத்தை ஈர்க்க வேண்டும். எல்லோரும் நேசிக்க ஆரம்பித்ததும் எப்போது பேசுவார் என்று காத்திருக்க வைக்க வேண்டும்.

- **மாணவ, மாணவிகள் அரசியலில் ஈடுபடுவது சரியா? தவறா?**

ஜி. சுந்தரராஜன்,
திருச்சி.

அரசியல் பற்றிய விழிப்புணர்வும், சித்தாந்தப் பற்றும் மாணவப் பருவத்தில் துளிர்விடுவது அவசியம். அது நம் நாட்டைப் பற்றிய புரிதலையும் ஏற்படுத்தக் கூடியது. அரசின் திட்டங்கள் பற்றியும், கொள்கைகள் பற்றியும் விவாதிப்பதும், விமர்சிப்பதும் அவசியம். ஆனால் நேரடியாக கட்சி நடவடிக்கைகளில் ஈடுபடுவதோ, கோஷம் போடுவதோ சரியல்ல. அப்படி ஈடுபடுகிற பலர் பயன்படுத்தப்பட்டு கழிவறைக் காகிதங்களாக தூக்கியடிக்கப்படுவது உண்டு. படிப்பில் கவனம் செலுத்த முடியாமல் வாழ்க்கையைத் தவறவிட்டதும் உண்டு.

- **இன்றைய இளைஞர்கள் பணத்தையே பிரதானமாகக் கருதுவது எதனால்?**

புவனேஸ்வரி, கோவை.

ஏதோ வயதானவர்கள் பணத்தின்பின் ஓடாததைப்போல கேட்கிறீர்கள். வயதானவர்களுக்கும் பணத்தைத் தக்க வைத்துக் கொள்ளும் ஆசை இருப்பதையும், யாருக்கும் ஒரு பைசா கொடுக்காத மனப்பான்மை இருப்பதையும் பார்த்திருக்கிறேன். சில இளைஞர்கள் பணத்திற்காக சிலவற்றை இழக்கவும் தயாராக இருப்பதற்குக் காரணம் சமூகம் பணத்துக்காக அளிக்கும் முக்கியத்துவமும், இன்று பெருகிவரும் பொருட்களின் பயன்பாடும். ஒருகாலத்தில் பத்து சோப்புகளுக்குமேல் சந்தையில் இல்லை. இன்று ஆயிரக்கணக்கில் அவை கிடைக்கின்றன. பணம் இருந்தால் மகிழ்ச்சியை நுகர்வதற்கான வழி அதிகம் என்பதால் அவற்றை நுகரத் துடிக்கிறார்கள். பொருள்களை வாங்குவதற்கு எண்ணற்ற சாளரங்கள் புழக்கத்திற்கு வந்து விட்டன. இன்று புதிதாய் வந்ததை வாங்கி நண்பர்களிடம் பெருமையடித்துக்கொள்ளும் மனப்பான்மையும் பெருகி உள்ளது. பணத்தால் மகிழ்ச்சி வராது என்கின்ற நுட்பம் அவர்களுக்குத் தெரிவதில்லை. டேனியல் கானமென் என்கிற நோபல் பரிசு பெற்ற அறிஞர் அதிகப் பணம் பொறாமையை ஏற்படுத்துவதோடு இன்னும் வேண்டும் என்கிற அவாவைத் தூண்டிவிடுகிறது. ஆகவே பணக்காரர்கள் இன்னும் வேண்டும் என்கிற பதற்றத்தால்

பந்தாடப்படுகிறார்கள் எனக் குறிப்பிடுகிறார். நாம் உறவுகள் குறித்தும், விழுமியங்கள் குறித்தும் சின்ன வயதிலேயே ஆழமாக அவர்கள் இதயத்தில் விதைகளை ஊன்றினால் அவர்கள் பணத்தை நோக்கி மட்டுமே பயணிக்க மாட்டார்கள்.

- ***பணி (அ) பணம் (அ) பகட்டு காரணமாக சில பெற்றோர் தன் குழந்தைகளை தாத்தா பாட்டியிடம் விட்டுவிட்டு வெளியூரில் வேலை செய்கிறார்கள். இது சரியா? தவறா?***

அ. ஏங்கல்ஸ், சென்னை - 96.

சில நேரங்களில் தாத்தா, பாட்டியிடம் வளர்கிற குழந்தைகளுக்குக் கிடைக்கும் குதூகலம் பெற்றோரிடம் வளரும் குழந்தைகளுக்குக் கிடைப்பதில்லை. அப்பாவாக இருந்த போது ஒருவர் செய்த தவறைத் திருத்திக் கொள்ளவே தாத்தா பருவம். சாபங்களே வரங்களாக வாய்ப்பதுமுண்டு.

- ***'மதம்' இல்லையென்றால் எப்படி இருந்திருக்கும்.***

D. கண்ணன், சென்னை-113.

'மதம் அமுக்கப்படுபவர்களுக்குப் பெருமூச்சாகவும், இதயமற்ற உலகின் இதயமாகவும், ஆன்மாவற்ற சூழல்களில் ஆன்மாகவும் இருந்து வருகிறது. அது மக்களின் அபின்' என்று மார்க்ஸ் சொன்ன கருத்தில் தமக்கு வேண்டியதை மட்டும் எடுத்து மேற்கோள் காட்டுபவர்கள் இருக்கிறார்கள். மதத்தைத் தாண்டிய ஆன்மிகம் உண்டு. ஒருவேளை மதங்கள் இல்லாமல் இருந்திருந்தால் சிலருக்கு மதம் பிடித்திருக்கும். பலருக்கு மனிதம் கிடைத்திருக்கும்.

- ***ஒரு பெண்ணுக்கு நீண்ட நாட்களாக தள்ளிப்போன திருமணம், திருமணமான பின் பல வருடங்களுக்குப் பின் தாய்மை . . . இதில் எதில் அப்பெண் மனநிறைவடைகிறாள்?***

கா. இராஜசேகர், மங்களபுரம்.

தாய்மையே ஒரு பெண்ணுக்கு அதிக மகிழ்ச்சியை அளிக்கிறது.

அதுவே அவள் பெண்மைக்கும் மகுடம் சூட்டுகிறது. திருமணம் ஆண்களுக்குப் பிரகாரம், பெண்களுக்கு கர்ப்பக்கிரகம். குழந்தையே அங்கு விக்கிரகம்.

- நான் ஒரு நெசவாளி. நெசவாளியின் மகன். இந்த வருடம் பி.இ. முடித்து, OMRல் உள்ள ஒரு கார்ப்பரேட் கண்ணாடிக்குள் நுழைந்துள்ளேன். போதுமான அளவு சம்பளம் கொடுக்கிறார்கள். ஏனோ மன நிறைவே வரவில்லை. இந்த வேலை பிடிக்கிறதா இல்லையா என்றே எனக்கு உண்மையில் தெரியவில்லை. எனக்கு வேண்டியது மன மாற்றமா அல்லது வேலை மாற்றமா? வழிகாட்டுங்கள்.

வி. சங்கர், அரக்கோணம் வட்டம்,
வேலூர் மாவட்டம்.

பணியை பாரமாக எண்ணாமல் துலாபாரமாக எண்ணி பணியாற்றுங்கள். ஒட்டுமொத்த பங்களிப்பில் உங்களின் இடம் என்ன என்பதை பொருத்திப் பாருங்கள். பணியாற்றும் இடத்தை கூண்டாக எண்ணாமல் கூடாக எண்ணுங்கள். சகபணியாளர்களை நேசித்து கைகுலுக்குங்கள். உங்கள் பணி பிடிக்கத் தொடங்கும். அப்படிச் செய்தும் சலிப்பும், அலுப்பும் அதிகரித்தால் உங்களுக்குப் பிடித்த பணி கிடைக்கும்வரை பொறுத்திருங்கள். அதற்குப் பின் இடம் மாறலாம். எங்கும் இல்லாமல் திரிசங்கு சொர்க்கத்தில் இருந்தால் விரக்தியின் விளிம்பில் விழுந்துவிடுவீர்கள்.

- பிறர் பசிக்கு உணவு பரிமாறிவிட்ட பிறகு தங்களின் பசியை ஆற்றுபவர்களின் பண்பு பற்றி?

மனோகர், சென்னை - 18.

இப்பழக்கம் தொன்றுதொட்டு இருந்துவரும் பண்பாடு. ஆதி காலத்தில் உணவுப் பற்றாக்குறை இருக்கும்போது உணவைப் பகிர்ந்துகொள்வது தன்னுடைய வாழ்க்கையை அபாயத்தில் வைத்து அரிதான ஒன்றை அடுத்தவர்களுக்கு கொடுப்பதற்குச் சமம். எனவே 'இந்த உணவு உன் உணவிற்கு ஊட்டமளிக்கும்.

இனிய இறையன்பு

என் ஆன்மாவிற்கு உரமளிக்கும் 'என்பதை உணர்த்துவது. மற்றவர்களுக்கு அளிப்பது மட்டுமே நமக்குச் சொந்தமானது என்ற எண்ணம் உள்ளவர்களுக்கே இன்று இது சாத்தியம்.

- **_திருமணச் சாப்பாடு மட்டும் பிரபலம் ஏன்?_**

சி. கார்த்திகேயன், சாத்தூர்.

இன்னொருஆணோ, பெண்ணோமாட்டிக்கொண்ட திருப்தியில் சாப்பிடுவதால் அது அதிக மகிழ்ச்சியை அளிப்பதாக இருக்கலாம்.

- **_மறுபிறவி என்பது உண்மையா? அறிவியல் விளக்கம் இதற்கு இருக்கிறதா?_**

ஜி. சரஸ்வதி.

எனக்கு இன்னொரு பிறவியில் நம்பிக்கை இல்லை. இந்தப் பிறவியிலேயே மனரீதியாக மாற்றமடைந்து புதிய மனிதராய் பொலிவுபெற முடியும். இன்னொரு பிறவி இருந்தாலும் அதில் நீங்கள் சரஸ்வதியாகப் பிறக்கப் போவதில்லை. நான் இறையன்பாக புதிய தலைமுறையில் பதில் சொல்லப் போவதில்லை. கிடைத்த வாழ்க்கையை கோலாகலமாக்குவோம். ஒவ்வொரு நொடியையும் கொண்டாட்டமாக்குவோம்.

- **_எது நாகரிகம்?_**

ஆர்.கே. லிங்கேசன்,
மேலகிருஷ்ணன்புதூர்.

நம் உணவு, உடை, வீடு, மரச்சாமான்கள், தலைமுடியைப் பராமரிக்கும் முறை, பாத்திரங்கள், பழகும் விதம் போன்றவை நாகரிகத்தைச் சார்ந்தவை. நம் உண்மையான இயல்பு, விருந்தோம்பல், நேர்மை, ஒப்புரவு, குணாதிசயம் போன்றவை பண்பாட்டோடு தொடர்பு கொண்டவை. நாகரிகம் சுற்றளவு, பண்பாடு மையம். நாகரிகம் முலாம், பண்பாடு ரசவாதம். நாகரிகம் இதழ்கள், பண்பாடு இதயம்.

- வாசிப்பை அதிகம் நேசித்த நான் இப்போ 'பேஸ்புக், வாட்ஸ் அப்' இவைகள் பக்கம் போய்விட்டேன். என்னை இப்போது அதிக நேரம் 'பேஸ்புக்கே' ஆக்கிரமித்துக்கொள்கிறது. இதிலிருந்து விடுபட முயன்றும் என்னால் முடியவில்லை. வழிகாட்டுங்களேன்?

என். சண்முகம்,
திருவண்ணாமலை - 606 601.

அமெரிக்காவில் ஒருவர் ஒரு நாளைக்கு சுமார் ஐந்து மணி நேரத்தைக் கணினியிலோ, ஸ்மார்ட் ஃபோனிலோ செலவழிக்கிறார். இவர்கள் மனிதர்களுடன் பழகுவதை இழப்பதுடன் பரிவு, புரிதல் போன்றவற்றையும் தொலைக்கிறார்கள். சாரா கொன்ரத் என்பவர் கல்லூரி மாணவர்களிடம் 40 சதவிகிதம் கருணை குறைவாக இருப்பதாக ஓர் ஆய்வில் அறிந்திருக்கிறார். கணினியை அதிகம் பயன்படுத்தும் குழந்தைகள் சமூகத்தில் சகஜமாகப் பழக முடியாதவர்களாகவும், மன அழுத்தம், பதற்றம் ஆகியவற்றை சமாளிக்க முடியாமலும் தடுமாறுகின்றனர். அவர்களுக்கு படைப்புத் திறனும், சுயசிந்தனையும் குறைந்து போய் விடுகிறது. கணினியையும் அலைபேசியையும் எடுத்துக் கொள்ளாமல் ஒரு வாரம் எங்காவது பயணம் செய்யவும். தொடக்கத்தில் சிரமமாக இருந்தாலும் பின்னர் அது பழக்கமாகிவிடும். நாளையிலிருந்து விலகுவேன் என்று சங்கற்பம் செய்துகொண்டால்கூட அது சாத்தியமாகாது. இந்த நொடியிலேயே உதிர்ப்பேன் என்று கங்கணம் கட்டிக்கொண்டால்தான் அது இயலும். உதிர்த்தாலும் கரைந்து போகாததற்கு அது ஒன்றும் உதிரம் அல்ல.

- தங்கள் எழுத்துப் பணியின் நோக்கம் என்ன?

கவிஞர் கா. திருமாவளவன்,
திருவெண்ணெய்நல்லூர்.

மேன்மையான மனிதர்களையும், கம்பீரமான சூழலையும் சுயநலமற்ற கடும் உழைப்பாளிகளையும் படைத்துக் காட்டுவதும்; அவற்றை வாசிப்பவர்கள் மனத்தில் தாங்களும் அதைப்போல்

ஓரளவேனும் மாறவேண்டும் என்கின்ற உத்வேகத்தை ஏற்படுத்துவதும்; சமூகத்தில் இன்னும் கறைபடாமல் இயங்கிக்கொண்டிருக்கின்ற மகத்துவம் பெற்ற கண்ணிய வான்களைக் குறியீடுகளாக்கி, அவற்றின் மூலம் வாழ்வில் நம்பிக்கைஏற்படச்செய்வதும்; ஒவ்வொருமனிதனும்தன்னிடம் இருக்கின்ற அழுக்குகளை அகற்றிவிட்டு லட்சியத்தை உருவாக்கிக் கொண்டு தீவிரமாக நடைபோட வைப்பதும்; ஒவ்வொரு மனிதனுக்குள்ளும் இருக்கும் தெய்வீக உணர்வு களைக் கிளர்ந்தெழச் செய்வதும் தான் என்னுடைய இலக்கியப் பயணத்தின் நோக்கம்.

- **பெரும்பான்மையோரால் பேசப்படும் மொழியைத் தெரிந்து கொண்டால்தான் வேலை வாய்ப்பு கிடைக்கும் என்பது உண்மையா?**

வி. கார்மேகம், தேவகோட்டை.

அந்த மொழியைப் பேசுபவர்களிலேயே பலர் வேலை வாய்ப்புக்காக நம் ஊருக்கு வருகிறார்களே, அது ஏன்?

- **உலோகங்களில் உறுதியானது குரோமியம். பின்பு ஏன் இரும்பு மனிதர், இரும்பு மனம் என சொல்கிறோம்?**

எஸ். செல்வா, தஞ்சாவூர்

டங்ஸ்டன் போன்றவை உறுதியான உலோகமாக இருந்தாலும் அதிகம் பரிச்சயமானதை உவமையாக்குவதே உசிதம் என்பதால் இரும்பை வைத்து இரும்பு மனிதர் என்று குறிப்பிடுவர். உள்ள உறுதியைக் குறித்தே ஒருவரை அவ்வாறு சுட்டுகிறோம். எனக்குத் தெரிந்த இரும்பு மனிதர்கள் பலர் தேவைப்படும் போது கரும்பு மனிதர்களாகவும் காணப்படுகிறார்கள்.

- **தமிழ் கலாச்சாரம் இன்று எங்கே சென்று கொண்டிருக்கிறது?**

த.சிவாஜி மூக்கையா, தர்காஸ்

எங்கும் செல்லவில்லை, ஒரே இடத்தில் நின்றுகொண்டிருக்கிறது.

- பெண்ணிற்கு புலி என்றும், ஆணிற்கு சிங்கம் என்றும் கூறுவது ஏன்?

    வண்ணை கணேசன்.

    புலி சிங்கத்தைவிட பலம் வாய்ந்தது என்பதால்.

- போர்க்கால நடவடிக்கை என்றால் என்ன?

    பாரதி முருகன், மணலூர் பேட்டை

    போர்க்கால நடவடிக்கை என்பது போர் நடக்கும்போது செய்யப்படும் செயல்கள் அல்ல. போர் வரும் என எதிர் பார்த்து வேகமாகவும், சுறுசுறுப்புடனும் மேற்கொள்ளப் படும் நடவடிக்கைகள். போர் வரும்போது எந்த நடவடிக்கையும் எடுக்க முடியாது. ஆனால், போர் வரும் என்று எதிர்பார்த்தால் அனைத்துத் துறைகளையும் முடுக்கிவிட்டு அல்லும் பகலுமாக முன்னேற்பாடுகளைச் செய்து போரை எதிர்கொள்ளத் தயாராக இருக்கும் சூழலை உருவாக்க முடியும். அதைத்தான் போர்க்கால அடிப்படையில் மேற்கொள்ளப்படுவது என்று கூறுகிறார்கள்.

- சிகரத்தை நெருங்கிக்கொண்டிருக்கும் நீங்கள் சிகரத்திற்குச் சென்ற அனுபவம் உண்டா?

    கே.பிரபாவதி, மேலகிருஷ்ணன் புதூர்.

    நான் இன்னும் அகரத்தில்தான் இருக்கிறேன்.

- எப்போதும் சிரித்த முகத்துடன் புத்துணர்ச்சியாக இருக்க என்ன செய்ய வேண்டும்?

    மு.மதிவாணன், அரூர்.

    புகைப்படத்திற்குப் போஸ் கொடுத்துக்கொண்டே இருக்க வேண்டும்.

- பணிகளுக்கு இடையேயும் உங்களால் எப்படி பல்வேறு இதழ்களுக்கு படைப்புகளை எழுத முடிகிறது? அதன் ரகசியத்தை கொஞ்சம் தெரிவிக்க...

    கவிக்கோலம் கிருஷ்ணமூர்த்தி, சென்னை-30.

அலுவலகப்பணிகளுக்கு இடையே எழுதாமல், பணியை முடித்த பிறகு எழுதுவதுதான் ரகசியம்.

- இன்று நம் கண் முன்னே நடக்கும் பல்வேறு சிறு மட்டும் பெரிய தவறுகளை பலர் கண்டு கொள்வதில்லை. இதனால் ஏற்படும் பின்விளைவுகள் குறித்து யாரும் அக்கறை காட்டுவதில்லை. இது குறித்து அது தொடர்பான பலரிடம் நான் பேசியபோது தேவை இல்லாத விசயத்தில் ஏன் தலையிடுகிறாய் என்று கூறுகிறார்கள். இதுபோன்ற பிரச்சினைகளை இன்றைய இளைய தலைமுறை எப்படி எதிர்கொண்டுசரிசெய்வது? என்றுஎங்களுக்கு வழிகாட்டுங்கள்.

என். பூபாலன்

எந்த ஒரு செயலையும் ஒருவர் மட்டுமே தனித்துச் செய்தால் அது இயக்கமாக மாறாது. உங்களோடு ஒரேஒருவர் இணைந்தால் அது இயக்கமாகிவிடும். அப்போது பலரும் வந்து இணைய அது அகண்ட காவிரியாய் ஆகிவிடும். அப்படி சமூக அக்கறை கொண்ட ஒருவரை உங்களோடு இணைத்துக் கொள்ளுங்கள். அப்போது உறுதியாக உங்கள் தரப்பு கருத்துகள் கொண்ட ஓர் இயக்கம் உருவாகும். ஒவ்வோர் ஊரிலும் இப்படி சமூக அக்கறை கொண்ட இயக்கங்கள் உருவாக வேண்டும். அதுதான் குடிமைச் சமுதாயமாக வளர்ச்சிபெறும். அப்போது இத்தகைய செயல்கள் வினாவிற்குட்படுத்தப்படும்.

- அதிகாரிகளாக உள்ளவர்களுக்கு தங்கள் கீழ் உள்ளவர்கள் அடிபணிய தகுந்த உடல்மொழி, குரல் வலிமை இருத்தல் அவசியமா?

அ. சுதுமார், காட்பாடி - 632 007.

முதலில் நமக்குக் கீழ்ப் பணியாற்றுபவர்கள் அரசுப் பணியாளர்களே தவிர அடிமைகள் அல்லர். அவர்கள் நமக்கு கீழ்ப்படிய வேண்டும் என எதிர்பார்க்கலாமே தவிர, அடிபணிய வேண்டும்

என எண்ண வேண்டியது இல்லை. நம்முடைய நியாயமான உத்தரவுகளை செயல்படுத்து பவர்களே நல்ல சார்நிலைப் பணியாளர்கள். அதை விடுத்து எல்லாவற்றிற்கும் கீழ்ப்படிய வேண்டும் என எதிர்பார்ப்பது தவறு. ஓர் அதிகாரி உடல் மொழிகளால் தொடக்கத்தில் மற்றவர்கள்மீது ஆளுமையைச் செலுத்த முடியும். ஆனால் அது தொடர்ந்து பலன் அளிக்கக் கூடியது அல்ல. ஒருவனின் செயல்பாடு, திறமை, நேர்மை, விதிகளைப் பற்றிய தெளிவு, கொடுக்கிற உத்தரவுகளுக்குப் பொறுப்பேற்றுக் கொள்ளும் தன்மை, அடுத்தவர்களைப் பலிகடா ஆக்காத பண்பு, இன்னல் வந்தால் தன்னைத் தந்து தனக்குக் கீழே இருப்பவர்களைகேடயம் போலக்காப்பாற்றுதல், எந்தக் குறுக்கீடு வந்தாலும் அசைந்து கொடுக்காத உறுதி ஆகியவையே சார்நிலைப் பணியாளர்களிடம் நெடிய தாக்கத்தையும், நீடித்த ஊக்கத்தையும் ஏற்படுத்தும்.

இனிய இறையன்பு

8. இயற்கை

- தமிழகத்தில் இயற்கையை நேசிக்க இளம் பருவத்தில் இருந்தே கற்றுத் தர அரசு முயலுமா?

பொன் எத்திராசன்,
திருக்கழுக்குன்றம்.

நீர் அருந்த அரசா கற்றுத் தருகிறது? உணவு அருந்த யாராவது கட்டாயப்படுத்தினார்களா? புரோட்டா அவசியம் என்று திட்டம் ஏதாவது செயல்படுத்தப்பட்டதா? அதைப்போலத்தான் இயற்கையை நேசிப்பதும். அரசு கற்றுத்தர வேண்டியது அவசியமில்லாதது. மரங்களை நேசிப்பதும், மலர்களை ரசிப்பதும், வனங்களைக் காப்பதும் சுவாசிப்பதைப்போல இயல்பாக நடக்கவேண்டியவை.

வெ. இறையன்பு

- ***பெரும்பாலான கோயில்கள் மலைமீது கட்டப்பட்டிருப்பதன் காரணம் என்ன?***

மு. மதிவாணன், அரூர்.

இறைமை உயரமான இடத்தில் இருக்கிறது எனச்சுட்டுவதற்கும், அப்படி அடையும்போது உடலுக்குப் பயிற்சி வேண்டும் என்பதாலும், மலையின் மீது திருத்தலங்கள் தரிசனம் ஒரு நிமிடம் இருந்தாலும் ஏறுகிற மனத்தயாரிப்பில் 'நாம் ஒன்றுமில்லை' என்பதை உணர வேண்டும் என்பதற்காகவும், அந்த மலையின் பிரம்மாண்டத்தின் முன்பு நாம் அணு அளவுகூட இல்லை என அறிவதற்கும்.

- ***எது வன்மம்?***

ஆர்.கே. லிங்கேசன், மேலகிருஷ்ணன்புதூர்.

இந்திய மரபு அதிகாலையில் எழுந்ததும் பூமியிடம் பொறுத் தருளுமாறு வேண்டிக்கொண்டு கால்களைத் தரையில் வைக்க வேண்டும் என்று வற்புறுத்துகிறது. இரவு நேரத்தில் இலை களைப் பறிக்கக் கூடாது என இன்றும் கிராமப்புரங்களில் கூறுவதுண்டு. மண்ணுக்குக்கூட வலிக்காமல் நடப்பதும், மரத்திற்குக்கூட காயம் ஏற்படாமல் மலரைக் கொய்வதும், மனத்தால்கூட அடுத்தவரை இம்சிக்க நினைக்காமல் இருப்பதும் அவசியம். வன்மம் செயலில் மட்டுமல்ல, எண்ணத்திலும் இருக்கிறது. வாய்ப்புக் கிடைக்கும்போது நினைப்பே வன்முறையாக வெளிப்பட்டு வதைக்கிறது.

- ***காலைக்கடன் என்றால் என்ன?***

எம். செல்லையா, சாத்தூர்.

கழிக்க வேண்டியவை என்று பொருள்.

- ***எத்தனையோ தாவர இலைகள் இருந்தும் ஏன் 'மூங்கில் இலைமேலே தூங்கும் பனிநீரே' என்று குறிப்பிட்டு சொன்னார்கள்?***

எம். செல்லையா, சாத்தூர்.

மூங்கில் இலையில் இருக்கும் பனிநீர் அதன்மீது வழுக்கி உருண்டோடும் வகையில் காட்சியளிப்பதாலும், தூங்கும் என்பதற்கு ஏற்ற எதுகையாய் இருப்பதாலும்.

- ***மனிதனின் மிகப் பெரிய கண்டுபிடிப்பாக நீங்கள் கருதுவது எதை? ஏன்?***

அ. குணசேகரன், புவனகிரி.

உண்டாக்கியது சக்கரம். உணர்ந்தது தீ. உருக்கியது இரும்பு. செதுக்கியது சிற்பம். உழுதது நிலம். பேசியது மொழி. தீட்டியது ஓவியம். பிரித்தது காலம். உருவாக்கியது அமைப்பு. நீந்தியது கப்பல். நீண்டது விமானம். அளந்தது வரைபடம். ஆற்றியது பயணம். அழைத்தது தொலைபேசி. அறிந்தது கணினி. இணைத்தது இணையம். இத்தனையும் இருந்தாலும் அனைத்தையும் மொத்தமாய் முந்தானையில் முடிந்து வைத்திருக்கும் முக்கியக் கண்டுபிடிப்பு எழுத்து.

- ***இமயத்திற்குச் சென்ற அனுபவம் உண்டா?***

ஆர். கே. லிங்கேசன், மேலகிருஷ்ணன்புதூர்.

இமயத்திலேயே இரண்டு ஆண்டுகள் தங்கி லால்பகதூர் சாஸ்திரி அகாடமியில் பயிற்சி பெற்றேன். கங்கோத்ரி, யமுனோத்ரி போன்ற இடங்களுக்கும் ட்ரக்கிங் சென்றிருக்கிறேன். இமயம் என்பது இந்தியாவின் வடக்கு எல்லை முழுவதும் வியாபித்திருக்கும் மலைப் பிரதேசம். அதில் நான்கு எட்டு ஏறியவர்கள் எல்லாம் எவரெஸ்ட் சென்றதாக கருதக்கூடாது.

- ***மழையின் சத்தம் . . . மழலை முத்தம் - ஒப்படுக.***

எஸ். அர்ஷத் ஃபயாஸ், குடியாத்தம்.

மழையின் சத்தம் மண்ணுக்கு முத்தம். மழலை முத்தம் மனத்தில் மழைச்சாரல்.

- ***அன்றைய காலத்தில் நிறைய நட்சத்திரங்கள் வானத்தில் இருக்கும்... இப்போது அவ்வாறு காணமுடியவில்லையே ஏன்?***

வண்ணை கணேசன், சென்னை- 110.

நட்சத்திரங்கள் அங்குதான் இருக்கின்றன. நச்சுக் காற்று அவற்றை மறைக்கிறது.

- Drizzle என்றால் தூறல், சாரல் என்பதற்கு ஆங்கிலத்தில் எப்படிச் சொல்வது?

ஜி. குமார், செங்கல்பட்டு

சாரல் என்பது காற்றின் வேகத்தால் சாய்வாகப் பெய்யும் மழை. அதை Driving Rain என்று க்ரியா தமிழ் அகராதி மொழிபெயர்க்கிறது.

- மனித மூளை-கம்ப்யூட்டர், எது சிறந்தது?

சி.கார்த்திகேயன், சாத்தூர்

கணினியைப் படைத்த மனித மூளை.

- பூமியில் மனிதன் தோன்றியிராவிட்டால் ...?

அ. முரளிதரன், மதுரை - 3.

மனிதன் தோன்றவில்லை. படிப்படியாக பரிணாம வளர்ச்சி பெற்றான்.

- கோவையில் நொய்யல் ஆற்றுக்குப் புத்துயிர் அளிக்க முயற்சிக்கும் 'சிறுதுளி' அமைப்பின் எழுச்சி, எல்லா ஊர்களிலும் எழுந்தால் எப்படி இருக்கும்?

மேட்டுப்பாளையம் மனோகர், சென்னை-18.

சிறுதுளி பெருவெள்ளம் ஆகும்.

- மலர்களில் தங்களுக்குப் பிடித்த மலர்?

த. சிவாஜி மூக்கையா, தர்காஸ்.

எப்போதாவது பூப்பதால் குறிஞ்சியும் பிடிக்கும். எப்போதும் பூப்பதால் நெருஞ்சியும் பிடிக்கும். எல்லா மலர்களிலும் அழகு இருக்கிறது. நம் நாசிக்குத் தெரியாததாலேயே சில மலர்களுக்கு மணம் இல்லை என்று சொல்ல முடியாது. மானத்தை மறைக்கும் பருத்தியின் பூவும் அழகு. வயிற்றை நிரப்ப உதவும் வாழையின் பூவும் அழகு. எல்லா பூக்களுமே செடிகளில் சிரிக்கும்போது அழகாகவே இருக்கின்றன.

இனிய இறையன்பு

- ***இயற்கையைவிட்டு மனிதர்கள் ஏன் விலகிச் செல்கிறார்கள்?***

த. சூரியதாஸ், 3/5, வடக்குத்தெரு
புதுக்கோட்டை மாவட்டம்.

செயற்கை நம்மை மயங்க வைப்பதாகவும், தற்காலிகமான நிவாரணத்தை அளிப்பதாகவும் இருப்பதால் மனிதர்கள் அதை ஆராதிக்கத் தொடங்கிவிட்டார்கள். அதிகமாகி வரும் இந்த போதை பசிக்காக ஒருவன் தன் விரல்களையே கடித்துத் தின்னும் அவலத்தை நெருங்கிக்கொண்டிருக்கிறது. இயற்கையோடு இயைந்து வாழும் எளிய வாழ்க்கை நீடித்த மகிழ்ச்சியைத் தரும் என்கிற உண்மை புரியும்போது மீண்டும் சிற்றூர்களை நாடி ஓடுவோம். ஆனால் அப்போது அவை நகரத்தின் நகல்களாக மாறிப்போய் இருக்கும்.

- ***புலி, சிறுத்தை போன்ற உயிரினங்கள் மனிதனை வேட்டையாடுவது இப்போது இயல்பாகிவிட்டது. இந்த விலங்குகள் பெரும்பாலும் சுட்டுக்கொல்லப்படுகின்றன. அல்லது கூண்டில் பிடிக்கப்படுகின்றன. ஆனால் இந்தப் பிரச்சினைக்கு இது நிரந்தரத் தீர்வாகுமா?***

  மனிதர்களின் ஆக்கிரமிப்பைத் தடுப்பதற்கும், காடுகளின் பரப்பளவை அதிகப்படுத்தவும் அரசும், வனத்துறையும் என்னென்ன முயற்சிகள் எடுத்திருக்கின்றன?

வே.க. ஹரிஹரன், 4/159, பாரதி வீதி,
ஆக்கூர், நாகப்பட்டினம் (மாவட்டம்)
தரங்கம்பாடி தாலுக்கா - 609 301.

நூறு ஆண்டுகளுக்கு முன்பு புலியும் சிறுத்தையும் ஊருக்கு வருகிற நிகழ்வுகள் அதிகம். அதற்குப் பிறகு வீரம் என்கிற பெயரில் அவை வேட்டையாடப்பட்டதால் அவற்றின் வருகை குறைந்து போனது. சிவிங்கி என்கிற வேகமாக ஓடும் பூனை இனம் இந்தியாவில் முற்றிலுமாக மறைந்து போனது. இன்றும் பல அரிய பூச்சி இனங்களும், பறவை இனங்களும் உலகெங்கும் மறையும் தருவாயில் மௌனம் அனுஷ்டித்துக்

கொண்டிருக்கின்றன. அண்மைக்காலங்களில் வேட்டை யாடுவது வனத்துறையினராலும், சுற்றுச்சூழல் ஆர்வலர்களின் கண்காணிப்பினாலும் தடுக்கப்பட்டிருப்பதால் இந்த விலங்குகளின் எண்ணிக்கை அதிகரித்திருக்கிறது. வனத்துறை வனத்தின் அடர்த்தியை அதிகரிக்கத் தொடர்ந்து மரங்களை நட்டுப் பாதுகாத்து வருகிறது. தமிழகத்தில் சில ஆண்டுகளாக வனத்தின் அடர்த்தி மற்ற மாநிலங்களைவிட அதிகரித்துக் கொண்டேயிருக்கிறது. மண்ணுக்குச் சொந்தமான மரங்களான குமிழ், வேம்பு, புங்கன், மருது, வேங்கை, வாகை, தேக்கு போன்றவை நடப்படுகின்றன. வனத்தைச் சுற்றியுள்ள பகுதிகளில் விலங்குகளுக்குப் பிடித்தமான வாழை, கரும்பு போன்றவற்றைப் பயிரிடுவதால் இடம்பெயரும் யானைகள் அவற்றால் கவரப்பட்டு ஊருக்குள் வந்துவிடுவதுண்டு. வனத்தைச் சுற்றியுள்ள பகுதிகளில் அடர்த்தியான மரங்களை வளர்ப்பது நல்லது. யானை நகரும் தாழ்வாரங்கள் என இப்போது அரசு சில பகுதிகளை அறிவிக்கை செய்திருக்கிறது. அந்த இடங்களை அவற்றின் போக்குவரத்துக்கு இடைஞ்சலாக கட்டுமானத்திற்குப் பயன்படுத்த இப்போது வாய்ப்பில்லை. வனத்தை ஒட்டி அகலமான அகழிகள் வெட்டப்பட்டு யானைகள் ஊருக்குள் வருவது தடைசெய்யப்பட்டுள்ளது. காடுகளை ஒட்டி வாழ்விடங்களை வைத்திருப்பவர்கள் அவ்வப்போது சில விலங்குகளை எதிர்கொள்வதைத் தவிர்க்க முடியாது. அவற்றின் இடத்தை நாம் ஆக்கிரமித்திருக்கிறோமே தவிர நம்மிடத்தில் அவை ஊடுருவவில்லை. அரசு தொடர்ந்து பல பகுதிகளை தேசியப் பூங்காக்களாக அறிவித்து பாதுகாப்பு முயற்சிகளைத் தீவிரப்படுத்திவருகிறது. சரணாலயங்களைச் சுற்றி இடைத்தாங்கு பகுதிகளையும் (Buffer Zone) அறிவிக்கை செய்து பாதுகாத்து வருகிறது. நாமும் சுற்றுலாவிற்குச் செல்கிறபோது வனப்பகுதிகளில் நெகிழிக் காகிதங்களை கண்டபடி போடாமல் வருவது நல்லது.

- குழந்தைகளுக்கும், வயதானவர்களுக்கும் என்ன வித்தியாசம், என்ன ஒற்றுமை?

subashchandran.1987dec@gmail.com

ஷேக்ஸ்பியர் வயோதிகத்தை இரண்டாம் குழந்தைப் பருவம் என்று குறிப்பிடுகிறார். சொஃபக்கிள்ஸ் எழுதிய கிரேக்க நாடகம் ஈடிப்பஸ்ரெக்ஸ் கூறுவதைப்போல நான்கு கால்களில் மனிதன் நடக்க ஆரம்பித்து, மூன்று கால்களில் முடிகிறவன். இரண்டு கால்களில் நடக்கும்போதே அதிக பலத்துடன் இருப்பவன். இரண்டிலும் பாதுகாப்பின்மையும், பயமும், மன ரீதியான குழப்பங்களும் அதிகம். வெளிநாடுகளில் 60 வயதுக்கு மேல் தற்கொலை செய்து கொள்பவர்கள் அதிகம். வயதானவர்கள் குழந்தையைப் போன்றவர்கள் என்பதை உணர்ந்து அவர்களோடு அதிக நேரம் செலவழிப்பதும், சில நேரங்களில் கீறல் விழுந்த இசைத்தட்டைப் போல திரும்பத் திரும்ப அவர்கள் கூறும் செய்திகளை முதல்முறை கேட்பதைப் போல முகபாவனைகள் செய்வதும் அவசியம். முதுமை என்பது மரண பயத்தையும், தனிமையையும் உண்டாக்கும் பருவம். அவர்களுக்குப் பிடித்தமான இடங்களுக்கு அழைத்துச் செல்வதும், ஏதேனும் ஒரு பொழுதுபோக்கில் அவர்களை ஈடுபட வைப்பதும் அவர்களைச் சுற்றி அமர்ந்து அனுபவங்களைக் கேட்பதும் ஆயுளை நீட்டிக்க உதவும். நாமும் வயோதிகத்தை அடைவோம் என்கிற எச்சரிக்கையை அடிக்கடி உதடுகளில் உச்சரிப்பது அவசியம்.

- தமிழகத்தின் நெற்களஞ்சியம் தஞ்சை மாவட்டத்தைப் பற்றி தாங்கள் சொல்ல விரும்புவது?

கீதாமுருகானந்தம்,
திருவைகாவூர், தஞ்சை மாவட்டம்.

நெஞ்சை அள்ளும் தஞ்சையை முதலில் பார்த்தபோது அந்த மழைக்காலத்தில் நிறைந்திருந்த தாமரை பூத்த தடாகங்களும், வழிந்து ஓடும் வாய்க்கால்களும், அவற்றில் நீந்திக் களித்த மீன்களும், எங்கு நோக்கினும் பரந்து படர்ந்த பசுமையும்,

மரகதக் கம்பளம்போல் விரிந்து நிறைந்த நெல் வயல்களும் வியப்பில் ஆழ்த்தின. அங்கேயே உதவி ஆட்சியர் பயிற்சியாகவும், நாகை சாராட்சியராகவும், எட்டாம் உலகத்தமிழ் மாநாட்டின் தனி அலுவலராகவும், பெரிய கோயிலின் ஆயிரமாவது ஆண்டு விழாவின் பொறுப்பாளராகவும் பணியாற்ற நான் பெற்ற வாய்ப்பு பெரும் பேறு. தஞ்சை ஆலயங்களின் தாயகம், கலைகளின் பிறப்பிடம், இசையின் இருப்பிடம், இலக்கியங்களின் கருவறை, தமிழக மரபின் தலைநகரம்.

- **மனிதர்களைப் போன்று விலங்கு - பறவை இனங்களிடத்தும் மரண அச்சமுண்டா?**

  ச.ஆ. கேசவன், இனாம்மணியாச்சி,
  கோவில்பட்டி, தூத்துக்குடி.

மரண அச்சம் இருப்பதால்தான் புலி தாக்க வரும்போது மான் மருண்டு ஓடுகிறது. வேறு பூங்காவிற்கு குடி பெயர்த்துவதற்காக மான்களைப் பிடித்தால் அந்தப் பதற்றத்திலேயே சில புள்ளி மான்களின் உயிர்கள் துள்ளிவிடுவது உண்டு. ஆனால் விலங்குகளின் மரண அச்சம் நிகழ்காலத்தோடு நின்றுவிடுகிறது. மனிதனுடைய அச்சமோ எதிர்காலத்திற்கும் நீட்சிமை பெறுகிறது. நாற்பது ஆண்டுகளுக்குப் பிறகு செத்துப் போவதைப் பற்றி இப்போதே வருத்தப்படுவது மனிதர்கள் மட்டுமே.

- **யானைகள் காதுகளை அசைத்து கொண்டே இருக்கிறதே, ஏன்?**

  த. இளஞ்சேரன்,
  கொளப்பாடு.

யானைகள் காதாட்டுவது தங்கள் உடலை குளிர்விப்பதற்காக. யானைகளுக்கு வியர்வைச்சுரப்பிகள் குறைவாக இருக்கின்றன. எனவே, அவை உடல் வெப்பத்தை சீராக்க காதுகளைத்தான் சார்ந்திருக்கின்றன. உடலில் உள்ள வெவ்வேறு பாகங்களின் ரத்தம் அவற்றின் காதுகளுக்குச் செல்கின்றது. அவை காதுகளை விசிறிக்கொண்டே இருப்பதால் ரத்தம் குளிர்ந்து சகல பாகங்களுக்கும் செல்கின்றது. யானையின் ஆர்ட்டிரியல் ரத்தத்திற்கும்

ரீனல் ரத்தத்திற்கும் ஒரு டிகிரி வெப்ப வேறுபாடு இருக்கிறது. யானைகாதாட்டிக்கொண்டு சாப்பிட்டால் அதன்ரத்தம் குளிரும். மனிதன் காலாட்டிக் கொண்டு சாப்பிட்டால், மற்றவர்கள் ரத்தம் கொதிக்கும்.

- ***சில காய்கறிகள், பழங்களுக்குள் புழுக்கள், பூச்சிகள் இருப்பதன் ரகசியம், அறிவியல் காரணம் பற்றி கொஞ்சம் தெளிவு படுத்துங்களேன்...!***

ஆ. தனலட்சுமி, போடிநாயக்கனூர்.

பழங்கள் காயாக இருக்கிறபோதே சில பூச்சிகள் அவற்றில் தங்கள் கூரிய முட்டையிடும் உறுப்பை (ovipositor) உள்ளே நுழைத்து முட்டைகளையிட்டு விடுகின்றன. அந்தக் காய்கள் பெரிதாகும்போது அவற்றிற்குள்ளேயே முட்டைகள் பொறிந்து புழுவாகி வளரத்தொடங்குகின்றன. இதனால் வெளியே எந்த அடையாளமும் இல்லாமல் அவை உள்ளே வளர்கின்றன. நாமும் அவற்றை வாங்கிவந்து அறுக்கிறபோது உள்ளே புழுக்கள்இருப்பதைப் பார்த்து புழுங்குகிறோம்.

- ***எப்போது மனிதன் மூன்றுவேளை உணவருந்தத் தொடங்கினான்?***

பாலமுருகன்

balagceb@gmail.com

மனிதன் காடுகளில் அலைந்து திரிந்து வேட்டையாடு பவனாகவும், உணவு சேகரிப்பவனாகவும் இருக்கும்போது இந்தப் பழக்கம் வரவில்லை. மாமிச உணவுக்கு குரங்கு மனிதன் மாறியபோது வேட்டையாடிய விலங்கை அவன் ஒருவனே சாப்பிட முடியாது. எனவே பகிர்ந்தளித்து உண்டான். அப்போதுதான் முதல் மனித விருந்து உதயமானது. கிடைக்கும் போது சாப்பாடு அதுவரைக்கும் கூப்பாடு என்று அவன் வாழ்க்கை நகர்ந்தது. சுமார் பத்தாயிரம் ஆண்டுகளுக்கு முன்பு

வேளாண்மைப் புரட்சி நடந்தபோது தானியங்களை சேமித்து வைக்கும் வாய்ப்பு கிடைத்தது. அப்போது அவன் உணவு முறையை குறிப்பிட்ட காலக்கெடுவில் வகுத்துக்கொண்டான். மாமிசத்தைப்போல அதிக நேரம் தாக்குப்பிடிக்கும் தன்மை சைவ உணவுக்கு இல்லை. எனவே அடிக்கடி சாப்பிடும் நிலைமை உண்டானது. ஆனால் காடுகளில் அலைந்தபோது காலையில் காடை, இரவு கௌதாரி, அடுத்த நாள் முயல், பிறகு மான் என விதவிதமாகச் சாப்பிட்ட மெனு மாறி ஒன்றையே சாப்பிடும் நிலைமை உருவானது. இதுதான் உணவுப் பழக்கத்தின் மிகச்சுருக்க வரலாறு. அடுத்தவர் வாங்கிக் கொடுத்தால் மூன்று வேளை என்ன, ஆறுவேளை சாப்பிடுபவர்கள் இப்போதும் இருக்கிறார்கள்.

- **என்னிடம் ஒரு மாணவி சூரியன் கிழக்கே உதிக்கிறது என்று பாடம் நடத்துகிறீர்களே, ஓரிடத்தில் நிலையாக உள்ள சூரியனை அது உதிப்பதுபோல் சொல்லலாமா என்று கேட்டாள். எனக்கு குழப்பமாகிவிட்டது. நீங்கள் என்ன சொல்கிறீர்கள், சார்.**

தங்க நாகேந்திரன்,
செம்போடை

சூரியன் நிலையாக இருப்பது உண்மைதான். ஆனால் பூமி சுழன்றுகொண்டிருக்கிறது. எனவே நம் விழிகளில் இருந்து தானே விண்ணைப் பார்க்க வேண்டும். எனவே அறிவியலில் அனைத்தையுமே absolute ஆக பார்க்காமல் தொடர்புடைய தாகப் பார்க்க வேண்டும்.

- **இப்போது இருக்கும் இளைய தலைமுறைக்கு விழிப்புணர்வு இருந்தும் ஆரோக்கியம் செம்மையாக இல்லையே. என்ன காரணம்?**

புவனேஸ்வரி,
கே-7 கன்சல்டன்ஸ், கோவை.

அன்று பல பணிகளை உடல் உழைப்பின் மூலம் செய்து கொண்டார்கள். நீர் இறைப்பது, துணி துவைப்பது, அம்மியில்

அரைப்பது, உரலில் இடிப்பது, கடைக்கு நடப்பது என்று வியர்வையைச் சிந்தியதால் உடலைக் கச்சிதமாக வைக்க தனியான பயிற்சிகள் தேவையில்லாமல் இருந்தன. இன்று இளைஞர்கள் கழிவறைக்குக்கூட காரில் போக ஆசைப் படுகிறார்கள். கொழுப்புச் சத்து உள்ள தக்கை உணவை அதிகம் உண்ணுகிறார்கள். அதனால் இருக்கக்கூடாத இடங்களில் ஊளைச்சதை. உடற்பயிற்சி செய்வதற்கும் இயந்திரங்களைப் பயன்படுத்துகிறார்கள். வியர்வை சிந்தி உழைப்பதன் மூலம் நாம் நம்மை இருத்தலோடு இணைக்கிறோம் என்கிற உண்மை புரிந்தால் இந்தப் பிரச்சினை இல்லை.

- **நீங்கள் இறக்கும் தருவாயில் இருக்கும்போது கடைசியாக சொல்லும் வார்த்தை என்னவாக இருக்கும்?**

ராஜேஷ்குமார், எல்.எஸ்.
rajdooms@gmail.com

ஒப்பனை செய்துகொண்டும், ஒத்திகை பார்த்துக்கொண்டும் தயாராக இருக்கும்போது வருவதில்லை மரணம். நான் முழு விழிப்புணர்வில் இருக்கும்போது வந்தால் இதுநாள்வரை வாழ்ந்ததற்கு இருத்தலுக்கு நன்றி சொல்லுவேன்.

- **புலியை மனிதன் கொன்றால் தண்டிக்கும் சட்டம், பகுத்தறிவுள்ள மனிதனைக் கொல்லும் புலியைப் பாதுகாப்பது சரியா?**

நெய்வேலி க. தியாகராசன்,
கொரநாட்டுக் கருப்பூர்.

அத்துமீறி விலங்குகளின் எல்லைக்குள் ஆஜராகிறவன் மனிதன். இன்று உலகில் இரண்டாயிரம் புலிகள்கூட இல்லை. நீங்கள் ஒரு புலியைப் பார்த்தால் இரண்டாயிரத்தில் ஒன்றைப் பார்க்கிறீர்கள் என்று பொருள். புலிகள் இருக்கும் காடுகளில் யானைகளும் மான்களும், சோலைக்காடுகளும், அருவிகளும், ஓடைகளும், அனைத்து உயிரினங்களும் உரிய விகிதத்தில் இருக்கும். காடுகளை பட்டாக் கத்தியுடன் பாதுகாக்கும் கூர்க்காக்கள் அவை. (ஒருவன் மரணத்தைக் கண்டு பயப்பட

வில்லை என்று சொன்னால் ஒன்று அவன் பொய் சொல்ல வேண்டும், அல்லது அவன் கூர்க்காவாக இருக்கவேண்டு மென்று மேனகஷா குறிப்பிட்டார்).

- **குரங்கில் இருந்து மனிதன் பிறந்தான் என்பது அவைகளுக்குத் தெரியுமா?**

குலசை நஜ்முதீன்,
காயல்பட்டினம்.

தெரிந்தால் அவை வருத்தப்படும்.

- ***கம்பங்கூழ், கேப்பைக்கூழ் குடித்ததுண்டா?***

அ. முரளிதரன், மதுரை-3.

இரண்டும் மிகவும் பிடித்த உணவுகள். வெங்காயத் தொக்குடன் அவற்றை வெயில் காலத்தில் அருந்தினால் உடலும், உள்ளமும் குளிரும். ஆனால் ஒவ்வொரு முறை கூழ் சாப்பிடும்போதும் குளித்துவிட்டுத்தான் குடிப்பேன். பெரியவர்கள் 'கூழானாலும் குளித்துக்குடி' என்று சொல்லியிருக்கிறார்களே!

- ***சுற்றுச்சூழல் பற்றிய விழிப்புணர்வு தமிழர்களுக்குத் தொன்று தொட்டு இருந்திருக்கிறதா?***

புலவர் இராமன்-விழுப்புரம் மாவட்டம்.

தமிழர்கள் எப்போதும் இயற்கையை நேசித்து வாழ்ந்தவர்கள். சூழல் தொகுதி கருத்துருவான ஐந்திணைக் கோட்பாட்டை இரண்டாயிரம் ஆண்டுகளுக்கு முன்பு முதலில் உலகுக்கு உணர்த்தியவர்கள் தமிழர்கள்தாம் என்று பொருட்களின் கதை என்ற நூலை மொழிபெயர்த்த கு.வி.கிருஷ்ணமூர்த்தி குறிப்பிடுகிறார். இயற்கைக்கு இசைவான வாழை இலையைப் பயன்படுத்தியவர்கள் அவர்கள். அதுவே உலகின் பயன் படுத்திக் கழிக்கும் முதல் பொருளாக இருந்திருக்க வேண்டும். எவ்வளவு சுகாதாரமான தூய்மையான பொருள்! நற்றிணையில் புன்னை மரத்தை தங்கையாகத் தலைவி கருதி அதன் முன்பு

காதலனோடு பேச மறுக்கிறாள். மதுரைக் காஞ்சியில் கடல் மட்டம் அதிகரிக்காத நுட்பம் தெளிவுபடுத்தப்பட்டிருக்கிறது. அகநானூற்றில் இயற்கை பாழ்படாமல் போக்குவரத்து நடந்தவிதம் சுட்டிக்காட்டப்பட்டிருக்கிறது. தலைவன் தலைவியைப் பார்க்க விரையும்போது தேன் உண்ணும் வண்டுகள் தொல்லையுறக் கூடாது என்று தேரின் மணிகளை ஒலிக்காமல் பயணம் செய்தான் என்று குறுங்குடி மருதனார் குறிப்பிடுகிறார். போர் ஊரையே பாழாக்கிவிடும் என்று புறநானூற்றில் அண்டர் நடுங்கல்லினார் பாடியுள்ளார். கடவுள் வாழ்த்துக்கு அடுத்து வான்சிறப்பு என்கிற அதிகாரத்தை வைத்தார் வள்ளுவர். திங்களைப் போற்றுதும் திங்களைப் போற்றுதும் ஞாயிறு போற்றுதும் ஞாயிறு போற்றுதும், மாமழை போற்றுதும், மாமழை போற்றுதும் என்று இயற்கை வழிபாட்டையே இறைவழிபாடாக்கினார் இளங்கோவடிகள். குறிஞ்சிப்பாட்டில் தமிழ்மண்ணின் 99 மலர்களை ஆவணப் படுத்தினார் கபிலர். நம் இலக்கியந் தோறும் இயற்கை குறித்த இனிய பாடல்கள் நாம் எவ்வாறு இருத்தலோடு இயைந்து வாழ்ந்தோம் என்பதைக் கோடிட்டுக் காட்டுகிறது. 'மங்கை யொருத்தி மலர்க்கொய்ய' என்கிற நளவெண்பா பாடல், 'தண்டலை மயில்கள் ஆட' என்ற கம்பனின் மருதநிலப் படப்பிடிப்பு ஆகியவை நம்முடைய சுற்றுச்சூழல் உணர்வை வெளிப்படுத்துகின்றன.

- எங்கள் விளைநிலத்தில் விளைந்த தானியத்தை உண்ண வரும் பறவைகளை நான் விரட்டுகிறேன். இங்கு தர்மம் யார் தரப்பில் உள்ளது?

ஏ.லெனின்தாசன், போளூர்.

ஒரு நூலில் வாசித்த செய்தி; சில வம்சாவழியினர் தங்கள் விளைநிலங்களில் பறவைகள் வந்து உண்ணும்போது அவற்றை விரட்டுவதில்லை. அவற்றையும் பங்குதாரர்களாகக் கருதிக் கொள்கிறார்கள். உங்கள் நிலத்தில் பறவைகள் உண்ணும்

தானியத்தின் மதிப்பைவிட அவை உண்ணுகிற நச்சுப் பூச்சிகளின் மதிப்பு அதிகம். எனவே, விரட்டாதீர்கள், மகசூல் இன்னும் அதிகமாகும். சீனத்தில் சிட்டுக்குருவிகளை அழித்த போது ஏற்பட்ட பஞ்சத்தை நினைத்துக்கொள்வோம்.

- ஆண்-பெண் இனக்கவர்ச்சி ஈடுபாடுதான் இவ்வுலகு உயிர்ப்புடன் இருக்கக் காரணம் தானே?

மேட்டுப்பாளையம் மனோகர்,
சென்னை.

மனிதர்களுக்கு மட்டுமல்ல, தாவரங்களுக்கும் இந்தக் கவர்ச்சி அவசியம் என்பதையே அறிவியல் அறிவுறுத்துகிறது.

- ஒருமுறை தாங்கள் ஒரு பேட்டியில் 'பூனையை' வளர்த்து வந்ததையும் கூறியிருந்தீர்கள். அதுபோல் என்னென்ன செல்லப் பிராணிகளை வளர்த்த நிகழ்வுகளைக் கூற இயலுமா?

வீ. ஹரிகிருஷ்ணன், திருச்சி-17.

வீட்டில் அதுவாக வந்து குட்டிபோட்ட பூனையை ஆதரித்து வந்தோம். சின்ன வயதிலிருந்தே நாய்களை வீட்டில் வளர்த்து வருவது தொடர்ந்தது. ஒருமுறை நாயையும், பூனையையும் ஒன்றாக வளர்த்தபோது அவை பகைமை மறந்து விளையாடுவதைப் பார்த்து அதிசயித்தோம். ஆடு ஒன்றையும், கன்று ஒன்றையும் பள்ளிப் பருவத்தில் எங்கள் வீட்டில் வளர்த்தோம். விலங்குகளை நேசிக்கவும், அவற்றின் மனநிலையைப் புரிந்து கொள்ளவும் அப்போதுதான் கற்றுக்கொண்டேன். நாகப்பட்டினத்தில் பணியாற்றும்போது முயல்களை வளர்த்தேன். ஞாயிறு மாலைப்பொழுதுகளில் செல்லமாக கால்களைச் சுற்றி அவை வலம் வரும். ஒருமுறை சந்தையிலிருந்து இறகு கத்தரிக்கப்பட்ட கிளி ஒன்றை வாங்கிவந்து வளர்த்து சிறகுகள் வளர்ந்ததும் வான வீதியில் பறக்கவிட்டு மகிழ்ந்தேன். அடிபட்ட குயில்கள் வீட்டின் அருகே விழும்

போது அவற்றை எடுத்து உணவு கொடுத்து பறக்க விடுவது வழக்கம். கையகப்படுத்தாமல் நேசிக்கக் கற்றுக்கொண்டால் விலங்குகளும், பறவைகளும் நம்மைக்கண்டு பயப்படுவதில்லை.

- பொதுவாக மக்கள் நன்மையான பாதையை விட்டு தீமை வழியைக் கடைப்பிடிப்பதால் இறைவன் இயற்கை மாற்றங்கள், சீற்றங்கள் மூலம் தண்டிப்பதான உணர்வு உலக நடப்புகளினால் தெரிகிறது என்பது சரியா? தவறா? உங்கள் கருத்து என்ன?

ஜான் கிளாட்சன், கிருஷ்ணகிரி.

மனிதன் தோன்றுவதற்கு முன்பே இயற்கைச் சீற்றங்கள் ஏற்பட்டிருக்கின்றன. இமயமலை ஐந்துகோடி ஆண்டுகளுக்கு முன்பு ஏற்பட்ட மாற்றத்தால் உருவாகியிருக்கக்கூடும் என்று வல்லுநர்கள் தெரிவிக்கிறார்கள். எனவே மனிதனுக்கும், சீற்றத்திற்கும் சம்பந்தமில்லை.

- நாம் உணவு உற்பத்தியில் தன்னிறைவு அடைந்து விட்டோமா? இல்லையெனில் தன்னிறைவு அடைய இயற்கை விவசாயமா, சுற்றுச்சூழல் பாதிக்காத ரசாயன உர விவசாயமா? தங்களின் கருத்து.

தாரா ரமேஷ், புதுச்சேரி.

உணவு உற்பத்தியில் தன்னிறைவு என்பது உணவுதானியங்களை மட்டும் வைத்து கணக்கிடப்படுகின்ற ஒன்று அல்ல. அனைவருக்கும் தேவையான புரதம், எண்ணெய் வித்துக்கள், வைட்டமின்கள், தாதுப்பொருட்கள் போன்றவை போதிய அளவிற்கு கிடைக்கிற ஊட்டச்சத்துத் தன்னிறைவே முக்கியமான ஒன்று. அதை அடையாதபட்சத்தில் அது தன்னிறைவாகக் கருத முடியாது. நாம் இன்னும் எண்ணெய் வித்துகளை இறக்குமதி செய்து வருகிறோம். சைவ உணவு சாப்பிடுபவர்களுக்கு இன்னும் போதிய அளவிற்கு பயறு வகைகள் உற்பத்தியாகவில்லை. இந்தச் சூழலில் மக்களுடைய உணவு முறை அதிகப் பழங்களையும், காய்கறிகளையும் உள்ளடக்கியதாக அமைந்தால் மட்டுமே ஊட்டச்சத்தில்

தன்னிறைவை அடைய முடியும். எந்த உணவுப் பொருளையும் இறக்குமதி செய்ய தேவையில்லை என்கிற நிலைமை சிரமமானது. பேரீச்சம்பழம் போன்றவற்றை அரபு நாடுகளில் இருந்துதான் இறக்குமதி செய்ய வேண்டும். ஆனால் அடுத்தவர்கள் தயவை எதிர்பார்த்திருக்காத நிலைமையை உணவுதானியத்தில் இந்தியா அடைந்துவிட்டது. ஏழை எளியவர்களுக்கும் தங்குதடையின்றி இந்த உணவு தானியங்களும், ஊட்டச்சத்துப் பயறுகளும் கிடைக்கும்போதுதான் தன்னிறைவு அடைய முடியும். பொது விநியோகத் துறை இந்தப் பள்ளத்தைத்தான் நிரப்ப முயற்சி எடுத்து வருகிறது. இயற்கை வேளாண்மை என்பது உடனடியாக மேல்மாடிக்கு அழைத்துச்செல்லும் மின்தூக்கி அல்ல. படிகளின் வழியாக அடையக்கூடிய லட்சியம் அது.

- மனித அறிவாற்றலுக்கு சிலர் அதிகாலை நேரத்தைத் தேர்ந்தெடுப்பது ஏன்?

கீதா முருகானந்தம்,
திருவைகாவூர்.

அதிகாலை நேரம் ஆரவாரமில்லாத அமைதியான நேரம். உடலும், உள்ளமும் புத்துணர்ச்சியோடு இருக்கின்றன. இதமான காற்று, பறவைகளின் இசை என மங்களமாக பொழுது புலருகிறது. அப்போது இடைஞ்சலின்றி படிக்கவும், எழுதவும், திட்டமிடவும் முடிகிறது. இரைச்சல் இல்லாத அந்த இனிய பொழுதில் ஒருநொடி இரண்டு நொடிகளின் அடர்த்தியைத் தக்க வைத்திருக்கிறது. அடுத்தவர்கள் வந்து நம் மனநிலையில் எச்சமிடுவதற்கு முன்பு முக்கியப்பணிகளை முடித்துவிடலாம். அதிகாலையில் எழுந்து பிரம்ம முகூர்த்தத்தில் பணிகளை முடிக்கும் பழக்கம் ஹிட்லருக்கு இருந்ததாம். பல எழுத்தாளர்கள் அதிகாலையில் இயங்குவதை நான் பார்த்திருக்கிறேன். நாம் எதற்குப் பழக்கப்படுகிறோம் என்பதே முக்கியம். அறிஞர் அண்ணா இரவு முழுவதும் விழித்திருந்து அதிகாலையில் தூங்குவார். 'ஓரிரவு' நாடகம் ஓரிரவில் எழுதப்பட்டது.

- கோள்களுக்கு விண்கலம் ஏவும் விஞ்ஞான யுகத்தா பூகம்பம், சுனாமி போன்ற பேரிடர்களைத் தடுக்க இயலவில்லையே, அதன்பேர்தான் இறைவனா?

சி. பரமசிவம், பாபநாசம் அஞ்சல்,
தஞ்சாவூர் மாவட்டம்.

கடலுக்குள் ஏற்படும் ஆழிப்பேரலையை மட்டுமல்ல, உடலுக்குள் ஏற்படும் உபத்திரவத்தையும் தவிர்க்க முடியாமல் தானே தடுமாறுகிறோம். விஞ்ஞானம் முன்னெச்சரிக்கை தரலாம். நிவாரணத்திற்குப் பயன்படலாம். தடுக்கப் பயன் படுவது கடினம். அதை நம்பிக்கையில்லாதவர்கள் இயற்கை என்றும், நன்கு படித்தவர்கள் இருத்தல் என்றும், வழிபடு பவர்கள் இறைமை என்று வழிமொழிகிறார்கள்.

- தவளை தன் வாயால் கெடும் என்கிறார்கள். அது எப்படிங்க தன் இயல்பான குணத்தைத்தானே அது வெளிப்படுத்துகிறது?

பாரதிமுருகன்,
மணலூர்பேட்டை.

இயல்பான குணம் அதைப் பாம்பிற்கு உணவாக்கிவிடுகிறது. எல்லா நேரங்களிலும் இயல்பாக இருக்கக் கூடாது. சிலவற்றை சில இடங்களில் சில நேரங்களில் அடக்கி வாசிப்பதே நல்லது என்று இந்தப் பழமொழி உணர்த்துகிறது. ஆண் தவளைகள் பெண் தவளைகளுக்கு சமிக்ஞை செய்யவே ஒலியெழுப்பு கின்றன. மத்திய அமெரிக்காவிலிருக்கும் ஒரு வெளவால் ஃபைசாலிமஸ் என்கிற தவளையை விரும்பி உண்ணும். சத்தத்தை வைத்தே தவளை இருக்கும் இடத்தைக் கண்டு பிடிக்கும். எந்தத் தவளை சத்தமாக ஒலியெழுப்புகிறதோ அது கொழுத்தும், சதைப் பிடிப்போடும் இருக்கும் என்று அதிக சப்தம் எழுப்பும் தவளையையே குறி வைக்கும். இது அத்தவளைக்கு மிகப் பெரிய பிரச்சினை. இனத்தைக் கவர சத்தமாக ஒலியெழுப்ப வேண்டும். அதே நேரத்தில் பசியோடு

இருக்கும் வௌவாலுக்கு உணவாகும் அபாயமும் இருக்கிறது. தேவையில்லாமல் சப்தம் செய்வது மனித இனம் மட்டுமே. இயற்கையில் நடக்கும் ஒன்றை மனிதர்கள் வாழ்விற்கு உதாரணமாக்கிக் காட்டுவது இலக்கியத்தில் தற்குறிப்பேற்ற அணி என்ற வகையைச் சாரும். ஆங்கிலத்தில் Pathetic Fallacy என்று குறிப்பிடுவார்கள்.

- ***சிட்டுக்குருவி தன் சின்னஞ்சிறிய அலகால், வீட்டுமுன்பு மாட்டப்பட்டிருக்கும் நிலைக் கண்ணாடியையோ, காரின் பக்கக் கண்ணாடியையோ கொத்திக் கொண்டிருக்கும் அழகியல் காட்சியைக் கண்மூடி ரசித்திருக்கிறீர்களா? பறவையின் அச்செய்கைக்கு பின்னால் இருக்கும் அறிவியல் உண்மை என்ன? விளக்குங்கள்.***

அ.செ.நாகராஜன்,
அய்யம்பாளையம்.

எல்லா உயிரினங்களும் தன் பிரதிபலிப்பைப் பார்த்து வேறொரு நாய் என்றோ, காகம் என்றோ, குருவி என்றோ நினைத்து அதன் மீது மோதுவதையே வழக்கமாகக் கொண்டிருக்கின்றன. டால்பின்கள் மட்டுமே மனிதர்களைப் போல பிரதிபலிப்பை அடையாளம் காணுமளவு நுண்ணறிவு படைத்தவை.

- ***டோபர்மேன் ஸ்பின்சர், ரூட்வில்லர், காவல்துறையில் பணியாற்றுகிற நாய்கள் போன்ற உயர்ரக நாய்களுக்கு மட்டும் ஏன் வாலை வெட்டுகிறார்கள்? அதுவும் ஒரு உறுப்புதானே. ஆனால் நாட்டு நாய்களுக்கு வெட்டுவதில்லையே? (ராச பாளையம், கன்னி, சிப்பிப்பாறை, கோம்பை) அதனால் என்ன பலன்? இதில் ஏதேனும் அறிவியல்ரீதியான காரணங்கள் உண்டா? சற்று விளக்கினால் நன்றய்யா***

கோ. சரவணன், அம்மாப்பேட்டை,

இந்நாய்களின் தோற்றத்தை அழகாக்கும் பொருட்டு இப்படி வாலை ஒட்ட வெட்டுகிறார்கள். நாய்க் கண்காட்சியில் கலந்து கொள்ளும்போது அவை பரிசு பெறுவதற்கு இப்படிப்பட்ட

செயல்களைச் செய்கிறார்கள். காதுகளைக் கத்தரிப்பதும் உண்டு. அமெரிக்கா, ஜப்பான், ரஷ்யா போன்ற நாடுகளில் இது பழக்கமாக கருக்கிறது. பல ஐரோப்பிய நாடுகளிலும், ஆஸ்திரேலியாவிலும் இது சட்ட விரோதம். யாராவது வாலை வெட்டினால் அவர்கள் வாலை நறுக்கிவிடுவார்கள். இந்தியாவிலும் இப்போது வால் வெட்டப்பட்ட நாய்களை கண்காட்சிகளில் அனுமதிப்பதில்லையாம். மற்றபடி இதற்கு தத்துவப் பின்னணியெல்லாம் இல்லை. அந்த நாய் தன்வாலை தானே கடித்துக்கொள்ளும், தன்மீது திணிக்கப்பட்டதாகக் கருதும் என்பதெல்லாம் சரியில்லை என்கிறார்கள் கால்நடை வல்லுனர்கள்.

- ***தாய்மை – பெண்மை என்ன வித்தியாசம்?***

பாரதிமுருகன், மணலூர்பேட்டை.

முதல் பிரசவத்தின்போது குழந்தை மட்டும் பிறக்கவில்லை, தாயும் பிறக்கிறாள். தாய்மை என்பது மனிதருக்கு மட்டுமல்ல; மற்ற உயிர்களுக்கும் உள்ள உணர்வு. சில நேரங்களில் தாயுள்ளம் ஆண்களுக்கும் இருப்பதுண்டு. பெண்மை உடலோடு தொடர்புடையது. தாய்மை உள்ளத்தோடு நெருங்கியது. தன் குழந்தைக்குப் பால் கொடுத்துவிட்டு இறந்துபோன இன்னொரு குழந்தைக்குப் பாலூட்டுகிற தாய்மார்களின் தாய்மை இறைமையைத் தொடுவது. தன்னைக் கடிக்க வரும் நாய்களின் குட்டிகளுக்குப் பால் கொடுக்கிற பன்றிகளைப் பார்த்திருக்கிறேன். இனத்தைத் தாண்டி ஊற்றெடுப்பதே உண்மையான தாய்மை.

- ***இந்தியாவில் பிறக்க புண்ணியம் செய்திருக்க வேண்டும் என என் நண்பன் கூறுகிறான், உண்மையா?***

ஆர்.கே.லிங்கேசன்,
மேலகிருஷ்ணன் புதூர்.

பிறப்பு என்கிற உயிரியல் விபத்தில் பாவ புண்ணியங்களுக்கு இடமில்லை. அறிவியல்ரீதியாக அது ஒரு தற்செயல் நிகழ்வு.

- மரம் வளர்ப்போம் மழை பெறுவோம் என்று கூறுகிறார்கள். ஆனால் மரமே இல்லாத சென்னையில் வரலாறு காணாத மழை பெய்துள்ளதே எவ்வாறு? அப்படியெனில் மழைக்கும் மரத்திற்கும் தொடர்பு உண்டா? இல்லையா?

தங்கம் கணேசன்

சென்னையில் மரங்களே இல்லை என்பது மிகைப்படுத்தப் பட்ட கூற்று. மண் சார்ந்த மரங்கள் அதிகம் இல்லை என்று வேண்டுமானால் சொல்லலாம். மழை என்பது பெய்கிற அளவு மட்டுமல்ல. அடர்த்தியும் இடைவெளியும் நிச்சயத்தன்மையும் நம்பகத்தன்மையும் சேர்ந்தே பெய்வது கொடுக்கிற மழையா இல்லை கெடுக்கிற மழையா என்பதைத் தீர்மாணிக்கிறது. மரங்கள் அதிகம் இருக்கும் பகுதியில் மழை தவறாமல் பெய்யும். ஆண்டு முழுவதும் அது பொழியும். மண்ணில் இருக்கும் மரங்கள் அந்த நீரைத் தக்கவைத்துக் கொண்டு வறட்சியான காலங்களில் அவற்றைக் கசியவிடும்போது அருவிகளும், ஓடைகளும் வற்றாமல் ஓடும். மண்ணரிப்பு குறையும். நிலத்தின் சத்து அதிகரிக்கும். காற்றின் வேகம் தடுக்கப்படும். மரமில்லாத இடங்களில் பெய்கிற மழை வைத்தால் குடுமி, மழித்தால் மொட்டை.

இனிய இறையன்பு

9. தத்துவம்

- ***எது விஷமம்?***

கே. பிரபாவதி, மேலகிருஷ்ணன்புதூர்.

விஷயம் திரிந்தால் விஷமம்.

- ***ஒருவர் பொய் பேசுகிறார் என்பதை அவரது கண்களே காட்டிக் கொடுத்துவிடும் என்பது உண்மையா?***

மு. மதிவாணம், அரூர் - 636 903.

கண்களை நேருக்குநேர் பார்ப்பதை பொய் பேசுபவர்கள் தவிர்ப்பார்கள். தரையைப் பார்த்துக்கொண்டோ, மோட்டு வளையைப் பார்த்துக்கொண்டோ பேசுவார்கள். கண்களைச் சந்திப்பதை விரும்ப மாட்டார்கள். அவர்களையும் அறியாமல் வாயை நோக்கியோ, காதை நோக்கியோ கைகள் நீளும்.

இவையெல்லாம் எப்போதாவது பொய் பேசுபவர்களுக்கு மட்டுமே பொருந்தும். அதையே வாழ்க்கையாகக் கொண்டவர்களுக்கு இதெல்லாம் செல்லுபடியாகாது.

- ***காதல் மற்றும் கலப்புத் திருமணங்கள் சொர்க்கத்தில் நிச்சயிக்கப்படுவதில்லையா?***

சி. கார்த்திகேயன், சாத்தூர் - 626 203.

காதலும், திருமணமும்தான் சொர்க்கத்தை நிச்சயிக்கின்றன. சொர்க்கம் என்பது இடமல்ல. அது ஒரு மனநிலை. நாம்தான் நமக்கான சொர்க்கத்தையோ, நரகத்தையோ உருவாக்கிக் கொள்கிறோம் என்கிற இழந்த சொர்க்கத்தில் வரும் மில்டனின் வரிகள் ஆழமானவை.

- ***தோல்விகளில் காதல் தோல்வி மட்டும் மிகைப்படுத்தப்படுவது ஏன்?***

தாமஸ் மனோகரன்,

காதல் ஒற்றை வினா கொண்ட தேர்வு என்பதால்.

- ***நல்ல நண்பர்களாக இருப்பவர்கள்கூட சில சூழ்நிலைகளால் பிரிந்துவிடுகிறார்களே! தொடர்ந்து நல்ல நட்பை பேணுவது எப்படி?***

கா. இராஜசேகர், மங்களபுரம்.

எதையும் எதிர்பார்க்காமல் பழக வேண்டும். நண்பன் எல்லாவற்றையும் ஏற்றுக்கொள்வான் என்கிற எக்கச்சக்க உரிமையை எடுத்துக்கொள்ளக்கூடாது. அப்போது நட்பு நீடிக்கும். மரங்களின் இலைகளைப்போல நண்பர்கள் வாய்க்க முடியாது. கைகளின் விரல்களைப்போல அவர்கள் அமைந்தால் நாம் பாக்கியசாலிகள். உண்மையான நண்பர்கள் எதற்கும் காயப்படமாட்டார்கள். நல்ல மனிதர்கள் நண்பர்களை மறந்தும் காயப்படுத்தமாட்டார்கள்.

- ***பக்தி சரி, அதென்ன பயபக்தி?***

மு. மதிவாணன், அரூர் - 636 903.

காதலாகிக் கசிந்து உருகுவது பக்தி. கதை கந்தலாகி விடுமோ என நடுங்கி வணங்குவது பயபக்தி. பயம் இருக்கிற இடத்தில் அன்பு ஒருபோதும் உண்டாக முடியாது.

- ***அறிவுஜீவிகள் பெரும்பாலும் பிற்போக்குவாதிகளாகவே இருப்பதற்கு என்ன காரணம்?***

எஸ். அர்ஷத் ஃபயாஸ், குடியாத்தம்.

அதிகம் படிக்கும்போது கடன் வாங்கிய கருத்துகளால் நிரப்பப் படுகிற அபாயம் உண்டு. அது சுய சிந்தனையையும், படைப் பாக்கத் திறனையும் மழுங்கடிக்கச் செய்யலாம். ஆனால் எல்லோரையும் இந்தப் பொது வாக்குமூலத்தில் இணைத்துவிட முடியாது. உலகத்திலேயே அதிகம் படித்த அறிவுஜீவிகளான அம்பேத்கரும், கார்ல் மார்க்சும் அப்படிப்பட்டவர்களா?

- ***நாம் எதைத் தொலைத்து விட்டு எதைத் தேடுகிறோம்?***

த. சிவாஜிமூக்கையா, தர்காஸ்.

தேடுவதைத்தான் தொலைக்கிறோம்.

- ***இந்த உலகத்தின் அவலங்களை நம்மால் மட்டும் தீர்த்து வைப்பது என்பது நடவாத காரியம்தானே?***

அ. ராஜா ரஹ்மான், கம்பம்.

நபிகள் நாயகம் கூறுவதைப்போல செயலால் தீர்க்க முடியா விட்டாலும் எண்ணத்தால் தீர்க்க வேண்டும் என நினைப்பதும் ஓர் உயர்ந்த பண்பே. இப்படி நிறையப்பேர் எண்ணத் தொடங் கினால் அது செயலாக மாறி செழுமையை ஏற்படுத்தும். வலுவான எண்ணங்கள் வலிகளைக் குறைக்கும், வழிகளைத் திறக்கும்.

- ***பச்சை துரோகம் என்பது எது சார்?***

சி. குப்புசுவாமி, சங்கராபுரம், சென்னை.

செய்த நன்றியின் ஈரம் காய்வதற்குள் கெடுதல் செய்வதே பச்சைத் துரோகம்.

- நேர்மைக்கு கிடைக்கும் பரிசு வறுமையா?

  அ. குணசேகரன், புவனகிரி.

  பரிசுகளை எதிர்பார்த்தால் அது நேர்மையல்ல.

- ஆசிரியர், மருத்துவர், விஞ்ஞானி - இம்மூவரையும் ஒப்பிடுங்களேன்.

  அ. முரளிதரன், மதுரை-3.

  தாயின் கருவறையின் கதகதப்பை தரணியில் உருவாக்க முயல்பவர் விஞ்ஞானி. வகுப்பறையை கருத்துகளின் கருவறையாக்க முற்படுபவர் ஆசிரியர். கருவறையிலிருந்து கல்லறைக்குச் செல்லும் காலத்தை நீட்டிப்பவர் மருத்துவர்.

- நம் பிறப்பிற்கு முந்திய நிலை என்ன? இறப்பிற்குப் பிந்திய நிலை என்ன?

  எஸ்.சோமசுந்தரம், கும்பகோணம்.

  மரணத்தைக் கண்டு பயப்படும் மனிதர்களுக்கு ஆறுதலாகச் சொல்லப்பட்ட சமாதானம் ஆத்மா.

- பைபிளுக்கு அடுத்து உலகில் அதிக மொழிகளில் மொழி பெயர்க்கப்பட்ட நூல் நமது அறநூலான திருக்குறள். திருக்குறளை எழுதிய திருவள்ளுவர் மயிலாப்பூரைச் சேர்ந்தவரா? கன்னியாகுமரி மாவட்டத்தைச் சேர்ந்தவரா? அவரைப் பற்றிய செய்திகளில் ஏன் முரண்பாடு?

  உமாதேவி பலராமன், திருவண்ணாமலை.

  உலகுக்கே சொந்தமானவரை ஓர் ஊரில் ஏன் அடைக்க வேண்டும்.

- அறிவாளியும் கோட்டைவிடும் இடம் எது?

  வண்ணை கணேசன், சென்னை - 110.

  கோட் ஸ்டாண்ட்.

- நல்ல நட்பை அடையாளம் காண்பது சுலபமா?

  த. சிவாஜி மூக்கையா, சென்னை - 44.

மகிழ்ச்சி வருகிறபோது அவர்கள் உடல்மொழியைப் பார்த்து அறிந்து கொள்ளலாம். துயரம் வருகிறபோது அவர்கள் குரல்மொழியைப் பார்த்துப் புரிந்து கொள்ளலாம்.

- **கடவுள் இருக்கின்றாரா உங்கள் பார்வையில்?**

அ. குணசேகரன், புவனகிரி.

நாம் எதைக் கடவுள் என்று சொல்கிறோம் என்பதைப் பொருத்துத்தான் இதற்கான விடையும் அமையும்.

- **தானம் – தர்மம் எது சிறந்தது?**

சி. கார்த்திகேயன், சாத்தூர்.

கேட்டால் கொடுப்பது தர்மம், கேட்காமல் கொடுப்பது தானம்.

- **சிறைச்சாலை, பள்ளிக்கூடம் – இரண்டுக்கும் என்ன வேறுபாடு?**

அ. முரளிதரன், மதுரை

இரண்டிலும் சீருடை உண்டு. இரண்டை விட்டு வெளியேறும் போதும் உள்ளேயிருந்தவர்களுக்கு அளவற்ற மகிழ்ச்சி ஏற்படுகிறது. சில பள்ளிகளில் கடைசி மணி அடிக்கும்போது மாணவர்கள் சிறைச்சாலையிலிருந்து தப்பியோடுவதைப் போல ஆனந்தத்துடன் ஓடிவருவதைப் பார்க்க முடிகிறது. சிறைச்சாலைக்குத் திருட்டுப்பட்டத்துடன் உள்ளே செல்கிறான். கல்விச் சாலையைவிட்டு படித்த பட்டத்துடன் வெளியே வருகிறான். இதுதான் வேறுபாடு.

- **வாழ்க்கைக்கு நோக்கமும், லட்சியமும் அவசியமா?**

சூரியசீனிவாசன்

நோக்கமும், லட்சியமும் ஒரு பொருள் கொண்டவைதாம். நோக்கமில்லாத வாழ்க்கை துடுப்பில்லாத படகு, உடுப்பில்லாத உடல், தடுப்பில்லாத வீடு, அடுப்பில்லாத சமையலறை, படிப்பில்லாத பள்ளி, பல் இல்லாத பாம்பு, நங்கூரம் இல்லாத கப்பல், வேர் இல்லாத மரம், தேர் இல்லாத கோயில், சேறு இல்லாத வயல், நார் இல்லாத தென்னை, பேரில்லாத மனிதன், பெருமையில்லாத வாழ்க்கை.

வெ. இறையன்பு

- ***கசப்பான உண்மை எது?***

தாமஸ் மனோகரன், புதுச்சேரி.

செயற்கைக் காற்றால் பலூனைப்போல உப்பியிருக்கும் நம் தன்முனைப்பை குண்டூசியால் குத்தி இதுதான் நீ என்று உணர வைக்கும் அத்தனை உண்மைகளும் கசப்பானவையாகவே இருக்கின்றன. பாகைப்போல இனிக்கிற பொய்களைவிட பாகலைப்போல கசக்கிற உண்மைகள் உள்ளத்திற்கு நல்லவை.

- ***உண்மையின் தொடக்கப் புள்ளி எது?***

தாமஸ் மனோகரன், புதுச்சேரி.

பொய்.

- ***நாங்கள் தங்களின் படைப்புகள், சிறப்புரைகள் - இவைகளை படித்தும் கேட்டும் வருபவர்கள். நம்முடைய எதிரி நாடான சீனாவின் அறிஞர்களைப் பற்றி - அவர்களின் வாழ்க்கை, பொன்மொழிகள் - இவைகளை நீங்கள் ஒருவர் தான் அதிகம் பயன்படுத்தி வருகிறீர்கள். சீனாவின் மேல் உங்களுக்கு ஏன் இவ்வளவு ஈடுபாடு? அன்பு?***

சன். சண்முகம், 117, பைபாஸ் சாலை,
திருவண்ணாமலை 606 601.

பின்பற்ற வேண்டிய நெறிகள் எங்கிருந்தாலும் அவற்றை மேற்கோள் காட்டுவது என்னுடைய பணி, பாணி. சீனக் கருத்துகளைப் பயன்படுத்துவேனே தவிர சீனப் பொருட்களை அல்ல. சென்றிடுவீர் எட்டுத் திக்கும் என்று பாரதியும் அதைத் தானே பரிந்துரைத்தார். அராபியக் கதைகளையும், ஜப்பானிய ஜென் தத்துவங்களையும், ரஷிய சிறுகதைகளையும், கிரேக்கப் புனைவியலையும், ஆங்கில நாடகங்களையும்கூட நான் அதிகம் பயன்படுத்தி வருகிறேன். அதே நேரத்தில் திருக்குறளையும் மேலாண்மையையும் ஒப்பிட்டு ஆங்கிலத்தில் நூல் ஒன்றை வெளியிட்டு இருக்கிறேன். இப்போது திருவள்ளுவரையும் ஷேக்ஸ்பியரையும் ஒப்பிட்டு நான் பெற்ற இரண்டாம்

முனைவர் பட்ட ஆய்வு நூலாக வரப்போகிறது. பௌத்தம் இந்தியா சீனத்திற்கு அளித்த கொடை. அதைப்போலவே நம்மிடமிருந்துதான் ஜென்னும் பத்து காளைகளும் என்கிற தத்துவப் படங்கள் சீனத்திற்குச் சென்றன. அவர்கள் அதை அகவயப்படுத்திக் கொண்டார்கள். சீனமும் இந்தியாவைப் போலவே மகத்தான தேசம். அங்கிருந்து யுவான் சுவாங், ஃபாகியான் போன்றவர்கள் இந்தியாவிற்கு வந்து நம்முடைய தத்துவ நூல்களைத் தத்தெடுத்துச் சென்றார்கள். உலகத்திற்கு காகிதம், அச்சு, திசைகாட்டி, வெடிமருந்து போன்றவற்றைப் பங்களிப்பு செய்தவர்கள் சீனர்கள். தாவோவில் ஒரு வாசகம் உண்டு. கடல் பரந்தும் விரிந்தும் இருப்பதற்குக் காரணம் அது தாழ்வாகவும் அனைத்து நீரையும் ஏற்றுக்கொள்ளும்படியும் இருப்பதுதான் என்று. அதைப்போல நாம் கடலாக விரிய சீன நதிகளும் சங்கமிக்க இடம்தர வேண்டாமா?

- **நாம் ஏன் காதலை சொற்களால் வெளிப்படுத்த முடிவதில்லை?**

ராஜா, மேற்கு மாம்பலம், சென்னை.

பரிணாம வளர்ச்சி மனித மூளையில் நியோகார்டஸ் என்கிற பிரத்யேகமான பகுதியை உருவாக்கியது. ஹோமோசேப்பியன்ஸ் என்று அழைக்கப்படுகிற நாம் சிந்திக்கும் மனிதனாக ஆனதற்கு அந்தப் பகுதிதான் காரணம். அந்தப் பகுதியே ஒன்றைப் பகுத்தறிவதற்கும் ஆராய்ந்து பார்ப்பதற்கும் மொழிக்குமான மூலாதாரம். நடுவில் லிம்பிக் மூளை என்கிற ஒன்று இருக்கிறது. அது நம் உணர்ச்சிகளுக்குக் காரணம். நம் நடத்தையையும் முடிவெடுப்பதையும் அந்தப் பகுதியே முன்மொழிகிறது. ஆனால் அந்தப் பகுதிக்கு மொழியைக் கட்டுப்படுத்தும் ஆற்றல் இல்லை. காதல் என்பது அந்தப் பகுதியோடு தொடர்புடையது. எனவே, நாம் ஒருவரை நேசிக்கும்போது அவரை ஏன் நேசிக்கிறோம் என்பதை எடுத்துச் சொல்லவோ, பின்னர் திருமணம் ஆனபிறகு அவரைப்போய் ஏன் திருமணம் செய்து கொண்டோம் என்று விளக்க முடியாமல் போவதற்கும் அந்தப் பகுதியே காரணம்.

- அமைதிக்கும் மௌனத்திற்கும் என்ன வேறுபாடு?

  குணசேகரன்,
  தொல்காப்பியர் முனை, தஞ்சாவூர்.

  பேசாமல் இருத்தல் என்பது பேச ஆசையிருந்தும் கட்டுப் படுத்திக் கொள்வது.

  சும்மா இருத்தல் என்பது பதற்றமோ சலனமோ இல்லாமல் இருப்பது.

  பதற்றம் நம்மைப் பாதிக்காமல் இருக்கும் நிலையே சாந்தமாக இருப்பது.

  அமைதி என்பது புலன்கள் அனைத்தும் ஒரே தாளகதியில் செயல்படும் ஆக்கப்பூர்வமான மனநிலை. புறவய நிகழ்வு களைப் பொருத்தும் அது அமைவது. மௌனம் என்பது சிந்தனைகள் இலலாமல் இருப்பது. உண்மையான மௌனமே நீடித்த அமைதிக்குக் காரணம் என்கிறார் அரவிந்தர்.

- நீங்கள் இறக்கும் தருவாயில் இருக்கும்போது கடைசியாகச் சொல்லும் வார்த்தை என்னவாக இருக்கும்?

  ராஜேஷ்குமார் எல்.எஸ்.,
  பள்ளிப்பாளையம்..

  அந்த நேரத்தில் நீங்கள் எதிரே நின்றால் 'வாருங்கள் துணைக்கு' என்பேன்.

- மனிதன் எப்போது கேள்வி கேட்பதை நிறுத்திக்கொள்வான்?

  மு. தீனதயாளன், தஞ்சை.

  சரியான கேள்வியைக் கண்டறியும்போது. ஏனென்றால் சரியான கேள்வியில் அதற்கான பதிலும் அடங்கியிருக்கிறது. அந்தக் கேள்வியை அடுத்தவரிடம் கேட்டுப் பயனில்லை. தனக்குத் தானே கேட்டுக் கொண்டு தெளிவு பெற வேண்டியது அது.

- இறையன்பு, மனித அன்பு – எது மேல்?

  டி.கே. மோகன், சென்னை - 92.

இனிய இறையன்பு

மனித அன்பு இல்லாவிட்டால் இறையன்பு சாத்தியம் இல்லை. யாரையும் நேசிக்காமல் இருப்பதல்ல; மாறாக, பேதமின்றி மானுடம் முழுமைக்கும் அன்பை வாரி வழங்குவதே உண்மையான துறவு.

- ***பாவத்தின் சம்பளம் மரணம் என்கிறார்களே சரியா, மன்னிப்பே இல்லையா?***

வி. கார்மேகம்,
53பி, அண்ணாநகர், தேவகோட்டை.

தவறுக்கு மன்னிப்பு உண்டு, பாவத்திற்கு இல்லை என்கிற பொருளில் மக்களை எச்சரிப்பதற்காக உச்சரிக்கப்படும் வாசகம் அது.

- ***அரசன் அன்று கொல்வான், தெய்வம் நின்று கொல்லும் என்கிறார்களே இதைப்பற்றி தங்கள் கருத்து? –***

த.சிவாஜிமூக்கையா, தர்காஸ்

குற்றவாளிகள் தப்பிக்கும்போது இதுபோன்ற கூற்று நமக்கு நாமே அளித்துக்கொள்ளும் ஆறுதல்.

- ***மௌனம் சம்மதத்தின் அறிகுறியா?***

பி. கோபி, கிருஷ்ணகிரி.

இல்லை. பல நேரங்களில் மௌனம் சகிப்புத்தன்மையை அடையாளமாகவும், கையாலாகாத்தனத்தின் அடையாள மாகவும், பலவீனத்தின் குறியீடாகவும் இருந்துவிடுகிறது.

- ***பணம் கையில் வந்தவுடன் மக்கள் முதலில் மறப்பது எதை?***

த.சிவாஜிமூக்கையா, தர்காஸ்.

கடன் கொடுத்தவர்களை.

- ***அழகுள்ள பெண்கள் ஆணவத்துடன் இருப்பார்கள் என்று கூறுவது?***

வண்ணை கணேசன் சென்னை.

அழகற்றவர்கள் பரப்பிய வதந்தி இது.

- அன்பால் ஒளிரும் அழகின் பெருமிதம் பற்றி தங்கள் கருத்து?

கோ. தியாகராஜன்,
நாகப்பட்டினம் மாவட்டம்.

அழகு என்பது அருவக் கோட்பாடு. அதனால்தான் அது இடத்துக்கு இடம் வேறுபடுகிறது, இனத்துக்கு இனம் மாறுபடுகிறது. ஆனால் எல்லோரும் புன்னகைக்கும்போதும், கண்களில் அன்பு ததும்பும்போதும் அழகாக இருக்கிறார்கள். எவ்வளவு அழகு வாய்ந்தவர்களும் கோபப்படும்போதும், பற்களைக் கடிக்கும்போதும் விகாரமாகி விடுகிறார்கள். கோபப்படுகிறபோது குழந்தைகள் மட்டுமே அழகாகத் தோன்றுகிறார்கள். அதற்குக் காரணம் அவர்களே கோபமாக மாறிவிடுவதாலும், அந்தக் கோபம் கண நேரத்தில் மறைந்து விடுவதாலும். நிஜமான கோபம் நிழலான புன்னகையைவிட மேன்மையானது. அது அக்கறையால் வருவதே தவிர, ஆத்திரத்தால் அல்ல.

- 'பொறுமை கடலினும் பெரிது' என்கிறார்களே! அதன் உண்மைப் பொருள் என்ன?

கா. இராஜசேகர், மங்களபுரம்.

கடல் தன்னிடம் வருகிற அத்தனை நீரையும் அரவணைப்பது போல பொறுமையுள்ளவர்கள் தமக்கு நிகழ்கிற அனைத்தையும் மறுப்பு இல்லாமல் ஏற்றுக் கொள்வதால். தூய நீரை ஆவியாக்கி மழை பொழியச் செய்கிற கடலைப் போல துன்பங்களைத் தாங்கள் ஏற்றுக்கொண்டு இனிமையையே அடுத்தவர்களுக்கு விநியோகிப்பார்கள்.

- உயிர் நீத்தவரை காலமானார்; இயற்கை எய்தினார்; இறந்து விட்டார்; செத்துப்போனார்; மரணமடைந்தார் எனப் பல சொற்களில் குறிப்பிடுவது குறித்து...?

ச.ஆ. கேசவன், இனாம் மணியாட்சி.

இறந்து விட்டார் என்ற உண்மையை ஏற்க மறுப்பதால் இத்தகைய இடக்கரடக்கல். (Euphemism)

- **உங்கள் மனதுக்குள்ளே இருக்கும், பதில் இல்லாத கேள்விகள் உண்டா?**

மேட்டுப்பாளையம் மனோகர்,
சென்னை - 18.

விடை தெரியாத கேள்விகளுக்கு பதிலைத் தேடும் முயற்சியில் தொடர்வதே இவ்வாழ்க்கை.

- **ஒவ்வொருவரின் வெற்றிக்கும் பின்னால் ஒருவர் இருப்பதாகச் சொல்வார்கள், உங்களின் வெற்றிக்கு உந்து சக்தியாக இருந்தவர்கள் யார்?**

கா. இராஜசேகர், மங்களபுரம்

என் தோல்விகளுக்குப் பின்னால் நான் மட்டுமே இருக்கிறேன். வெற்றி விளைந்த பிறகு யார் இருந்தார்கள் என்று சொல்வேன்.

- **புத்தர் பெருமான் கற்பித்த வாழ்வியல் நெறிகள் எட்டினையும் கடைப்படித்து நடந்துவரும் என்னை இந்த சமுதாயம் மிகவும் கேவலமாக எடைபோடுகின்றது. இந்த நிலையின் நான் முன்னேற என்ன செய்ய வேண்டும் என்பதை உங்கள் அனுபவத்தின் மூலம் அறிந்துகொள்ள விரும்புகின்றேன்.**

இரா. நாகராஜன், எண்.57-1/8, 7வது வீதி,
காமராஜர் நகர், திருநெல்வேலி மாவட்டம்

ஒரு லட்சம்பேர் சொன்னாலும் ஒரு பொய் உண்மையாகாது என்றும் புத்தர் உபதேசித்திருக்கிறாரே, அதை மனத்தில் வையுங்கள். நாம் சரியாக இருக்கும்போது அடுத்தவர்கள் விமர்சனத்திற்காக அஞ்சவோ, ஆதங்கப்படவோ வேண்டிய அவசியம் இல்லை. இதைத்தான் எப்போதும் நான் செய்து வருகிறேன்.

- ***ஆபாசம், கவர்ச்சி என்ன வேறுபாடு?***

அ. முரளிதரன், மதுரை-3.

கவர்ச்சி நம் உடம்பில் அழகு சேர்க்கிறது. ஆபாசம் அடுத்தவர் மனத்தில் அழுக்கு சேர்க்கிறது.

- ***சராசரி மனிதன் முன்னுக்கு வர எளிய வழி?***

கே. பரபாவதி, மேலகிருஷ்ணன்புதூர்,
கன்னியாகுமரி மாவட்டம்.

சராசரி என்பதே சரியல்ல. அப்படி ஒருவர் யாரும் இல்லை. சராசரி என்பது புள்ளியியலுக்குப் பொருந்தும். புள்ளிகளுக்குப் பொருந்தாது. ஒவ்வொரு மனிதனும் ஒவ்வொரு வகையில் மேம்பட்டவனாகத் திகழ்கிறான். அவனுக்கான பாதை எதுவென அறிந்து பயணப்பட்டால் இலக்கு சமீபக்கிறது. இனிமையும் சாத்தியமாகிறது.

- ***தங்களின் வெற்றிக்குப் பின்னால் இருக்கும் தங்கள் குடும்பத்தினர் பற்றி கூறுங்களேன்?***

அ. குணசேகரன், புவனகிரி.

சுயசரிதைக் குறிப்புகளை வழங்குவதற்கான வாய்ப்பாக இதை நான் கருதவில்லை.

- ***புரிதல் இல்லாத ஒரு வாழ்க்கை வாழ்பவர்கள் பற்றி?***

பாரதிமுமுகன்,
மணலூர்பேட்டை.

வாழ்க்கை என்பதே புரியாத புதிர்தான். நாம் வாழ்ந்து கொண்டிருப்பது அதைப் புரிந்துகொள்வதற்கான முயற்சியே. ஞானிகள் மட்டுமே அதைக் கச்சிதமாகப் புரிந்து வைத்திருப் பார்கள், அது புரியாத புதிர் என்று. அதனால் அவர்களுக்குக் குழப்பங்கள் ஏற்படுவதில்லைல.

- **நாளை என்பது . . . ?**

எம். சம்பத், முல்லைநகர்,
வேலாயுதம்பாளையம்,
கரூர் மாவட்டம்.

'நேற்று என்பது இறப்பை வென்ற முயற்சி, நாளை என்பது பிறப்பு வளரும் தொடர்ச்சி' என்று கலீல் கிப்ரான் குறிப்பிடு கிறார். நாளை என்பது இல்லவே இல்லை. அது வருகிறபோது இன்றாகவே வருகிறது என்பது வாழ்வியல் முதிர்ச்சி.

- **ஏட்டறிவு, பட்டறிவு, பகுத்தறிவு இவற்றில் எது சார் முக்கியம்?**

செ. சத்தியேந்திரன், நூலகர்,
செல்வம் கல்லூரி (தன்னாட்சி),
நாமக்கல் - 637 003.

ஏட்டறிவு வாசல்வரை அழைத்துச் செல்லும்; பட்டறிவு இருக்கையில் அமர வைக்கும். பகுத்தறிவு இருப்பைத் தொடர வைக்கும்.

- **கடவுள் இருக்கா, இல்லையா?**

வேலுநாயக்கர்.

நாயகன் படத்தின் 'நீங்கள் நல்லவனா? கெட்டவனா?' என்கிற கேள்வி மாதிரி இருக்கிறது. கடவுள் மறுப்புக் கொள்கை கொண்ட நாட்டில் நடந்த ஒரு சம்பவம் நினைவுக்கு வருகிறது; விண்வெளிக்கு அனுப்பப்பட்டார் ஒரு விஞ்ஞானி. அவர் திரும்பி வந்ததும் அந்நாட்டு அதிபரைச் சந்தித்தார். "கடவுளைப் பார்த்தீர்களா?" என்றார் அதிபர். "ஆம்" என்றார் விஞ்ஞானி. "கடவுள் இருக்கிறார் என எனக்கும் தெரியும்; ஆனால் யாரிடமும் உண்மையைச் சொல்லிவிடாதீர்கள்" என்றார் அதிபர்.

மறுநாள் அவ்வூர் மதகுருவைச் சந்தித்தார். அவர் "கடவுளைப் பார்த்தீர்களா?" என்றார் "இல்லையே" என்றார் விஞ்ஞானி.

"எனக்கும் கடவுள் இல்லை என்பது தெரியும். ஆனால் யாரிடமும் இதைச் சொல்லிவிடாதீர்கள்" என்றார் மதகுரு. எனவே தேடுங்கள்; தென்படலாம்.

- அதிகாரம் உள்ள மனிதனுக்கு ஆணவம் தேவையா?

குடந்தை கீதா (எழுத்தாளர்),
பி/14-6 வீட்டு வசதி வாரியம்,
மருத்துவர் மூர்த்தி சாலை,
தஞ்சை மாவட்டம்.

அதிகாரம் உள்ளவர்களுக்குத் தேவை ஆவணம், ஆணவம் அல்ல.

- 77 வயது முதியவர் 47ஆவது முறையாக 10ஆம் வகுப்பு தேர்வு எழுதுவது விடாமுயற்சிக்கு சிறந்த உதாரணம்தானே?

வாசுதேவன், ஐரொலிநவி,
மும்பை - 400 708.

விடாமுயற்சி எழுதுவதில் இல்லை. தேறுவதில் இருக்கிறது.

- தேர்தல் வரமா? சாபமா?

திரு டி. சந்திரன், ஈரோடு.

வரங்களையே சாபமாக்காமல் இருப்பது தவம் இருப்பவர்களின் தன்மையைப் பொருத்தது.

- ஒட்டுமொத்த உலகத்துக்குமான ஓர் அரசியல் அமைப்பை உருவாக்கி, பொதுவான சட்ட முறைகளை ஏற்படுத்தினால் உலகம் இனிதாக இயங்க வாய்ப்பிருப்பதாக பரவலாக மக்கள் கருதுவதைக் கண்டிருக்கிறேன். தற்போது ஐ.நா. அவை போன்ற அமைப்புகள் இத்தகைய தன்மையோடு இயங்கினாலும் உலகு முழுவதும் இசைவான சூழ்நிலையை உருவாக்கக்கூடிய ஓர் அதிகாரமிக்க அமைப்புக்கான தேவை மிகுந்துள்ளது. இதைப்பற்றி நீங்கள் என்ன நினைக்கிறீர்கள்?

சேயோன் பாரதி (ஜெயமுரளி)

‘அனைத்துப் பொருட்களையும் கரைக்கும் ஓர் அமிலத்தை உருவாக்கினால் அதை எந்தப் பாத்திரத்தில் பத்திரப்படுத்த முடியும்?’ என்ற வேதாத்திரி மகரிஷியின் கேள்வியே உங்கள் வினாவிற்கு விடை.

எது உண்மையான ஆன்மிகம்?

கே. பிரபாவதி, மேலகிருஷ்ணன்புதூர்,
கன்னியாகுமரி மாவட்டம்.

வாழ்க்கையை ரசிப்பதும், மனிதர்களை நேசிப்பதும், பேதங் களைக் கடப்பதும், ஒவ்வோர் உயிரிலும் நாம் பிரதிபலிப்ப தாகக் கருதுவதுமே உண்மையான ஆன்மிகம். அன்பே அதன் நுழைவாயில். கனிவே பிரகாரம். கருணையே கர்ப்பக்கிரகம்.

- ***பொன்மொழிகளில் பிடித்தது?***

பாரதிமுருகன், மணலூர்பேட்டை.

காலம் பொன்னானது.

- ***எந்த மாதிரி பலவீனம் சட்டென்று பலமாகிறது?***

வண்ணை கணேசன், சென்னை-110.

வளைக்க முடிந்ததை உடைக்க முடியாது என்று அறிவுறுத்து கிறார் லாவோ ட்சு.

- ***தியானம், தவம். . . இதில் எது வலிமையானது? இதில் அதிக நன்மை தருவது எது?***

கா. இராஜசேகர், மங்களபுரம்.

மனத்தை உதிர்ப்பது தியானம். உடலையும் உதிர்ப்பது தவம். இரண்டுமே நன்மைகளை அடைய செய்யப்படுவதில்லை. நன்மை, தீமைகளை கடக்க மேற்கொள்ளப்படுகின்றன.

- ***அறிவியல் உணர்விலிருந்து மெய்யுணர்வு எங்கே வேறு படுகிறது?***

டி. சந்திரன், ஈரோடு.

அறிவியலில் ஒருவர் உணர்ந்ததை அடுத்தவர் ஆய்வுசெய்து அறிய வேண்டியதில்லை. மெய்ஞானத்தை நாமாக உணர வேண்டிய தேவை இருக்கிறது. புத்தர் மெய்ஞானம் அடைந்ததிலிருந்து நம் ஞானத் தேடலைத் தொடங்க முடியாது. ஆனால் நியூட்டனின் விதிகளை நாம் திரும்பிக் கண்டுபிடிக்க வேண்டியதில்லை.

- ***எந்தக் காட்டில் எந்த மூங்கில் புல்லாங்குழல் ஆகிறது?***

பாரதி முருகன், மணலூர்பேட்டை.

காலியாக இருக்கும் மூங்கில்கள் இசையை நேசிப்பவர்கள் கைகளில் அகப்படும்போது புல்லாங்குழல்கள் ஆகின்றன. வாசிக்கத் தெரியாதவன் கைகளில் புல்லாங்குழலுக்கும், ஊதுகுழலுக்கும் வித்தியாசம் இல்லை.

- ***பிறப்புக்குப்பின் இறப்புதான் என்பதை நன்கு அறிந்திருக்கிற மனிதன் நடுவில் இதற்கிடையில் ஏன் இத்தனை ஆட்டம் போடறான்?***

தா. ஜான் கிளாட்சன்,
கிருஷ்ணகிரி - 635 001.

இறந்த பிறகு ஆட்டம் போட முடியாது என்பதால்தான். அடுத்தவர்கள் இறக்கும்போது மகிழ்ச்சியில் ஆட்டம் போடுவதுதான் தவறு.

- ***தங்களின் படைப்புகளைப் படித்திருக்கிறேன். வார்த்தை ஜாலம் வியக்கும்படி இருக்கிறது. அதன் பின்னணி என்ன?***

என். முருகன், பி.ஆர்.டி.இ.

வாழ்க்கை ஜாலம் இல்லாததால் வார்த்தை ஜாலம் வசப்படுகிறது.

- ***உயிரினங்களில் ஆறறிவு படைத்த மனிதன்மட்டுமே 'தற்கொலை' செய்துகொள்வது ஏன்?***

க. தியாகராசன்,
கொரநாட்டுக் கருப்பூர்.

மனம் இருப்பதாலும், சமூகத்திற்கு அஞ்சுவதாலும், வாழ்வதைவிட செத்துப்போவது மேல் என்ற சூழலைச் சந்திக்க நேர்வதாலும், மனச்சிதைவாலும் மனிதர்கள் தாங்களே மரணத்தை நிச்சயித்துக் கொள்ளத் துணிகிறார்கள். அதே நேரத்தில் தற்கொலையில் சாகாமல் பிழைத்துக் கொண்டவர்கள் பலகாலம் வாழ்வதையும் பார்க்கிறோம். தற்கொலை செய்ய நினைப்பவர்களின் நடத்தையிலிருந்து அவர்கள் மனநிலையை ஊகித்துக் கொண்டு சிகிச்சை அளித்தால் அவர்கள் நம்பிக்கையுடன் வாழத் தொடங்குவார்கள்.

- அதிர்ஷ்டத்தில் நம்பிக்கையுண்டா?

வண்ணை கணேசன்,
சென்னை-110.

திறமையும், வாய்ப்பும் சந்திக்க நேர்வதுதான் அதிர்ஷ்டம்.

- வறுமையும், ஆடம்பரமும் இணையாக வளர்ந்து வருகிறதே?

த.பன்னீர்செல்வம்,
கல்பாக்கம்.

சிலரது ஆடம்பரமே பலரது வறுமைக்குக் காரணம். ஒவ்வொரு மாளிகை உருவாவதற்கும் ஆயிரம் குடிசைகள் வீழ்கின்றன என்பது ஓர் அழகான இந்தி கஜல்.

- தத்துவங்கள் எப்போது தோல்வி அடைகின்றன?

ராஜசிம்மன், கிருஷ்ணகிரி.

தத்துவங்கள் தக்கையாக இருக்கும்போதும், சத்தான தத்துவங்கள் தக்கையான மனிதர்களால் முன்னெடுத்துச் செல்லப்படும்போதும்.

- எல்லோருக்கும் நல்லவனாக எப்படி வாழ்வது?

எம். சம்பத், கரூர் மாவட்டம்.

எல்லோருக்கும் நல்லவராக வாழ்வது சாத்தியமில்லை. நல்லவர்களுக்கு மட்டுமே நல்லவர்களாக இருக்க வேண்டும்.

வெ. இறையன்பு

எல்லோருக்கும் நல்லவன் தன்னை இழப்பான் என்கிற கவிஞரின் வரி சிந்திக்கத்தக்கது. எல்லோருக்கும் நல்லவர்கள் போலி மனிதர்களாக இருப்பார்கள்.

- போட்டிதானே கடைசியில் பொறாமை ஆகிவிடுகிறது?

சி. கார்த்திகேயன், சாத்தூர்.

உண்மைதான். போட்டியே பொறாமையின் முதல் அடி.

- தத்துவக் கதைகள் மனிதனுக்கு எந்தளவிற்குப் பயன்தருகின்றன?

பாரதிமுருகன், மணலூர்பேட்டை.

தத்துவக் கதைகள் உயர்ந்த உண்மை என்கிற புதையலை அடையாளம் காட்டும் மெழுகுவர்த்திகள் என்று அவற்றை அதிக அளவில் தொகுத்த ஆண்டனி டி மெலோ குறிப்பிடுவது பொருத்தம்.

- புனிதம் எங்கு நிறைந்துள்ளது?

பாரதிமுருகன், மணலூர்பேட்டை.

அடுத்தவர்கள் கண்ணீரைத் துடைக்கும் வியர்வையே புனிதமானது.

- இவ்வுலகில் எதுவுமே நிரந்தரமில்லை என தெரிந்திருந்தும் மனிதனின் ஆசைகள் அடங்காமல் அதிகரிப்பது ஏனோ?

கா. இராஜசேகர், மங்களபுரம்.

நிரந்தரமில்லை என்பதால்தான் ஆசை அதிகரிக்கிறது. நம்மிடமே எப்போதும் இருக்கும் பொருட்களின்மீது ஆசை வருவதில்லை.

அன்பார்ந்த வாசகப் பெருமக்களே !

கடந்த ஓராண்டாக புதிய தலைமுறை இதழில் இனிய இறையன்பு என்ற பகுதி மூலமாக தங்கள் வினாக்களுக்கு விடை அளித்திடும் அரிய வாய்ப்பை பெற்றேன்.

அது பேரனுபவமாக இருந்தது.

ஒவ்வொரு வினாவும் என்னைப் புதுப்பிக்க வைத்தது.

தேர்ந்த முதிர்ச்சியோடும் தெளிந்த ஞானத்தோடும் பல வினாக்கள் தொடுக்கப்பட்டன. அரசு அலுவலர் என்ற காரணத்தால் அரசியலையும், திரைப்படங்களையும் முற்றிலுமாகத் தவிர்த்து பொறுப்புணர்வோடு கேள்விகள் துளிர்த்தன. விடை தங்களுக்கு தெரிந்திருந்தாலும் மற்றவர்களுக்கும் தெரிய வேண்டும் என்கிற ஆதங்கத்தில் கேட்கப்பட்ட கேள்விகளும் இருந்தன.

இலக்கியம், இதிகாசம், சமூகம், மனையியல், சுற்றுச்சூழல், வனவுயிர், நாட்டுநடப்பு, பொருளதாரம், நிர்வாகம், கல்வி, அறிவியல் என்கிறஅத்தனை துறைகளிலும் கேள்விகள் வந்து விழுந்த வண்ணம் இருந்தன. இணைய முகவரிக்கும் எண்ணற்ற வினாக்கள் அனுப்பப்பட்டன. இந்த வினாக்களில் எவற்றைத் தேர்ந்தெடுப்பது, எவற்றை விடுவது என்கிற பெரும் சிக்கல்கள் எனக்கு தொடர்ந்து ஏற்பட்ட வண்ணம் இருந்தன.

எல்லோருக்கும்பயன்படும்வினாக்களையேபெரும்பாலும் நான் தேர்ந்தெடுத்தேன். ஏற்கெனவே ஒரு கேள்வியில் பதிலாக குறிப் பிட்டிருந் ததைப்போல நான் அளித்த விடைகளே முழுமை

யானவை என ஒருபோதும் சாதிக்க மாட்டேன். அவை உங்களுக்குள் ஒரு தேடுதலைத் தொடங்க வேண்டும் என்பதே எனது அவா.

இந்தப் பகுதிக்கு வருகிற வினாக்களின் வீரியத்தைப் பற்றி சில இதழியல் நண்பர்கள் வியந்ததுண்டு. இப்பகுதியில் சில சிறந்த விடைகள் ஒருவேளை இடம் பெற்றிருந்திருந்தால் அவற்றிற்கு நான் பொறுப்பு அல்ல. வினவியவர்களே பொறுப்பு.

கேள்வி பதில் பகுதி ஜல்லிக்கட்டு போல. பதில்களை விரட்டிப் பிடிக்கும் அனுபவமும், கேள்விகளில் இருக்கும் கொம்பு தாக்கி விடாமல் இருக்க உன்னிப்பும் ஏற்படும்போது மிகுந்த சுவாரசியம் எழுகிறது.

அதை இந்த ஓராண்டு காலம் நான் ருசித்தேன். தேர்ந்தெடுக்கப் படாத கேள்விகள் விடுபட்டவையே தவிர விலக்கப்பட்டவையல்ல.

இந்த வாய்ப்பை அளித்த புதிய தலைமுறை இதழ் பொறுப்பாசிரியராக இருந்த திரு. மாலன் அவர்களுக்கும், இதைச் செம்மையாகக் கொண்டு செல்ல உதவிய தற்போதைய பொறுப்பாசிரியர் திரு. எம். பி. உதயசூரியன் அவர்களுக்கும், நிர்வாக ஆசிரியர் திரு. பெ. கருணாகரன் அவர்களுக்கும், என்னுடைய இதயபூர்வமான நன்றிகள். என்னை விதவிதமான வினாக்களால் உற்சாகப்படுத்திய வாசகர்களுக்கும் என்றும் நன்றி உள்ளவன்.

எந்த இனிப்பும் திகட்டுவதற்கு முன்பே நிறுத்தினால் தித்திப்பு மட்டுமே நெஞ்சில் நிலைத்திருக்கும். எனவே, இந்த விருந்தை நன்றாக ருசித்து முடித்ததும் சிறிய இடைவேளைக்குப் பிறகு மீண்டும் உங்களைச் சந்திக்கலாம் என எண்ணுகிறேன். நீங்கள் தொடுத்த வினாக்கள் எப்போதும் எனக்குள் எதிரொலிக்கும். இன்னும் சிறந்த பதில்களை செதுக்க முடியுமா என சிந்திக்க வைக்கும்.

இனிய நினைவுகளுடன் விடைபெறும்

இறையன்பு

குறிப்புகளுக்காக...

குறிப்புகளுக்காக...